புலி உலவும் தடம்

புலி உலவும் தடம்

மு. குலசேகரன் (பி. 1961)

முழுப்பெயர் மு. குலசேகரபாண்டியன். திருப்பத்தூர் மாவட்டம், பாலாற்றங்கரையோரமுள்ள, பாபனபள்ளி பிறந்து வளர்ந்த ஊர். வாணியம்பாடி அருகிலுள்ள புதூரில் வசிக்கிறார்.

'ஒரு பிடி மண்', 'ஆயிரம் தலைமுறைகளைத் தாண்டி' என்ற இரண்டு கவிதைத் தொகுப்புகளும் 'அருகில் வந்த கடல்' சிறுகதைத் தொகுப்பும் வெளியாகியுள்ளன. இது இவரது இரண்டாவது சிறுகதைத் தொகுப்பு.

கைபேசி : 94424 13262

மின்னஞ்சல் : *kulasekaranvnb@gmail.com*

மு. குலசேகரன்

புலி உலவும் தடம்

காலச்சுவடு பதிப்பகம்

அன்பார்ந்த வாசகருக்கு,

வணக்கம்.

காலச்சுவடு நூலை வாங்கியமைக்கு நன்றி.

நூலின் உள்ளடக்கம், உருவாக்கம், அட்டைப்படம் இன்ன பிற அம்சங்கள் பற்றிய உங்கள் கருத்துகளையும் ஆலோசனைகளையும் காலச்சுவடு வரவேற்கிறது. தகவல், எழுத்து, வாக்கியப் பிழைகள் தென்பட்டால் கட்டாயம் தெரிவித்து உதவுங்கள். நூல் தயாரிப்பில் கடும் குறைபாடு இருப்பின் மாற்றுப் பிரதி உங்களுக்குக் கிடைக்கக் காலச்சுவடு ஏற்பாடு செய்யும்.

மின்னஞ்சல்: **publisher@kalachuvadu.com**

காலச்சுவடு நாகர்கோவில் தலைமையகத்துக்கும் கடிதம் அனுப்பலாம்.

தங்கள்
எஸ்.ஆர். சுந்தரம் (கண்ணன்)
பதிப்பாளர் — நிர்வாக இயக்குநர்

புலி உலவும் தடம் ◆ சிறுகதைகள் ◆ ஆசிரியர்: மு. குலசேகரன் ◆ © மு. குலசேகரபாண்டியன் ◆ முதல் (குறும்) பதிப்பு: செப்டம்பர் 2021, இரண்டாம் (குறும்) பதிப்பு: மார்ச் 2022 ◆ வெளியீடு: காலச்சுவடு பதிப்பகம் (பி) லிட்., 669, கே.பி. சாலை, நாகர்கோவில் 629001

puli ulavum taTam ◆ Short Stories ◆ Author: Mu. Kulasekaran ◆ © M. Kulasekarapandiyan ◆ First (Short) Edition: September 2021, Second (Short) Edition: March 2022 ◆ Language: Tamil ◆ Size: Demy 1x8 ◆ Paper: 18.6 kg maplitho ◆ Pages: 144

Published by Kalachuvadu Publications Pvt. Ltd., 669, K.P. Road, Nagercoil 629001, India ◆ Phone: 91-4652-278525 ◆ e-mail: publications@kalachuvadu.com ◆ Printed at Adyar Students xerox Pvt. Ltd., No.9, Sunkuraman Street, Parrys, Chennai 600001

ISBN: 978-93-91093-57-0

03/2022/S.No. 1016, kcp 3538, 18.6 (2) 1k

இக்கதைகளில்
தானும் ஒரு பாத்திரமாக மாறி
பல விதமாக எழுதுவித்த
எம். வேலுவுக்கு

வெளியான இதழ்கள்

இந்து தமிழ் தீபாவளி மலர்

உயிர் எழுத்து

கனலி

நிலவெளி

கல்குதிரை

காலச்சுவடு

பொருளடக்கம்

முன்னுரை: தனிவழித் தடம்	11
என்னுரை: எழுத்துலக ஆவி	17
தலைகீழ் பாதை	25
மறைந்து தோன்றும் கதவு	37
ஆதியில் காட்டாறு ஓடியது	49
பிடித்த பாத்திரத்தின் பெயர்	61
புலி உலவும் தடம்	72
முடிவற்ற தேடல்	85
கடைசி விதைப்பாடு	97
வெளியில் பூட்டிய வீடு	109
மீண்டும் ஒரு முறை	121
நெடு நாளைய புண்	132

முன்னுரை

தனிவழித் தடம்

ஏற்றுக்கொண்டிருக்கும் இலக்கிய வடிவம் பற்றிய பிரக்ஞை, எதை எழுத வேண்டும் என்ற நோக்கு, எப்படி எழுத வேண்டும் என்ற தெளிவு, தளுக்கோ சிடுக்கோ இல்லாத இயல்பான நடை, தன்னுடையதான கூறுமுறை – இவை அனைத்தையும் மு. குலசேகரன் கதைகளில் காண முடிகிறது. எனினும் இந்தக் கதைகள் அதிகம் பேசப்படுவதில்லை. அவரும் அதிகம் பேசப்படுவதில்லை. அவரது கதைகளை வாசிக்கும்போதெல்லாம் இந்த ஆதங்கம் ஏற்படுவதுண்டு. அவரது கதைகள் இதழ்களில் வெளியாகும்போது அவை பொருட்படுத்திப் பேசப்படுவதையும் கண்டதுண்டு. ஆனால் அந்தக் குறிப்புரைகள் கதைகளுக்கும் கதாசிரியருக்கும் தகுந்த விகிதத்திலான நியாயமளிப்பவையல்ல என்ற எண்ணம் ஏற்படுவதுண்டு. இன்றைய எழுத்தாளர்களில் இலக்கியத்தைத் தீவிரமாகக் கருதும் ஒருவரும் அவருடைய தரமான கதைகளும் கவனிக்கப்படாமற் போவது ஏன் என்ற கேள்வியும் எழுவதுண்டு.

மு. குலசேகரனும் அவரது கதைகளும் பரவலான கவனத்தைப் பெறாததற்குக் காரணம் அவரே என்று தோன்றுகிறது. நிகழ்கால இலக்கிய உலகத்தின் ஆர்ப்பாட்ட நடைமுறைகளுக்கு ஆட்படாமல் தனித்து நடப்பதுதான் அவரை விலக்கி நிறுத்துகிறது. இன்றைய மோஸ்தருக்குத் தோதாக அல்லாமல் எழுதப்படும் கதைகள்தாம் எடுத்து

உயர்த்த எளிதாக இல்லாமல் கைவிடக் காரணமாகின்றன. 'நான் ஒரு கதை எழுதி இருக்கிறேன்' என்று அவரும் இணைய வெளியிலும் பிற பரப்பிலும் கொட்டி முழக்குவதில்லை. 'வாசித்து உய்வடையுங்கள்' என்று அந்தக் கதைகளும் வாசகரை வற்புறுத்துவதில்லை. 'ஒரு படைப்பு அதற்குரிய முழுமையுடன் இங்கே இருக்கிறது. கொள்ள விரும்புவோர் கொள்க' என்ற தற்சார்பற்ற நிலையிலேயே குலசேகரன் தமது கதைகளை முன்வைக்கிறார். கதைகளும் தம்மை ஏற்கும் வாசகர்களுக்காகக் காத்திருக்கின்றன.

குலசேகரனின் கதையாக்க இயல்பு சில இலக்கிய அடிப்படை களைச் சுட்டிக் காட்டுகிறது. படைப்புத்தான் முதன்மையானது. அதன் வாயிலாகவே படைப்பாளி அறியப்பட வேண்டும் என்பதை உணர்த்துகிறது. படைப்புச் செயல் வடிவம் பெற்றதும் படைப்பாளியிடமிருந்து விலகித் தனித்து நிலைகொள்கிறது என்பதை எடுத்துக் காட்டுகிறது. படைப்பாளியின் குறுக்கீடுகளை யும் பொழிப்புரைகளையும் மீறி வாசிப்புக்காகத் திறந்து கொடுக்கிறது. குலசேகரன் கதைகளின் தனித்துவமான அம்சம் இது. கதையில் ஆசிரியர் எதையும் வற்புறுத்திச் சொல்வதில்லை. வாசக கவனத்தை ஈர்ப்பதற்கான பிரத்தியேகக் கோணங்களை ஒதுக்குவதில்லை. மாறாகக் கதையில் தொடக்கம் முதல் இறுதிவரையான எல்லா வரிகளையும் செறிவானதாக அமைக்கிறார். அதன் வழியாக அனுபவத்தின் பரப்பை விரிவாக்குகிறார். முழுமையான உலகைப் புனைந்து காட்டுகிறார்.

'தலைகீழ் பாதை' ஓர் உதாரணம். நகலகம் நடத்தி வரும் சுப்பிரமணிக்கு இனி தனது வாழ்க்கை பழையதுபோல வசதியாக இராது என்று தெரிகிறது. அவனுடைய கடையின் முன்னால் நிமிர்ந்து நிற்கும் மேம்பாலம் பிழைப்புக்குத் தடையாகிறது. அவனுக்கு மட்டுமல்ல, அவனைப் போன்ற பல சாதாரணர்களுக்கும் பிழைப்புப் பறிபோகும் நிலை. ஆனால் பாலம் கட்டப்பட்டுத் திறப்பு விழாவுக்கு ஆயத்தமாகிறது. பாலமிருக்கும் பகுதியைச் சேர்ந்தவர்களுக்கு அது தேவையே இல்லை. ஆனால் யாருக்கோ வேண்டியிருக்கிறது. அதிகாரத்தின் மூலம் தங்கள்மீது திணிக்கப்பட்ட ஒன்றை மறுப்பின்றிச் சுமக்க நேரிடுகிறது. அந்த எளியவர்களின் பிரதிநிதியாகக் கருதப்படும் சுப்பிரமணியால் கற்பனையாகத்தான் பழிவாங்க முடிகிறது. பாலம் தொடர்பான ஆவணங்களின் ஒரு தாளை நகலெடுக்காமல் மறைத்து வைப்பதன் ஊடே தனது எதிர்ப்பை வெளிப்படுத்துகிறான். கதையின் இந்தக் கோணத்தை இயல்பாக

முன்வைக்கிறார். முதல் வரியிலிருந்து எந்தத் துருத்தலும் இல்லாமல், அலுப்பேற்படுத்தி விடுமோ என்ற எண்ணத்தை உருவாக்கக்கூடிய நிதானத்துடன் செறிவைக் கூட்டி முடிவை எட்டுகிறார். கதையின் எந்த வரியை விலக்கினாலும் கட்டுக்கோப்புக் குலைந்துவிடக்கூடிய முறையில் அமைகிறது கதை. இந்த இயல்பு நவிற்சியை குலசேகரனின் கதையடையாளம் எனலாம்.

இதே அடையாளம் கொண்டவையாகத் தொகுப்பில் இடம்பெற்றிருக்கும் 'ஆதியில் காட்டாறு ஓடியது', 'புலி உலவும் தடம்', 'கடைசி விதைப்பாடு', 'நெடு நாளைய புண்' ஆகிய கதைகளைக் காணலாம். இயல்பாகவும் செறிவாகவும் இழைக்கப்பட்ட கதைகள். நிதானமான கூறலில் முன்னேறிச் சென்று உச்சத்தில் வெடிக்கின்றன. காலப் போக்கில் தூர்ந்து சாக்கடையாக மாறிய நதியைப் பற்றிய சுந்தர மூர்த்தியின் ஆவலாதியும் புலி வரும் தடத்தில் காத்திருக்கும் சிவபாலன், காதர் பாட்சாவின் சினமும் கடைசியாக மண்ணில் தளிர்விட்டிருக்கும் நிலக்கடலைத் தளிர்களில் தங்கவேலு கொள்ளும் நம்பிக்கையும் தகப்பனின் மரணத்தை அறிவிக்க அத்தாட்சியை எதிர்பார்த்திருக்கும் மகனின் கையறு நிலையும் இயல்பான நிகழ்வுகளாகச் சொல்லப்பட்டு இறுதியில் தீவிரத்தை அடைகின்றன. பாலம் நிரந்தரமாகிவிட்டது என்றும் சாக்கடை நதியாக இனி மாறாது என்றும் புலி வந்தால் காப்பாற்ற ஆதரவு கிடைக்காது என்றும் கையகப்படுத்தப்பட்ட நிலத்தில் ஒருபோதும் உரிமையில்லை என்றும் தொற்று நோயால் அப்பா சாகவில்லை என்று சொல்வது சந்தேகம் என்றும் அந்தப் பாத்திரங்களுக்குத் தெளிவாகவே தெரிகிறது. எனினும் தங்கள் இருப்புக்கான நியாயங்களாக அவற்றைப் பற்றியிருக்கிறார்கள். அவை பறிபோகக் கூடியவை என்று வாசிப்பவர் உணர்கிறார். அப்படி உணர்த்துவதையே குலசேகரன் தனது கதையாக்க நடவடிக்கையாகக் கருதுகிறார் என்று எண்ணலாம். அதை மீறிய நிலையும் கதைகளில் இடம்பெறுகிறது. அதுவே அவரது கதைகளுக்கு நிகழ்காலப் பொருத்தப்பாட்டையும் அளிக்கிறது.

நிகழ்ச்சி, கதையாக்கம், படைப்பியல் பார்வை ஆகிய கட்டங் களாகக் கதையைப் பகுக்க முடியுமானால் குலசேகரன் கதைகள் முன்னணியில் நிற்பது அவற்றில் வெளிப்படும் பார்வையால் எனலாம். எளியவர்களின் சார்பில் அதிகாரத்தை விசாரிக்கும் பார்வையை அவை கொண்டிருக்கின்றன. இதை அரசியல் என்று 'அருகில் வந்த கடல்' தொகுப்பின் முன்னுரையில் தேவிபாரதி குறிப்பிடுகிறார். சரியான மதிப்பீடுதான். இந்த அரசியல் வெற்று

முழக்கமாகவோ ஆவேச உந்துதலாகவோ இல்லாமல் மானுட இருப்பின் கோரிக்கையாகவே வெளிப்படுகிறது. இதையும் குலசேகரனின் தனி அடையாளமாகக் காணலாம். முந்தைய 'அருகில் வந்த கடல்', தற்போதைய 'புலி வந்த தடம்' ஆகிய இரு தொகுப்புகளிலும் அரசியல் பார்வை தெரியும் கணிசமான கதைகள் உள்ளன. அவற்றை முன்னிருத்தி அரசியல் கதைகளை எழுதியவராகச் சொல்லிவிடவும் முடியாது. ஏனெனில் அவை வலிந்து தயாரிக்கப்பட்ட அரசியல் கதைகள் அல்ல. கோட்பாட்டுச் சூத்திரங்களுக்கு விளக்கவுரை அளிப்பவை அல்ல. அரசியல் கோணத்திலிருந்து வாழ்க்கையைச் சித்திரிப்பவை அல்ல; மாறாக வாழ்வனுபவங்களிலிருந்து திரளும் உண்மைகளை அரசியலாக முன்வைப்பவை. குலசேகரனின் கதைகளில் உள்ளோட்டமாக அமையும் இந்த அம்சம் அவரது தனித்துவத்தின் பகுதி என்று எண்ணுகிறேன்.

கதைகளில் அரசியலை 'மறைப்பது' போலவே பின்புலங்களையும் ஒளித்துவைக்கிறார் குலசேகரன். கதை நிகழிடங்களைப் பெயர், அடையாளங்களைக் குறிப்பிடாமலேயே சித்தரிக்கிறார். ஆனால் கதைக்குள் இடம்பெறும் குறிப்புகளைக் கொண்டு வாசகர் அந்த இடத்தை எளிதில் ஊகித்துவிட முடிகிறது. ஒரு தனி நிகழ்வை எல்லாரும் தம்மோடு பொருத்திப் பார்த்துக்கொள்ளக்கூடிய பொது நிகழ்வாக மாற்றவோ, வாசகரையும் படைப்புக்குள் பங்கேற்பவராக உணரச் செய்யவோ அவரால் அநாயாசமாக முடிகிறது.

இந்தத் தொகுப்பிலுள்ள பத்துக் கதைகளை இரண்டு வகையாகப் பிரிக்க முடியுமென்று தோன்றுகிறது. வாசிப்பு வேளையில் தற்செயலாகப் புலப்பட்டது இந்தப் பிரிவு. கதாசிரியர் பிரக்ஞைபூர்வமாகவே அதைச் செய்திருக்கவும் கூடும். இயல்புவாதமென்றோ நடப்பியல் சார்ந்தவை என்றோ வகைப்படுத்தக் கூடிய கதைகள் ஒரு பிரிவாகவும் நடப்பியல் சார்ந்து உருவான உலகுக்குள் அதீதங்களைக் கட்டிஎழுப்பும் கதைகள் மற்றொரு பிரிவாகவும் காணப்படுகின்றன. 'தலைகீழ் பாதை', 'ஆதியில் காட்டாறு ஓடியது', 'புலி உலவும் தடம்', 'கடைசி விதைப்பாடு', 'நெடு நாளைய புண்' ஆகியவை நடப்பியல் முறையிலான கதைகள். இவற்றில் புறச் செயல்களும் தகவல்களும் முதன்மை பெறுகின்றன. கதைகள் அவற்றின் தன்மையில் வெளிப்படையாகவே துலங்குகின்றன. பருப்பொருளாகவே இடம்பெறுகின்றன. 'மறைந்து தோன்றும் கதவு', 'பிடித்த பாத்திரத்தின் பெயர்', 'முடிவற்ற தேடல்', 'வெளியில் பூட்டிய வீடு', 'மீண்டும் ஒருமுறை' ஆகிய கதைகள்

நடப்பியலைக் கடந்து விரிகின்றன. இந்தக் கதைகளில் புறக் காட்சிகளும் தகவல்களும் உளநிலையின் மங்கலான வரி வடிவங்களாகவே இடம்பெறுகின்றன. மனதின் விசித்திரச் சேட்டைகளே கதைப் பொருளாகின்றன. குலசேகரனின் படைப்பூக்கம் உச்சம் காண்பது இந்தக் கதைகளில்தான் என்பது என் எண்ணம். இயல்பு நவிற்சி கொண்ட கதைகளில் வாசகரைப் பார்வையாளராக அழைத்துச் செல்லும் ஆசிரியர் இந்தக் கனவு நிலைக் கதைகளில் பங்கேற்பாளராக மாற்றுகிறார். கதைகளின் முடிவை வாசகரின் சிந்தனைக்கும் உணர்வுக்கும் விடுகிறார். ஒருவேளை நவீன சிறுகதைக் கலைக்குக் குலசேகரனின் பங்களிப்பு படைப்பூக்கம் திரண்ட இந்தக் கதையாடலாக இருக்கலாம்.

தொகுப்பில் உள்ள கதைகளை வாசித்த வேளையில் உருவான பொதுவான கருத்தோட்டம் இது. நூலின் முன்னுரையாக இது அமைவதை விடவும் மு. குலசேகரன் கதைகளை மதிப்பிடும் விமர்சனப் பார்வைக்கு முன்னுரையாகக் கருதப்பட வேண்டும் என்பது விருப்பம். அப்படிச் செய்பவர்கள் தமிழ்ச் சிறுகதைப் பரப்பில் புதிய தடத்தைக் கண்டடைபவர்கள் ஆவார்கள். இந்தத் தொகுப்பு அதற்குத் தகுதியான அழுத்தமான சான்று.

திருவனந்தபுரம் **சுகுமாரன்**
14 பிப்ரவரி 2021

என்னுரை

எழுத்துலக ஆவி

> சில சமயங்களில், ஏனென்று எனக்குத் தெரியா விட்டாலும், நான் உங்களிடம் கூற விரும்பும் எல்லாமும் என்னைத் தீவிரமாக அழுத்துகின்றன, மக்கள் கூட்டம் அனைத்தும் ஒரே நேரத்தில் ஒரு குறுகிய கதவு வழியே பிதுங்கமுயல்வதைப்போல. மேலும் நான் உங்களுக்கு ஒன்றையும் சொல்லவில்லை, ஒன்றுமில்லாததற்கும் குறைவாக, ஏனெனில் நான் சமீபத்தில் எழுதிய அனைத்தும் பொய்யானவையே – அடிப்படையில் அவை பொய்களல்ல – ஏறக்குறைய அடிப்படையில் எல்லாமும் உண்மையானவைதான் – ஆனால் அளவுக்கதிகமாகக் குழப்பமும் பொய்த்தன்மையும் மேற்பரப்பில் உள்ளதால், எவரும் ஊடுருவிக் காண்பார்களென்று எதிர்பார்க்கவியலாது.
>
> **பிரான்ஸ் காஃப்கா**

முதன்முதலாக நூலகத்துக்குச் சென்றபோது உள்ளே முழுமையான அமைதி நிரம்பியிருந்தது எனக்கு வியப்பாயிருந்தது. வேறு எங்கும் காண முடியாத நிசப்தம். புத்தகங்களும் நாளிதழ்களும் புரள்கின்ற காகித ஒலி துல்லியமாகக் கேட்டுக் கொண்டிருந்தது. யாரும் ஒரு வார்த்தையும் பேசிக் கொள்ளவில்லை. அவ்வளவு பேர் ஒன்றாகக் கூடியிருந்தும் மௌனமாயிருப்பது மாபெரும் செயல். ஆனால், வெளியே அடர்ந்திருந்த வேப்பம், பூவரசு, தூங்குமூஞ்சி மரங்களில் காக்கைகள் ஒன்றுடனொன்று விடாமல் பேசிக்கொண்டிருந்தன. அவை பதற்றத்துடன் பறந்து திரும்ப அமர்ந்து கொண்டிருந்தன. அவற்றின் குரல்கள் அடிவயிற்றி லிருந்து எழுந்தன, எதையோ கூற வருவதைப்போல்.

நூலகத்தைச் சுற்றிலும் பரவியிருந்த பசுமையான நிழல். இலைகளில் சுண்ணாம்புத் தீற்றல்களைப் போல் பறவைகளின் எச்சங்கள். கீழெங்கும் துணி விரிப்பைப் போல் சருகுகள்.

நூலகத்தினுள் விளக்குகள் எரிந்துகொண்டிருந்தாலும் பகலிலேயே அரையிருட்டுக் கவிந்திருந்தது. கூடம் முழுவதும் வரிசையாக, நீண்ட, உயரமான அடுக்குகளில் அடுக்கப்பட்ட பெரிய, சிறிய புத்தகங்கள். அனைத்துப் புத்தகங்களையும் காக்கும் நூலகர் நாற்காலியில் அமர்ந்து பெரியதொரு நோட்டில் குனிந்து எழுதிக்கொண்டிருந்தார். அவர் மேசையிலும் பக்கத்து மேசையிலும் புத்தகங்கள் நிறைந்திருந்தன. மற்றொரு அறை முழுவதும் கண்ணாடி அலமாரிகளில், மேசைகளின் மேல் என்று கனமான உயரிய புத்தகங்கள். வெளியில் நீள வராந்தாவின் பெஞ்சுகளில் செய்திப் பத்திரிகைகளும் இதழ்களும் இறைந்திருந்தன. எங்கும் காகிதங்களும் எழுத்துகளுமாகத் தோன்றின. சொர்க்கம் என்பது இப்படிதானிருக்கும் போலும். அங்கு வாழ்நாளெல்லாம் புதிய புத்தகங்களைப் படித்துக்கொண்டிருக்கலாம். அவை ஒருபோதும் தீராது. புத்தகங்கள் தொடர்ந்து எழுதப்பட்டுக்கொண்டிருக்கும். அவற்றின் வாசகருக்குப் பிறப்புமில்லை, இறப்புமில்லை.

எனக்கு எந்தப் புத்தகத்தை எடுப்பதென்று புரியவில்லை. அவ்வளவு புத்தகங்களைக் காண்பது பரவசமாயிருந்தது. அவற்றைப் பார்த்தபடி அடுக்குகளினிடையில் வெறுமனே சுற்றி வந்துகொண்டிருந்தேன். சில புத்தகங்களைத் தொட்டேன். சிலவற்றை முதுகில் தடவினேன். ஒருவர் நூற்றுக்கணக்கான பக்கங்களை எழுதுவது எப்படிச் சாத்தியம் என்பதில் ஆச்சரியம். சிலவற்றைக் கையில் எடுத்து அட்டை ஓவியங்களைப் பார்த்தும் தலைப்புகளையும் பெயர்களையும் படித்தும் மீண்டும் அந்தந்த இடங்களில் செருகிவைத்தேன். பழைய, புதிய நூல்கள் ஒன்றாகக் கலந்திருந்தன. எழுத்தாளர்களின் பெயர்களெல்லாம் அதுவரை கேள்விப்பட்டிராதவாறு வினோதமாயிருந்தன. எண்ணற்ற பக்கங்கள் முழுக்க எழுத்துக்கள். அவற்றைப் படைத்த எழுத்தாளர்கள் உயிரோடிருந்தும் ஆவிகளாகத் திரிவதாகப்பட்டது. அவர்கள் வாசகர்களை அருவமாயிருந்து கவனித்துக்கொண்டிருக்கிறார்கள். தங்கள் எழுத்துகள் வாசிக்கப்படுவதைக் காணும் ஆசையில் மறைந்து சூட்சமமாயிருக்கிறார்கள். எனக்குப் பிரமை பிடித்ததைப் போலிருந்தது.

வாரஇதழ்களில் வெளியாகி நேர்த்தியாகக் கிழித்துத் தைத்து உருவாக்கப்பட்ட நிறையப் புத்தகங்களை நான் முன்பே படித்திருக்கிறேன். அவை அனைத்து வீடுகளின் பெண்களால்

தங்களுக்குள் ரகசியமாகப் பரிமாறிக்கொள்ளப்படுபவை. ஆண்களுக்கு அவற்றிலிருந்து விலக்கு அளிக்கப்பட்டிருந்தது. என் நெருக்கத்தாலும் விருப்பத்தாலும் அந்த நிழலுலகின் பிரஜையாக அனுமதிக்கப்பட்டிருந்தேன். அத்தகைய புத்தகங்கள் படிக்கப்பட்டு எனக்குத் தரப்படும்வரை அருகில் காத்துக்கொண்டிருப்பேன். அதற்குப் பரிசாகக் கடைசிப் பக்கம் வாசித்து முடித்தவுடன் அவை உடனே அளிக்கப்படும். இதழ்களின் இணைப்புக் கதைப் புத்தகங்களும் கிடைக்கும். தொடர்கதைகளை மறக்காமல் நினைவில் வைத்திருந்து படிக்க வேண்டும். இடையில், நாட்களாகவும் வாரங்களாகவும் காலம் மிகவும் விரைந்து ஓடிக்கொண்டிருக்கும். வீட்டின் ஒதுக்குப்புற மூலைகளில், தோய் கல்லில், மரங்களின் அடியில் உட்கார்ந்து வாசிப்பில் ஆழ்ந்திருப்பேன். உண்ணும்போதும் கீழே வைக்காமல் தொடர்ந்து படித்துக்கொண்டிருந்தால் ஒரே நாளில் புத்தகம் முடிந்துவிடும். அது ஒரு வாழ்க்கைக்குள் பலவிதமாக வாழ வைப்பது. ஒருவரை வெவ்வேறு பாத்திரங்களாக உருமாற்றுவது. கிடைக்கமுடியாத அனுபவங்களை அளிப்பது.

நூலகத்தின் நடுவில் நின்றிருப்பது பெரிய காட்டிலிருப்பது போலிருந்தது. எங்கு வேண்டுமானாலும் நிற்கலாம். எத் திசையிலும் பயணிக்கலாம். அல்லது வழியை மறந்து அங்கு சுற்றிக்கொண்டிருக்கலாம். என் தலைக்கு மேல் எட்டியுள்ள உயரத்திலும் கீழே குனிந்தும் காண்பதுமாகப் புத்தகங்கள் அடுக்கப்பட்டிருந்தன. நீண்ட நேரம் அடுக்குகளினிடையில் அலைந்துகொண்டிருந்தேன். ஏதாவது ஒரு புத்தகத்தைத் தேர்ந்தெடுத்தாக வேண்டுமென்ற பதற்றம் உருவானது. இது நாள் வரையிலும் படிக்காத, கேள்விப்பட்டிராத, புதிய புத்தகமாயிருக்க வேண்டும். புத்தகங்களைப் புரட்டித் தலைப்புகளையும் எழுத்தாளர்களின் பெயரையும் ஆரம்பப் பத்திகளையும் நடுவில் சில வரிகளையும் படித்தவாறிருந்தேன். ஒரு புத்தகத்தின் எழுத்தாளர் பெயர் முற்றிலும் புதுமையாயிருந்தது. தொடக்கமே என் அதுவரையிலான வாசிப்பை, இருப்பை, சூழலை எள்ளள் செய்வதைப் போலிருந்தது. இதைத்தான் படித்தாக வேண்டும். இதுவே உண்மையான எழுத்து என்று தோன்றியது. ஒருவரை நேரடியாகத் தொட்டதைப் போன்ற உணர்வு.

அந்தப் புத்தகத்தை உடனே எடுத்துக்கொண்டேன். நூலகரிடம் தந்ததும் அவர் கெடு தேதியிட்டுக் கொடுத்தார். நான் பெரிய சாதனை செய்துவிட்டதைப்போல் வெளியில் வந்தேன். புத்தகத்தைப் பெருமையுடன் பதாகையைப்போல் கையிலேயே வைத்திருந்தேன். வழக்கம் போல் வீட்டுக்குள் புழங்குமிடங்களில்

படிப்பதுபோல் அதைப் படிக்கக் கூடாது என்று நினைத்தேன். ஊரைத் தாண்டி பெரிய ஆற்றுக்குச் சென்றேன். திறந்த வெளியில் மிகுந்த தனிமையை உணர்ந்தபடி, மணலின் நடுவில் நின்றபடி, கீழே உட்கார்ந்தபடி, நடந்தபடி படித்து முடித்தேன். தொடர்ந்து மீண்டும் மீண்டும் வாசித்துக்கொண்டிருந்தேன். அந்தப் புத்தகத்தைத் திருப்பித்தர மனமில்லை. பிறகு, அதே போன்ற வேறொரு புத்தகத்தைப் படிக்க விரும்பினேன். அந்த எழுத்தாளர் அதை மட்டும் எழுதியிருப்பாரெனவும் வேறு கதைகள் எழுதியிருக்க முடியாதெனவும் எண்ணினேன். அதற்கு அவருடைய முழு வாழ்க்கை போதுமானதாயிருக்கும். ஆனால், நூலகத்தில் அவருடைய நிறையப் புத்தகங்கள் வெவ்வேறு இடங்களில் மறைந்திருந்தன. அவற்றைக் கண்டுபிடிப்பதின் வழியாக மற்ற எழுத்தாளர்களின் புத்தகங்களையும் அடைந்தேன். அந்த எழுத்தாளரின் பித்து நிரம்பிய முகம் மேலிருந்து புகையைப் போல் மிதந்தவாறு என்னைப் பார்த்துப் புன்னகைத்தது. கூடவே பிற எழுத்தாளர்களின் உருவங்களும் துலங்கி வந்தன. இன்னும்கூட அங்கு அவை உயிருடன் அலைந்துகொண்டிருக்கும். எழுத்தாளர்களின் எழுத்துகள்தாம் ஆவிகளாக உருமாறியிருக்கின்றன.

பிறகு அதே நூலகத்தின் தனி அறையிலிருந்த புத்தகங்களும் வாசிக்கக் கிடைத்தன. அங்கு நண்பர்களுடன் சேர்ந்து கையெழுத்து இதழை நடத்துகையில் மேலும் புத்தகங்கள் அறிமுகமாயின. கல்லூரியில் உற்ற பேராசிரியர்கள் புத்தகங்களை அன்புடன் வழங்கினார்கள். பல புத்தகங்கள் போட்டிகளில் பரிசுகளாகக் கிடைத்தன. அப்புறம் அவை ஒருவருக்கொருவரால் பரிமாறிக்கொள்ளப்பட்டன. வேறு பலவற்றையும் தேடி வாங்க முடிந்தது. எழுத்தாளர்கள் தாங்கள் எழுதிய புத்தகங்களை அளிக்கையில் அவை மேலும் மதிப்புள்ளதாயின. அவற்றில் அவர்களின் உயிர்த் துடிப்பு எழுவது போலிருக்கும். இப்போது அந்த நூலகக் கட்டடம் பழையதாகி மேற் தளம் முழுவதும் வேர்களோடிவிட்டன. மேலே முளைத்திருந்த இலைகளும் கிளைகளும் வெட்டப்பட்டிருந்தன. உள்ளே வேர்கள் ரத்த நாளங்களைப் போல் சுவர்களைப் பற்றிப் படர்ந்திருக்கின்றன. மட்கி உதிரும் நிலையில் பழைய புத்தகங்கள் கட்டுகளாகக் கீழே கிடக்கின்றன. பக்கத்தில் ஒரு புதிய கட்டடம். அதில் புதிய எழுத்தாளர்களுடையவையும், புதிய பதிப்புகளாக வெளியான புத்தகங்களும் நிறைந்திருக்கின்றன. அந்தக் கட்டடமும் சிறிது காலத்தில் பழையதாகிவிட்டது. அதிலும் வேர் நுனிகள் எட்டிப் பார்க்கின்றன. சுற்றிலும் அதே மரங்கள் மாறாமல் நின்றிருக்கின்றன. என் வீட்டில், நான் பெரியது என்று கற்பனை

செய்துகொள்ளும், சிறு நூலகத்திலும் ஆவிகள் உலவுவதை உணர முடிகிறது. அவை எழுதப்பட்ட புத்தகங்களுடன் சேர்ந்து வாழ்கின்றன. அச்சிடப்பட்ட அந்த உறைந்த முகங்களின் கண்கள் தொடர்ந்து வருகின்றன.

❖

என்னுடைய சென்ற சிறுகதைத்தொகுப்பு 'அருகில் வந்த கடல்,' இப்போது வேறொருவர் எழுதியதைப் போல் படுகிறது. அதன் கதைகள் புனைவுகளின் சாத்தியங்களை முயன்றிருக்கின்றன. அவற்றைக் கனவுநிலை யதார்த்தங்கள் எனலாம். முதல் கதையான 'அருகில் வந்த கடல்' கதையில் கடற்கோள் வருவதற்குச் சற்றும் வாய்ப்பில்லை. கதைசொல்லி தன் வீடு கடலிலிருந்து நூறு மைல்கள் உள்ளே தள்ளி ஒளிந்திருக்கிறது என்று கூறுகிறான். உண்மையில் கடல் பொங்கி நுழைந்திருந்தால் அவனுக்குக் கதையெழுதும் வாய்ப்பிருந்திருக்காது. இரண்டாவது கதையிலும் மருத்துவமனையில் முழுதாகக் கைவிடப்பட்ட கடும் நோயாளிகள் தங்கியுள்ள கூடமும் சவக்கிடங்கும் இருக்க முடியாது. மற்றொரு கதையில் நீர் வரத்தற்ற ஆற்றின் கரையில் அணை எழுப்பவியலாது. அதில் ஒற்றை முள்ளுடன் கடிகாரமும் நினைவுத் தூணாக நிற்காது. அக்கதைகள் நடந்தவையாக இல்லாமல், நடப்பதற்கு வாய்ப்புள்ளவையாக கருதி எழுதப்பட்டிருந்தன. சிலர் அவை தந்த அனுபவங்களைப் பகிர்ந்து கொண்டமை எனக்கும் பேரனுபவங்களாயிருந்தன. அந்தத் தொகுப்பின் கதைகளின் அடிப்படை அம்சங்களைத் தொட்டு த. ராஜன் *தமிழ் இந்து* நாளிதழுக்காக என்னைப் பேட்டியெடுத்தார். அது கதைகளை முழுதாக எனக்குத் திருப்பிக் காட்டுவதாக இருந்தது.

அந்த முதல் தொகுப்புக்கும் இத்தொகுப்புக்கும் ஒரு பெரிய இடைவெளி ஏற்பட்டுவிட்டது போல் தோன்றுகிறது. முதல் தொகுப்பின் பல கதைகளை ஓர் அமர்வில் என்னால் எழுத முடிந்தது. இந்தத் தொகுப்பின் கதைகளை மறுபடியும் எழுதிக்கொண்டிருக்கையில் நான் தனிப்பட்ட முறையில் வாசகனாகப் பல திறப்புகளைக் கண்டடைந்தேன். எழுதி முடிப்பதைக் காட்டிலும் எழுதிக்கொண்டிருப்பது எனக்கு மிகச் சிறந்த அனுபவமாயிருந்தது. கதை என்பது மொழிச் செயல்பாடு என அழுத்தமாகக் காட்டியது. புனைவிலுள்ள சாத்தியங்கள் எல்லையற்றவை என்று கதைகள் வெளிப்படுத்தின. அவற்றைப் பதிவதே என் வேலையாயிருந்தது. இவை நடந்த, நடக்கப் போகின்ற கதைகள் என்பதைவிட நடக்கவியலாத கதைத் தன்மைகளாக மாறின. இப்போதும் ஒரு முறை இவற்றை

மீண்டும் எழுத முடியுமென்றால் அவை முடிவின்மையில் போய்தான் நிற்கும். எல்லையற்ற புனைவுகளின் வெளியில் இக்கதைகள் ஒரு துளி என்கிறபோது அதைச் செவ்வனே உருவாக்குவதே கடமையென உணர்கிறேன்.

❖

என்னுடன் தொடர்ந்த உரையாடலில் ஈடுபட்டிருந்த எழுத்தாளர் நஞ்சுண்டன் மறைவு பேரிழப்பு. அவர் இத்தொகுப்பின் கதைகளைப் படித்துப் பேசியது கிடையாதுதான். தனிப்பட்ட வாழ்க்கையையும் இலக்கியம் தொடர்புள்ளதாக மாற்றி எங்களுடனான பேச்சு அமைந்திருக்கும். கதைகள், கட்டுரைகளைப் பற்றியும் அவர் மொழிபெயர்த்த கவிதைகள், கதைகளைப் பற்றியும் பேசியபடியிருப்போம். மொழியில் அவர் காட்டிய ஈடுபாடு அசாதாரணமானது. ஆனாலும் அவருடைய மொழி புலமை சார்ந்ததாக மட்டும் இல்லாமல் இயல்பான தாக வெளிப்பட்டது. மிக செம்மையாக நிறைய எழுத வேண்டும் என்று அவர் அவாவிக்கொண்டிருந்தார். சூழல் அதற்கு இடம் கொடுக்கவில்லை. அவருடன் கழிந்த இனிய கணங்கள் மறக்கவியலாதவை. இன்னும்கூட என் பக்கத்தில் காலி நாற்காலியில் அமர்ந்து நஞ்சுண்டன் பேசுவது போல் தோன்றுகிறது.

மற்றொரு துயரமான நிகழ்வு கவிஞர் தக்கை பாபுவின் மறைவு. அவருடைய நட்பு ஆழம் காண முடியாதது, அதனால் அடங்கிய தொனியிலானது. அவருடைய குரலைத் தட்டவே முடியாது. அனைத்து வகை எழுத்துக்கும் அவர் நடத்திய கூடுகைகள் மிகவும் மகிழ்ச்சிகரமானவை. இலக்கியத்தின் முக்கியமான ஆளுமைகளை அங்குதான் நேரில் காண வாய்த்தது. அவற்றில் எழுந்த விவாதங்கள் மனவெழுச்சிகள் கொண்டவை. மீண்டும் அது போன்ற கூட்டங்கள் இனி சாத்தியமில்லை என்று படுகிறது. பாபுவின் அழைப்புகள் காதுகளில் மறையாமல் ஒலித்துக்கொண்டிருக்கின்றன.

இன்னுமொரு பேரிழப்பு நண்பர் சித்தார்த்தனுடையது. அவரே பல சுற்றுலாப் பயணங்களையும் நிகழ்வுகளையும் மிகுந்த ஈடுபாட்டுடன் வழிநடத்தியவர். எவ்வித நோக்கமுமில்லாமல் எண்ணற்ற இடங்களுக்கு அவருடன் சுற்றித் திரிந்திருக்கிறோம். அப்போது பிரம்மாண்டமான கோயில்களின் நடுவில் நம் சிறுமையைப் பல முறை உணர்ந்திருக்கிறேன். இப்போதும் இலக்கற்ற பயணமே வாழ்க்கையின் அர்த்தமாகத் தோன்றுகிறது. அவரின்றி மீண்டும் செல்ல பாதைகளில்லை போல் படுகிறது.

இத்தொகுப்பின் பெரும்பாலான கதைகளை காலச்சுவடு இதழில் வெளியிட்டவர் பெரும் இலக்கிய ஆளுமையான கவிஞர் சுகுமாரன். ஆரம்பத்திலிருந்து அவருடைய கவிதைகளுடன் சேர்ந்துதான் பயணித்து வந்திருக்கிறேன். அவற்றின் உணர்ச்சித் தூண்டல்கள், நான் கவிதைகளும் அவற்றின் வழி புனைவுகளும் எழுதக் காரணமானவை மட்டுமல்ல தனிப்பட்ட வாழ்க்கையிலும் தொடர்புடையவை. புனைவுகளிலும் தீவிரமாக இயங்கிவரும் அவரின் உரைநடை மிகுந்த அழகியலைக்கொண்டது. என் முதல் சிறு கதைத்தொகுப்பை வெளியிட்டு அந்த நிகழ்ச்சியில் உரையாற்றியவர் அவர். என்னைக் கண்டால் மெதுவாக "மிகவும் பிரியத்தோடு வெளியிட்ட தொகுப்பு" என்பார். இத் தொகுப்புக்கு அவரிடம் முன்னுரை அளிக்கக் கோரியது காரண காரியங்களுக்கு அப்பாற்பட்டது. அவர் ஒப்புக்கொண்டு வழங்கியது அவருடைய அர்ப்பணிப்பு மிகுந்த இலக்கியச் செயல்பாடுகளின் ஒரு பகுதி.

இதில் ஒரு கதையை *கல்குதிரை* இதழில் வெளியிட்டவர் மற்றொரு பெரும் இலக்கிய ஆளுமையான கதைசொல்லி கோணங்கி. கதையின் வரிகளை கைப்பேசியில் வாசித்து மயக்கும் மொழியில் பேசியது மறக்க முடியாதது. எல்லாவற்றுக்கும் முன்னாலிருந்து தொடரும் அவருடைய நட்பு அந்தரங்கமானது. அவருடன் இருக்கும் கணங்கள் எப்போதும் அற்புதங்களாக மாறிவிடுகின்றன.

இக்கதைகளைத் தேர்ந்து இதழ்களில் சிரத்தையுடன் வெளியிட்டிருக்கிறார்கள் அவ்வவற்றின் ஆசிரியர்கள்.

இத்தொகுப்பை எப்போதும்போல் இலக்கியத் தரத்துடனும் நேர்த்தியாகவும் வெளியிடுபவர் கண்ணன்.

இந்தப் புத்தகத்தின் உருவாக்கத்தில் ஈடுபாட்டுடன் பங்காற்றியவர் பா. கலா.

இதன் பின்னட்டையிலுள்ள என் புகைப்படத்தை எடுத்தளித்தவர் ஜி.பி. முகிலன்.

இன்னேரத்தில் ஒவ்வொரு நண்பர்களையும் வழக்கம்போல் நினைத்துக்கொள்கிறேன்.

அனைவருக்கும் மிகுந்த நன்றிகள்.

வாணியம்பாடி
19, பிப்ரவரி 2021

மு. குலசேகரன்

தலைகீழ் பாதை

கைப்பையில் பத்திரமாக வைத்திருந்த சாவியை எடுத்து கடையின் கதவைத் திறந்தான் சுப்பிரமணி. உள்ளே அடைந்திருந்த காகிதமும் மையும் கலந்த புழுக்க நெடி ஆவியைப் போல் கடந்து வெளியில் சென்றது. பலகைத் தடுப்புக்குப் பின்னால் தலையிறங்கப் போர்த்தி வைக்கப்பட்டிருந்த நகலெடுக்கும் இயந்திரம் மங்கிய வெளிச்சத்தில் குட்டிப்பூதம் போல் தோன்றியது. அதற்குத் தினமும் கொஞ்சம் வேலை கொடுக்கவேண்டும். இல்லையென்றால் மிகுந்த பசியில் தன் உரிமையாளனை எடுத்து விழுங்கிவிடும். வழக்கம்போல் வாடிக்கையாளர் பெஞ்சுக்குக் கீழ் செருப்பைக் கழற்றிவிட்டு செய்தித்தாளை மேசையில் வைத்தான். கடையின் மைய விளக்கு ஒன்றை மட்டும் போட்டான். பக்கத்தில் கடிகாரம் பேட்டரி தீர்ந்து நின்றுவிட்டிருந்தது. அவன் கடையின் பின் பக்கமிருந்து அழுத்திப் பெருக்கத் தொடங்கினான். புழுதியும் மண்ணும் பொடியாகத் திரண்டு வந்தன. மூலையில் ஒன்று கூட்டி வெளியில் தள்ளினான். பிறகு நகல் இயந்திரத்தின் மேலிருந்த துணியை உருவி எடுத்து மடித்து வைத்தான். அதன் மேற்புறத்திலும் இடுக்குகளிலும் நுணுக்கமாக விரல்களைவிட்டு வெகுநேரம் துடைத்தான். தட்டிலிருந்த தாள்களைத் தூசிபோக உதறி மீண்டும் அடுக்கி வைத்தான். உடலில் வேர்வைத் துளிகள் குளிர்ச்சியுடன் அரும்பின. மின்விசிறியை மெதுவாகச் சுழலவிட்டு செய்தித்தாளைப் பிரித்தான். தினமும் ஒரே மாதிரியான செய்திகளுடன் பழைய நாளிதழைப் படிப்பதைப் போல் தோன்றியதால் மனம் ஒன்றவில்லை.

கடை எதிரில்தான் அகன்ற தேசிய நெடுஞ்சாலை ஓடிக் கொண்டிருக்கிறது. இதன் வழியாகத்தான் முன்பெல்லாம் பேருந்து நிலையத்துக்குச் செல்ல வேண்டும். போக்குவரத்து இரவும் பகலும் எப்போதும் ஓயாமலிருக்கும். சற்றுத் தள்ளி சாலையின் குறுக்காக இரயில் பாதை ஓடுகிறது. இரயில்கள் போய் மறையும் வரையிலும் இரயில்வே கேட் மூடப்பட்டிருக்கும். அப்போது எச்சரிக்கைக்காக எழும் கண கணவென்ற மணியோசை எல்லோர் மேலும் பாரபட்சமின்றி அதிகாரம் செலுத்தும். இரண்டு பக்கங்களிலும் பல வகையான வாகனங்கள் பெருங்கூட்டமாக நிற்கும். நிறைய தண்ணீர் பாட்டில்களும் குளிர்பானங்களும் தின்பண்டங்களும் பயணிகளின் கையருகில் விற்கப்படும். உங்களுக்குத் தேவைப்படவில்லையென்றாலும் அவற்றை வாங்கத் தோன்றும். சுற்றிலுமுள்ள பாய், தலையணை, செருப்புக் கடைகளும் ஓட்டல்களும் ஆட்களால் நிரம்பியிருக்கும். தேனீர்க்கடைகள் ஒரு போதும் மூடப்படாமல் இயங்கிக்கொண்டிருக்கும். இந்த வியாபாரங்களுக்காகத்தான் இரயில் பாதை கதவுகள் நீண்ட நேரம் மூடப்படுவதாக வதந்தியும் உலவியது. காத்திருக்கும் பயணிகள் பொருட்களை வாங்கியும் எதையாவது தின்றும் இளைப்பாறி பொழுதுபோக்கினார்கள். பலவிதக் கடைகளின் நடுவில் சம்பந்தமில்லாமல் ஒரேயொரு நகலெடுக்கும் கடை சுப்பிரமணியுடையது. நீங்கள் இரயில்வே கதவு திறப்பதற்குள் தேவைப்படும் நகல்களை அங்கு எடுத்துக் கொண்டு மீண்டும் வாகனங்களில் பயணம் தொடரலாம். அவனுக்கு வாகனங்களிலிருப்பவர்களை நகலெடுக்க கூவியழைக்க வேண்டிய அவசியமில்லை. அவர்கள் தாமாக அவன் கடையைத் தேடி வந்தார்கள். அக்கம்பக்கத்திலிருந்தவர்களும் அடிக்கடி பலவற்றை நகலெடுத்துக்கொண்டிருந்தார்கள். இப்போது ஒவ்வொரு அசலுக்கும் எண்ணற்ற நகல்கள் தேவைப்படுகின்றன.

நாலைந்து மாதங்களுக்கு முன்னால் நகருக்கு வெளியில் நாலுவழி புறச்சாலை போடப்பட்டது. அது தடங்கலில்லாமல் நேராகப் பேருந்து நிலையத்துக்குச் சென்றது. எந்த இடத்திலும் இரயில் பாதைகள் குறுக்கிடாது. அதனால் உட்புற சாலையில் பயணிப்பவர்கள் குறைந்தார்கள். நகல் கடைக்கு வரும் மாணவர்களையும் தரகர்களையும் குடும்பத்தினர்களையும் காணவில்லை. அவர்கள் பேருந்து நிலையத்தின் பக்கத்திலுள்ள நிறைய நகல் கடைகளுக்குச் செல்கிறார்கள். அல்லது அவர்களுக்கு நகலெடுக்கும் தேவை ஏற்படுவதில்லை. நிறைய தலையணை மெத்தை கடைகளும் ஓட்டல்களும் புறவழிச் சாலை சந்திப்புக்கு இடம் பெயர்ந்தன. நீர், நொறுக்குத் தீனி விற்பவர்கள் பேருந்து நிலையத்துக்கு மாறினார்கள். இரயில்கள் செல்கையில் இரயில் கேட் வெறுமனே ஒரு சடங்கைப் போல் மூடித் திறக்கப்பட்டது.

இரு பக்கங்களிலும் காத்திருக்கும் வாகனங்களின் கூட்டமில்லை. அங்கு தெரியாமல் வந்தவர்கள் சற்று நேரமும் நிற்க விருப்பமில்லாமல் திரும்பிச் சென்றார்கள். அவனுடைய மணி சிராக்சும் சில கடைகளும் வேறுவழியில்லாமல் பழைய இடத்தில் தங்கின. தான் வசிக்கும் வீடு பக்கத்திலிருந்ததால் ஒரு கிழவர் பிடிவாதமாகத் தினமும் கடையைத் திறந்து வைத்துக் கொண்டிருந்தார்.

சுப்பிரமணி செய்தித்தாளை மடித்து மேசையினுள் வைத்தான். தனக்கு அவசரமான ஒரு வேலை காத்திருப்பதைப் போல் எழுந்துகொண்டான். பலகைத் தடுப்புக்குப் பின்னாலிருந்த நகல் இயந்திரத்தை உற்றுப் பார்த்தவாறு நின்றான். ஓர் உதவித்தொகை திட்ட விண்ணப்பத்தின் ஞாபகம் அவனுக்கு வந்ததும் அதை எடுத்தான். யாரோ இவ்வளவு நகல்கள் எடுக்கவேண்டுமென்று கட்டளையிட்டதைப் போல் இயந்திரத்தை உயிர்ப்பித்தான். மூடியைத் திறந்து படிவத்தைக் கண்ணாடிப் பரப்பின் மேல் வைத்துப் பொத்தானை அழுத்தினான். உள்ளே நீண்ட ஒளிர் விளக்கு கண்கள் கூசும்படி நகர்ந்தது. சாம்பல் பூசியதைப் போன்ற தாள்கள் நடுங்கியபடி வெளிப்பட்டன. தொடர்ந்து எடுத்துக்கொண்டிருந்தால் நகல்கள் பளிச்சென்று உரு மாறிவிடும். மொத்தம் மூன்று நகல்களை எண்ணி மேசையின் மேல் வைத்தான். உள்ளே அடுக்குக்குள் அதன் பத்துப் பதினைந்து நகல்கள் விற்பனைக்குக் காத்திருந்தன. இனிமேல் அவற்றின் தேவை நிரந்தரமாக இல்லாமல் போய்விடலாம். அதைத் தெரிந்து செய்ததால் அவனுக்கு மிகவும் அவமானமாயிருந்தது. சில சமயம் தன்னை மீறி செயல்கள் நடந்துவிடுவதைப் புரிந்துகொள்ள முடிவதில்லை. ஒருமுறை வேலையில்லாத நாளின் முடிவில் வெறிபிடித்து யாரோ ஒருவருடைய வேலை மனுவை நிறைய நகலெடுத்து முடித்ததும்தான் உணர்ந்தான். கண்களில் நீர் கசிய அப்படியே தலைகவிழ்ந்து உட்கார்ந்தான். அந்தக் காகிதங்களை சிறு சிறு துண்டுகளாக நிதானமாகக் கிழித்து குப்பையில் போட்டான். கடையை மூடும் போது மனம் துடைத்துவிட்டதைப் போல் வெறுமையாயிருந்தது. மறுநாள் காலை கடையைத் திறந்ததும் ஒரு முழுப் பாடப்புத்தகத்தையும் நகலெடுக்கும் வேலை வந்து சேர்ந்தது. நேற்று தன்னை மீறி வேண்டுதலைப் போல் அப்படிச் செய்ததால்தான் இந்த வேலை கிடைத்தது என்று எண்ணிக்கொண்டான். தொடர்ந்து வேலையில்லாமலிருந்தால் ஒரு நாளைக்குக் கடையிலுள்ள தாள்கள் காலியாகும் வரை தான் தேவையில்லாமல் எதையாவது நகலெடுத்துவிடலாம்.

திடீரென்று ஒருவர் வழி தவறியவரைப் போல் தயங்கியவாறு கடைக்குள் நுழைந்தார். முதலில் அவர் யாரென்று தெரியவில்லை.

புலி உலவும் தடம்

உள்ளூர் அரசியல்வாதியைப் போன்ற தோற்றத்திலிருந்தார். மடித்த முழுக்கை வெள்ளைச்சட்டையும் வேட்டியும் சற்று மங்கியிருந்தன. பிளாஸ்டிக் பையிலிருந்து கனமான பத்திரத் தாள்களின் கற்றையை எடுத்து நீட்டினார். "எல்லாத்துக்கும் ஒரு காப்பி எடுத்துக் குடுத்திடுங்க" என்று பெஞ்சில் அழுத்தமாக உட்கார்ந்தார். அவர் ஏற்கெனவே நிறைய தடவை நகலெடுக்க வந்திருக்கிறார். நடுத்தர வர்க்கத்தினருக்கு நடுவில் ஊடாடும் இடைத்தரகர்களில் ஒருவர். அவர் தந்த வீட்டுப்பத்திரத்தின் பக்கங்கள் பழுத்து மட்கி ஒடியும் நிலையிலிருந்தன. அவை பழைய அரசாங்க முத்திரைகள் குத்தப்பட்டு, வினோதமான கோணலான கையெழுத்தில் பழங்கால மசியில் எழுதப்பட்டிருந்தன. எல்லாப் பக்கங்களையும் பிரித்து அவன் நகலெடுத்து முடித்தான். தரகர் யோசனையுடன் மனம் மாறி "இன்னும் ஒண்ணு சேத்து எடுத்திடுங்க" என்றார். இயந்திரத்தை அணைக்கவிருந்த சுப்பிரமணி திருப்தியுடன் மீண்டும் நகலெடுத்துக் கொடுத்தான். முதன்முறையாகப் படிப்பவரைப் போல் தரகர் ஆவலாக நகலைப் படித்துப் பார்த்தார். அவரின் இடுங்கிய கண்கள் பிரகாசித்தன. அது மிகவும் பெரிய சொத்தாயிருக்கலாம். அவர் தலையுயர்த்தி "இங்கதான் கீழ்ப்பக்கமா வரிசையா மூணு கடைங்க ரொம்ப குறைஞ்ச விலைக்கு வருது, விற்கவருக்கு அவசர பண முடையாம். நீங்க வாங்கிப் போட்டா பின்னால உதவும்" என்றார். அந்தச் சொற்கள் தன்னைக் கேலி செய்வதைப் போலிருந்தாலும் தரகர் தொழில்ரீதியாக எல்லோரிடமும் அதைச் சொல்லுவார் என்று நினைத்துக்கொண்டான். அவன் வெறுமனே புன்னகைத்தான். தரகர் புடைத்த சட்டைப் பையிலிருந்து பணத்தை எடுத்து எண்ணித் தந்தார். திரும்பவும் நகல்களைப் புரட்டியவாறு அவர் போய் மறையும்வரை பார்த்துக்கொண்டிருந்தான்.

சுப்பிரமணிக்கு லேசாக தூக்கம் வருவதைப் போலிருந்தது. இன்று காலையில் உருப்படியாக ஒரு வியாபாரம் நிகழ்ந்துவிட்டது. மூலைக்கடைக்குப் போய் நிம்மதியாகத் தேநீர் குடித்துவிட்டு வரலாம். மின்விசிறியை அணைத்து பெஞ்சை இழுத்துவிட்டு கடையிலிருந்து இறங்கினான். வெளியே இன்னும் பொழுது விடியாதது போல் அரையிருள் சூழ்ந்திருந்தது. வழக்கத்திற்கு மாறாக மங்கிய வெளிச்சம் வீசிக்கொண்டிருந்தது. தரை முழுவதும் காகிதம் போல் கரு நிழல் படிந்திருந்தது. தலைக்குமேல் பெரும் விலங்கு ஒன்று நிற்பதைப்போலிருந்தது. நிமிர்ந்து பார்த்து ஆச்சரியமும் அதிர்ச்சியுமடைந்தான். அவனால் தன் இரு கண்களையும் நம்பமுடியவில்லை. மிக அருகில் பிரம்மாண்ட மான சிமெண்ட் சுவர் நீண்டு சென்றுகொண்டிருந்தது. எதிரில் கனத்த திரையைக் கட்டித் தொங்கவிட்டது போலிருந்தது.

பக்கத்தில் வரிசையாகத் தூண்கள் விசுவரூபமெடுத்து நின்றிருந்தன. ஒவ்வொன்றும் கைகளால் கட்டிப்பிடிக்க முடியாதளவு பெரியவை. அவற்றின் உச்சியில் தாங்கிகள் பாரமாக உட்கார்ந்திருந்தன. மேலே கூரையிட்டதைப் போல் புதிய ஒரு பாலம் வளைந்து கவிந்திருந்தது. அது இரயில் பாதைகளைத் தாண்டி இரண்டு பக்கமும் சாலையை இணைத்துக்கொண்டிருந்தது. அவன் கடையும் பக்கத்துக் கடைகளும் வெளியுலகிலிருந்து முழுவதுமாக மறைக்கப்பட்டிருந்தன. சுப்பிரமணி கண்களைக் கசக்கிக் கொண்டு பார்த்தான். ஒழுங்காக வேலை கொடுக்காததால் தன் மூளை மழுங்கிப்போய்விட்டதென்று நினைத்துக்கொண்டான். யாரிடமாவது போய்க் கேட்டால் தனக்குப் பைத்தியம் பிடித்திருக்கிறது என்பார்கள். நெடுங்காலமாக அந்தப் பாலம் அங்கு இருக்கிறதென்று சொல்வார்கள். ஆனால் திடீரென்றுதான் அங்கு மேம்பாலம் முளைத்தெழுந்திருக்கிறது என்பதில் சந்தேகமில்லை. நேற்று இரவு கடையை மூடும்போது கூட அது தென்பட்டிருக்கவில்லை. இப்போது மிகவும் அவசர மென்பதால் திரைப்படங்களில் உள்ளதைப் போல் பாலம் போன்ற அமைப்பை உருவாக்கியிருக்கலாம். அல்லது வேறெங்கோ தயாராயிருந்த பாலத்தின் பகுதிகளை எடுத்து வந்து இணைத்திருக்கலாமென்றும் பட்டது. அவன் அதை உற்றுப் பார்த்தவாறு நின்றிருந்தான். அதனால் எதிர்காலத்தில் ஏற்படப்போகும் மாற்றங்களை நினைக்க பீதி கவ்வியது.

சுப்பிரமணி மேம்பாலத்தின் சுவரை மெதுவாகத் தொட்டுப் பார்த்தான். அதில் வெம்மையும் குளிர்ச்சியும் ஒருங்கே கலந்திருந்தது. அதன் ஓரமாயிருந்த இடுங்கிய சந்தில் நடந்து சென்றான். சுவரைத் தாண்டியிருந்த தூண்களின் நடுவில் புகுந்து மறுபக்கத்தை அடைந்தான். கடைகளை உரசியபடி பாலம் மேலெழுந்து சென்றுகொண்டிருந்தது. அதன் குறுகிய இடைவெளி யில் நாலைந்து கடைகள் மட்டும் திறந்திருந்தன. அடுத்தடுத்திருந்த கடைகளின் கதவுகள் திறக்க முடியாதபடி சிக்குண்டிருந்தன. கடைப் பெயர்களையும் விளம்பரங்களையும் சிமெண்ட் புழுதி மூடியிருந்தது. சில கட்டடங்கள் அரைகுறையாக இடிக்கப்பட்டு மூளியாயிருந்தன. அவற்றுக்கப்பால் முழுவதுமாக எல்லாமும் காணாமல் போயிருந்தன. கட்டடங்கள் இருந்ததற்கான எந்தத் தடயங்களுமில்லை. பாலத்தின் அடியில் அடர்ந்த நிழலில் வண்டிமாடுகள் கண் மூடி சொக்கி அசையிட்டுக்கொண்டிருந்தன. முன்னால் முறுக்கிய வைக்கோல் பிரிகள் போடப்பட்டிருந்தன. கீழே சாணமும் மூத்திரமும் கலந்து சேறும் சகதியுமாயிருந்தது. ஓரத்தில் இரயில்வே கேட்டின் கொட்டகை ஊழியர்களில்லாமல் கூரை பிய்ந்து சிதைந்திருந்தது. பக்கத்தில் இதுவரை நிழலைப் பரப்பிக்கொண்டிருந்த புங்க மரத்தின் கிளைகள் வெட்டப்பட்டு

மொட்டையாயிருந்தது. அவன் துக்கம் பீறிட்டு வர கடைக்குத் திரும்பினான்.

இந்த இடத்தில் பெரிய மேம்பாலம் கட்டப்பட வேண்டும் என்பதற்கான தேவையிருக்கவில்லை. புறவழிச் சாலை போடப்படு வதற்கு முன்னால் வாகனங்களெல்லாம் இந்த வழியாகத்தான் செல்லும். அடிக்கடி இரயில்களுக்காக இரும்புக் கதவுகள் அடைக்கப்பட்டு வாகனங்கள் உறுமியபடி இரு பக்கமும் நிற்கும். துரதிர்ஷ்ட வேளைகளில் ஏதாவது அவசரத்தில் லாரி இடித்தால் பூட்டில் சிக்கிய கதவை நிறைய நேரத்துக்குத் திறக்க முடியாது. தொழில்நுட்பக் கோளாறில் சமிக்ஞை கிடைக்காமல் இரயில்கள் குறுக்காக நின்றும்விடும். சில சமயங்களில் இரயில்கள் தொடர்ந்து போய் வந்துகொண்டிருக்கும். அப்போது கதவுகள் திறக்கப்பட நெடு நேரமாகிவிடும். யாருக்கும் காத்திருக்கும் மனமில்லை. இருசக்கர வாகனத்தை மறுபடியும் கிளப்ப முடியாதென்று அணைக்காமல் நின்றிருந்த ஒருவர் அலுப்புடன் "ஒரு மேம்பாலம் கட்டித் தொலைச்சா நல்லாயிருக்கும்" என்றார். பக்கத்தில் காரிலிருந்த சமூக ஆர்வலரின் காதில் சொற்கள் விழுந்தன. ஐந்து நிமிடத்துக்கு ஓர் இரயில் போகிறதென்றும் காத்திருக்கும் வாகனங்களின் எரிபொருள் மற்றும் மனித நேர மதிப்பு சராசரியாக மணிக்கு ஓர் ஆயிரமென்றும் அவர் துல்லியமாகக் கணக்கிட்டார். இரயில் பாதையைக் கடக்க மேம்பாலம் கட்டுவது மிகவும் அத்தியாவசியமென்று நினைத்தார். அவர் அது பற்றி நிறைய துண்டறிக்கைகள் வெளியிட்டார். பாலம் கட்டித் தரப்படும் என்ற வாக்குறுதியை அடுத்து வந்த தேர்தலில் எதிர்க்கட்சி அளித்தது. அனைத்துக் கட்சிகளும் அதே வாக்குறுதியைத் திரும்ப எதிரொலித்தன. மகத்தான வெற்றி பெற்ற ஆளும் கட்சி உறுப்பினர் பாலம் கட்டுவதைப் பற்றி சபையில் கன்னி உரையில் பேசினார். பிறகு எல்லோரும் அதை மறந்தும்போய்விட்டார்கள். நீண்ட காலம் கழித்துப் பாலம் கட்டுவதற்கு அடிப்படை ஆராய்ச்சிகள் தொடங்கப்பட்டன. அது கட்டப்பட்டால் தங்கள் வீடுகள் பறிபோகுமென்று அங்கிருந்தவர்கள் அஞ்சினார்கள். வணிக நிறுவனங்கள் சில சேர்ந்து வழக்குகள் போட்டன. ஒரு கோவில் இடிக்கப்படுவதை எதிர்த்துப் பாலம் கட்ட தடையுத்தரவு வாங்கிவிட்டதாகவும் சொன்னார்கள்.

சுப்பிரமணி கடைக்குள் உட்கார்ந்தவாறு பாலத்தை ஆழ்ந்து பார்த்துக்கொண்டிருந்தான். அது மலையைப் போல் தவிர்க்க முடியாமல் அசையாது நின்றுகொண்டிருந்தது. மேலும் அவன் கடைக்கருகில் நெருங்கி வந்துவிட்டதாகவும் தோன்றியது. கை நீட்டி அதைத் தொட்டுவிடலாம் போலிருந்தது. இன்னும்

மு. குலசேகரன்

சில நாட்களில் முழுதாகக் கடையை அடைத்துக்கொள்ளும். ஓரமாயிருந்த சந்தில் சிலர் போய் வந்துகொண்டிருந்தார்கள். பாலத்தின் மேல் ஒருவர் நீண்ட கழியை சுமந்துகொண்டு சிரமத்துடன் ஏறினார். மெதுவாக சம நிலையைப் பேணியபடி உச்சிக்குச் சென்றார். பிறகு சரிவில் இறங்கி மறைந்தும்விட்டார். கீழே பிளாஸ்டிக் பொருள் விற்பவர் மேலும் போக முடியாமல் நிராசையுடன் தள்ளு வண்டியைத் திருப்பிக்கொண்டு வந்தார். மறுபக்கம் ஓர் ஆள் வண்டி மாட்டை ஓட்டிப் போய்க்கொண்டிருந்தார். சரக்கு இரயிலின் சப்தம் நீண்ட நேரம் கேட்டு ஓய்ந்தது. தொடர்ந்து மற்றொன்று பறவையைப் போல் கூவிச் சென்றது. பின்னர் கனத்த அமைதி. வாகனங்களின் பழைய இரைச்சல் பரபரப்பு இல்லை. இனி சுவர்தான் எதிரில் சலனமில்லாமல் நிற்கும். மேம்பாலத்தின் கீழே அவன் கடையின் அடையாளமிருக்காது. அவன் சிறையில் அடைபட்டு விட்டதைப் போல் உணர்ந்தான்.

சுப்பிரமணி பேருந்து நிலையத்துக்குப் போகும்போது அங்குள்ள மேம்பாலத்தை நின்று பார்த்துவிட்டு வருவான். சாலை மற்றொரு சாலையைத் தாண்டிச் செல்ல அது கட்டப்பட் டிருந்தது. கீழிருந்து வாகனங்கள் மேலே பாய்ந்து செல்லும். உச்சி வானில் சற்றுத் தயங்கி நிற்கும். பிறகு சரிந்திறங்கி மறையும். வேறு வாகனங்கள் மேலிருந்து உதித்து பனியில் சறுக்குபவை போல் வழுக்கி வரும். அந்த வாகனங்கள் சற்றும் சிரமப்படாதபடி பாலம் அதி தொழில்நுட்பத்துடன் கட்டப்பட்டிருந்தது. சாலை யிலிருந்து அதில் ஏறுவதும் இறங்குவதும் ஒன்றேயாகும். நீங்கள் கண்களை மூடிக்கொண்டால் அதன் மேல் சமவெளியை உணரலாம். வாகனங்களின் மேல் பாலம் அவ்வளவு அக்கறை கொள்கிறது. அது தனியாக நிற்கும் ஒரு சிகரம். அந்த மேம்பாலத்தை அவன் மிகவும் விரும்பினான். அது போன்ற ஒன்றில் நடக்கும் பயணத்தைக் காலமெல்லாம் ரசித்துக்கொண்டிருக்கலாம். ஆனால் பாலம் மனிதர்கள் மேல் கருணையாயிருப்பதில்லை. வாழும் இடத்தைப்பிடுங்கி அவர்களை உயிருடன் கொன்றுவிடுகிறது. தலைமுறைகளாகப் புழங்கிய வீடுகளையும் வணிகம் செய்த கட்டடங்களையும் கடவுளை வேண்டி வழிபட்ட தலங்களையும் காலடியில் நசுக்குகிறது. ஒரு மேம்பாலம் சாமானியர்கள் மேல் மேலும் குரூரமாயிருக்கிறது. நாம் கால்நடையாகச் செல்ல அது ஏற்றதாயிருப்பதில்லை.

உள்ளே அடைந்திருக்க விருப்பமில்லாமல் மறுபடியும் பெஞ்சை இழுத்துவிட்டு சுப்பிரமணி எழுந்தான். தெருக்கோடி யிலிருந்த தேனீர்க்கடையை நோக்கிச் சென்றான். சற்றுத் தொலைவிலிருந்த இருப்புப் பாதையின் இருபுற இரயில்வே

கதவுகள் அடியோடு பெயர்த்தெடுக்கப்பட்டிருந்தன. பதிலுக்கு வரிசையாகக் குத்தீட்டிகளைப் போன்ற இரும்பு வேலி நீண்டிருந்தது. நடுவில் பாதுகாப்பாகத் தண்டவாளங்கள் சென்றன. பாலத்தின் குளிர்ந்த நிழலில் வண்டிக்காரர்களும் கூலித் தொழிலாளர்களும் காசு வைத்து தீவிரமாக ஆடுபுலி ஆடிக்கொண்டிருந்தார்கள். ஒதுங்கியிருந்த மளிகைக் கடையும் குளிர்பானக் கடையும் மூடியிருந்தன. தேனீர்க்கடை தனித்து நின்றிருந்தது. கழுவி சுத்தமாயிருந்த கண்ணாடித் தம்ளர்களை மீண்டும் தேய்த்து கழுவிக்கொண்டிருந்தார் கடைக்காரர். பீடி, சிகரெட்டுகள், தின்பண்டங்கள் விற்கும் சிறு பெட்டிக் கடையில் கிழவர் இருமியபடி பீடி புகைத்தவாறு சம்மணமிட்டு உட்கார்ந்திருந்தார். அப்போது தூரத்தில் ஓர் இரயில் ஓலமிட்டு வந்துகொண்டிருந்தது. எதிர்ப்புறப் பாதையில் மற்றொரு இரயில் பாய்ந்து வந்தது. இரண்டும் சாலை குறுக்கிடும் இடத்தில் ஒன்றையொன்று சந்தித்து கடந்து ஓடின. ஒரே இரயில் முன்னும் பின்னுமாகச் செல்வதைப் போலிருந்தது. கால்களுக்குக் கீழ் பூமி மெல்லென அதிர்ந்தது. தேனீர்க்கடைக்காரர் வழக்கம் போல் அவன் கேட்காமலே கடும் தேனீர் போட்டுக் கொடுத்தார். புன்னகைத்து “இந்தப் பாலத்த இவ்ளோ சீக்கிரமா கட்டுவாங்கன்னு நெனைக்கவேயில்ல...” என்றார். சுப்பிரமணி குழப்பத்தை வெளிக்காட்டிக்கொள்ளாமல் “ம்...” என்றான். கடையின் பெஞ்சிலிருந்தவர் “இது வந்தது ரொம்ப வசதியாப் போச்சி” என்றார். பக்கத்திலிருந்தவர் “பாலத்த கட்டறதுக்கு நெறைய வீடுங்க கடைங்கள இடிச்சு தள்ளிட்டாங்க. அதுக்குக் கொஞ்சம் நஷ்ட ஈடுதான் குடுக்கப்போறாங்க” என்றார். “அதை இன்னும்கூட தரவேயில்லையாம்” என்றார் மற்றவர். “நடுவுலிருந்த கோயில் ஒண்ணை அப்படியே பேத்து உள்ளே தள்ளி வைச்சுட்டாங்களாமில்ல. எல்லாம் மாயம் போலிருக்கு.” “இத கட்டறதுக்கு வெளிநாட்டுக்காரங்க கடன் கொடுத்திருக்காங்க. அது கூட பத்தாம போயிடுச்சாம்.” “ஆளாளுக்குப் பொய்க்கணக் கெழுதி முடிஞ்சவரை சுருட்டியிருப்பாங்க.” “அவசரமாக் கட்டியதால இது வலுவாயில்ல. கொஞ்ச நாளில இடிஞ்சிபோயிடும் பாத்துக்குங்க.” “இனிமே எல்லாரும் இந்தப்பக்கந்தான் வந்தாகணும்...” என்றார் தேனீர்க்கடை பாய். “இது வீண் கற்பனை. பாலத்துக்குக் கீழ ஒருத்தரும் வரமாட்டாங்க. எல்லாம் மேல பறந்து போயிடுவாங்க. இப்பல்லாம் யாருக்கும் நிக்க நேரம் இல்ல.” “இத நாளைக்கி அங்கிருந்தே திறந்து வைக்கப்போறாங்க...” அவனுக்கு எது பொய், உண்மையென்று தெரியாமல் தலை சுற்றியது. காலி தேனீர் தம்ளரை வைத்துவிட்டு நகர்ந்தான்.

சுப்பிரமணியின் கால்கள் தாமாக மேம்பாலம் பக்கம் சென்றன. எதிரில் வாகனங்கள் நுழையாமல் பீப்பாய்களையும்

கம்புகளையும் வைத்துத் தடுப்பு கட்டப்பட்டிருந்தது. புதிய தார்ச்சாலை பளிங்குத் தரையை போல் மினுங்கியது. ஒரு வாகனமும் இல்லாமல் மிகவும் அகன்று தோன்றியது. பாலமெங்கும் அவசரமாக வேலைகள் நடந்துகொண்டிருந்தன. கைப்பிடிகளில் சிறிய விளக்கு மாலைகளையும் தோரணங்களையும் தொங்கவிட்டுக்கொண்டிருந்தார்கள். கறுப்பு, மஞ்சள் அம்புகள் கைப்பிடிச் சுவர்களில் பாய்ந்து செல்வதைப்போல் வரையப்பட்டுக்கொண்டிருந்தன. சாலையில் ரப்பர் மஞ்சள் கோடுகள் இடைவெளிவிட்டு இழுக்கப்பட்டுக்கொண்டிருந்தன. மின்னும் மஞ்சளும் சிவப்புமான ஒளிக்கண்ணாடிகளைப் பதித்துக்கொண்டிருந்தார்கள். சுப்பிரமணியையும் அவனைப் போன்ற சில பார்வையாளர்களையும் வேலை செய்பவர்கள் சிறிதும் பொருட்படுத்தவில்லை. அவர்களனைவரும் வேறு மாநிலத்தைச் சேர்ந்தவர்களைப் போலிருந்தார்கள். எப்போதாவது தங்கள் மொழியில் ஓரிரு வாரத்தைகள் பேசிக்கொண்டார்கள். அப்போதும் கைகள் ஓயாமல் இயங்கிக்கொண்டிருந்தன. ஒருவர் வாயில் மென்று கொண்டிருந்துவிட்டு இரத்தம் போன்ற எச்சிலைக் கீழே துப்பினார். அது பாலத்திலிருந்து வேகமாகப் பாய்ந்து விழுந்தது.

பாலத்தின் உச்சியில் பலத்த காற்று வீசிக்கொண்டிருந்தது. விசில் போன்ற சத்தம் சுப்பிரமணியின் காதுகளைக் கிழித்தது. அவனுக்குத் தடுமாறி விழுந்துவிடுவதைப் போல் தோன்றியது. பாலத்தின் கைப்பிடி சுவர்களில் உயர்ந்த தடுப்புகளை நிறுத்திக் கொண்டிருந்தார்கள். அவன் குனிந்து கீழே எட்டிப்பார்த்தான். இருப்புப்பாதை கண்ணெட்டும் தூரம் வரை ஓடிக்கொண்டிருந்தது. அடியில் தண்டவாளங்களும் கற்களும் பளபளத்தன. இரயில் ஒன்று கூவியபடி பாய்ந்து வந்தது. எங்கோ அது எதிரொலித்து கேட்டது. மேம்பாலத்தின் கீழே வேகமாகப் புகுந்தது. அவன் மறுபக்கத்துக்கு ஓடிப்போய்ப் பார்த்தான். அதற்குள் இரயில் சென்று மறைந்துவிட்டிருந்தது. அவன் அதை நம்ப முடியாமல் நின்றிருந்தான். மேம்பாலத்தின் உச்சி தற்கொலைக்கு மிகவும் உகந்த இடம்தான் என்று எண்ணிக்கொண்டான். அங்கிருந்து குதித்தால் எலும்பு கூட மிஞ்சாது.

மேம்பாலம் அபாயகரமாகத் திரும்பிக் கீழிறங்கிப் போய்க்கொண்டிருந்தது. சற்று கவனக் குறைவாக வாகனம் சென்றால் நிச்சயமாக வளைவுகளில் மோதி விபத்து நேரும். சுப்பிரமணி தொடர்ந்து நடந்துகொண்டிருந்தான். நீல மலைத்தொடர் பரந்த நகருக்கு எல்லைக் கோடிட்டிருந்தது. தெருக்களும் சந்துகளும் ஒன்றையொன்று பின்னிப் பிணைந் திருந்தன. வாகனங்களும் மனித உருவங்களும் பொம்மைகளாக

நகர்ந்துகொண்டிருந்தன. இரும்புக் கூண்டுகளில் மறைந்த தேசத் தலைவர்கள் சிலைகளாக நின்றிருந்தார்கள். சுற்றிலும் உயர்ந்த மாளிகைகளும் வீடுகளும் குடிசைகளின் கூரைகளும் பரவியிருந்தன. அவற்றுக்கிடையிலிருந்த பெரும் வித்தியாசங்கள் துல்லியமாகப் புலப்பட்டன. அங்கங்கே பாலைவனச் சோலைகளாகப் பச்சை மர முகடுகள். பாலத்தையொட்டி அழிந்த வீடுகள் குப்பையாகக் குவிந்திருந்தன. சுண்ணாம்பும் மண்ணும் கற்களும் ஒன்றாகக் கலந்திருந்தன. சுவர்களும் கதவுகளும் அற்று வீடுகள் கைவிடப்பட்டிருந்தன. கரி மூலைகளும் அழுக்கு அறைகளும் தரைகளும் வெளிப்பட்டுவிட்டிருந்தன. பாலத்தைத் தொட்டிருந்த வீடுகளில் ஆட்கள் எதுவும் நடவாததுபோல் இயல்பாக நடமாடிக்கொண்டிருந்தார்கள். முக்காடு அணிந்த பெண் மொட்டை மாடியில் துணிகளைக் காயப்போட்டுக்கொண்டிருந்தாள். சன்னல் கம்பிகளைப் பற்றிக்கொண்டு குழந்தை வெளியே வேடிக்கைப் பார்த்துக் கொண்டிருந்தது. ஒரு பையன் பாலத்தின் கைப்பிடிச்சுவரின் மேலேறி விளையாடிக் கொண்டிருந்தான். கதவு பிடுங்கப்பட்டிருந்த வீட்டில் சணல் பை திரையாகத் தொங்கியது. ஒருவர் பாலத்தில் பயணித்தால் வீடுகளின் அந்தரங்கங்களை எளிதில் கண்டுவிடலாம்.

பாலத்தின் நுழைவு வாயிலில் கம்பங்களை நட்டு அலங்கார வளைவுகளைக் கட்டிக்கொண்டிருந்தார்கள். "புதிய மேம்பாலம் திறப்பு விழா" என்று தங்க நிறத்தில் பதாகையில் எழுதப்பட்டிருந்தது. பாலத்தைத் திறந்து வைக்கப்போகிறவர் நடந்துகொண்டிருப்பதைப்போன்ற முழு உருவப் படத் தட்டிகள் வரிசையாக நிறுத்தப்பட்டிருந்தன. கைப்பிடிச்சுவரின் முன்னால் அகன்ற கல்வெட்டைக் கவனமாகப் புதைத்துக்கொண்டிருந்தார்கள். அதை உயரதிகாரிகள் சூழ்ந்து நின்றிருந்தார்கள். அவனுக்குப் பளிங்குக் கல்லில் பொறிக்கப்பட்டிருந்த "... தேதி ... திறப்பாளர் . . ." என்ற ஒன்றிரண்டு வார்த்தைகள் தெரிந்தன. சுப்பிரமணி கண்களை விலக்கிக்கொண்டான். அவன் பாலத்தை மறுக்காமல் ஏற்றுக்கொண்டாக வேண்டும். அது திறக்கப்படும் விதி உறுதியாகிவிட்டது. கடைசிக்கட்ட வேலைகள் அதி வேகத்தில் நடக்கின்றன. எப்பாடுபட்டாகிலும் நாளை திறக்கும் நேரத்துக்குள் முடிக்கப்பட்டுவிடும். பிறகு எல்லா வாகனங்களும் தடையில்லாமல் போய்வரலாம். இனிமேல் எதற்கும் காத்திருக்கத் தேவையில்லை. மனிதர்களின் காலமும் பொருளும் நிறைய மீறும். மனிதர்கள் இரயில் பாதையைக் கடக்கையில் மாட்டிக்கொள்வதால் ஏற்படுகிற மரணங்களும்,

அது அருகாமையிலிருப்பதால் அடிக்கடி தலை வைத்து செய்து கொள்கிற தற்கொலைகளும் இனி இருக்காது.

சுப்பிரமணி மீண்டும் கடையிலிருந்தவாறு மேம்பாலத்தையும் தாண்டி பார்த்துக்கொண்டிருந்தான். சுவர் முழுவதுமாக வெளியை மறைத்திருந்தது. அதைக் கடக்க முடியாது. அங்கு நகலெடுக்கும் ஒரு கடையிருந்தது நினைவுகளிலிருந்து மறக்கடிக்கப்பட்டுவிடும். அவன் நகல் இயந்திரத்துடன் தனியாக விடப்படுவான். இயந்திரத்தை தன் தலையில் சுமந்து கொண்டு அலையும் காட்சி எழுந்தது. அவன் கண்களை இறுக்க மூடிக் கொண்டான். சிலர் கடைக்குள் நுழைந்ததைக் கவனிக்கவில்லை. எதிர் பெஞ்சில் ஒருவர் கால் மேல் கால் போட்டு உட்கார்ந்த பிறகுதான் தெரிந்தது. பக்கத்தில் மற்றவர்கள் அவரை நோக்கி குனிந்து நின்றிருந்தார்கள். “இவர்தான் பாலம் கட்டுறதுக்கான பெரிய அதிகாரி. எங்களால அலுவலகத்துக்கு உடனே போய் வர முடியாது. இதையெல்லாம் அவசரமா காப்பி எடுக்கணும்” என்று கனத்த கோப்பை ஓர் அலுவலர் நீட்டினார். அதைக் கட்டியிருந்த சிவப்பு நாடாத் துணியில் “மிக முக்கியம்” என்று எழுதப்பட்டிருந்தது. சுப்பிரமணி தன்னையறியாமல் எழுந்து இரு கைகளால் பெற்றுக்கொண்டான். “ரொம்ப முக்கியமானது, ஒண்ணு கூட தவறிப்போயிடக்கூடாது” என்றார் அலுவலர் கடுமையான முகபாவத்துடன். மற்றொரு அலுவலர் ஆமோதித்து தலையாட்டினார். உயரதிகாரி வேறொரு பெரிய கோப்பை புரட்டிப் பார்வையிட்டுக்கொண்டிருந்தார். இன்னும் பல விதமான கோப்புகள் அலுவலர்களின் கைகளிலும் கக்கங்களிலும் தேங்கியிருந்தன. இந்தக் கணிணி யுகத்தில் இவ்வளவு கோப்புகள் உலவுவதைக் கண்டு சுப்பிரமணி வியந்தான். தடுப்புக்குப் பின்னால் சென்று நகல் இயந்திரத்தின் பொத்தானை அழுத்தினான். சிறிய உறுமலுடன் அது விழித்துக்கொண்டது. கோப்பைப் பிரித்து ஒவ்வொன்றாகத் தாள்களைக் கண்ணாடிப் படுக்கையில் வைத்து நகலெடுக்கத் தொடங்கினான். அந்தப் பக்கங்கள் நேர்த்தியுடன் தட்டச்சிடப்பட்டிருந்தன. நிறைய வரை படங்களும் ஒப்பந்தப் புள்ளிகளும் திட்டமிடல் கடிதங்களும் ஒப்புதல், செயல் ஆவணங்களும் ஒன்றுடன் ஒன்று கலந்திருந்தன. அனைத்தும் இந்த மேம்பாலத்துக்குத் தொடர்புள்ளவை. அங்கங்கே பச்சை மசியில் புரியாதபடி குறிப்புகள் எழுதப்பட்டு அவற்றின் கீழ் கிறுக்கலாக சுருக்கக் கையெழுத்துகளிடப்பட்டிருந்தன. கண்ணில்பட்ட ஓரிடத்தில் குடியரசுத் தலைவரின் முத்திரையிடப்பட்ட கையொப்பமுமிருந்தது. பெரு நிறுவனங்களின் பெயர்களுடன் மிகவும் மதிப்புள்ள பற்றுச் சீட்டுகளும்

விற்பனைச்சீட்டுகளும் இணைந்திருந்தன. சுப்பிரமணி தன்னால் முடிந்த வேகத்தில் ஒன்றி நகலெடுத்துக்கொண்டிருந்தான். உயரதிகாரி மற்றொரு கனமான கோப்புக்கு மாறினார். ஓர் அலுவலர் செல்பேசியைத் தரவும் இரண்டு மூன்று வார்த்தைகளில் பேசிவிட்டு திரும்பக்கொடுத்தார்.

சுப்பிரமணி நீண்டும் குறுகியும் தெரிந்த தன் வாழ்க்கையில் இந்தளவு பக்கங்களை நகலெடுத்ததில்லை. இனிமேலும் எடுக்கப்போவதில்லை என்றும் தோன்றியது. அவன் தன் கடையை இழுத்து மூடியிருக்கும் மேம்பாலத்தை மறந்தான். அதன் நாளைய கோலாகல திறப்பு விழாவும் உடன் ஞாபகத்திலில்லை. எதிர்காலத்தில் நகலெடுக்கும் வேலை நடக்குமா என்ற கவலையும் தற்காலிகமாக ஓய்ந்தது. அவன் சிரத்தையாகத் தொடர்ந்து நகலெடுத்தபடியிருந்தான். நகலியந்திரம் நடுவில் பழுதுபடாமலிருக்க பிரார்த்தித்துக்கொண்டான். அரசாங்க அதிகாரிகள் நகலுக்கு ஏற்ற விலையைத் தருவார்களா என்ற சந்தேகம் ஊடாக எழுந்து மறைந்தது. இனி இவர்களைப் போன்ற அவசரத்துக்குள்ளானவர்கள் தேடி வந்தால்தான் உண்டு. நீண்ட கால வாடிக்கையாளர்களின் ஞாபகங்களில் கடை மிஞ்சியிருக்கப்போவதில்லை. அது மெல்ல தேய்ந்து மறைந்து போய்விடும். இந்தப் பெரும் மேம்பாலம் எப்போதும் கட்டப்பட்டிருக்கக்கூடாது. அது முக்கியமான காரணங்களால் நாளை திறக்காமல் தடுக்கப்படவேண்டும். அவன் பாலத்தின் உச்சியிலிருந்து குதித்து தற்கொலை செய்துகொள்வதாகக் கூறினால் திறப்புவிழா நடக்காமல் நிற்கும். ஆனால் அவனைக் கைது செய்து சிறையிலிட்டுக் கொடுமைப்படுத்தி பல சட்டப்பிரிவுகளின் கீழ் தண்டனை வழங்குவார்கள். மேம்பாலம் கட்டப்படுவதற்கு மூல காரணமாயிருக்கும் இந்தக் கோப்பை ஒளித்துவைத்துவிட்டாலும் மேம்பாலத்தின் திறப்பை நிறுத்திவிடலாம். அதை அரசு அலுவலர்கள் ஊகித்தவர்களைப்போல் தடுப்புக்கு மேல் அவனுடைய சிறு அசைவுகளையும் கண்காணித்துக்கொண்டிருந்தார்கள். சுப்பிரமணி நடுவிலிருந்த ஒரு பக்கத்தை மட்டும் நகலெடுக்காமல் விட்டுவிட்டான். அதை ரகசியமாக மீண்டும் கோப்பில் சேர்த்துவைத்தான். அந்தச் செயலை தான் தவறுதலாகச் செய்துவிட்டதாக சமாதானப்படுத்தியும்கொண்டான். அதனால் மேம்பாலம் திறக்கப்படாமல் மூடப்பட்டுவிடும் என்றும் நம்ப முயன்றான்.

❖

மறைந்து தோன்றும் கதவு

“தெருக்கதவு எப்பவும் திறந்திருக்குது. . .” என்று கூறியபடி அவளுடைய அம்மா விரியத் திறந்திருந்த கதவை மூடிவிட்டு வந்தாள். அப்பாதான் கொல்லைக்குப் புறப்பட்டுப் போகையில் அதைச் சாத்த மறந்துவிட்டிருந்தார். ராணி திறந்து வைத்துள்ளதாக அம்மா உறுதியாக நம்பிக்கொண்டிருக்கிறாள். ராணி மங்கலாகத் தெரியும் தொலைக்காட்சியைப் பார்த்தபடி தாழ்வாரத்தில் படுத்திருந்தாள். அம்மா “கதவ யாரும் சாத்தறதில்ல . . .” என்றபடி இரவு சாப்பிட்ட பாத்திரங்களை சமையலறை மூலையில் குவித்து அழுத்தி தேய்க்கத் தொடங்கினாள். தட்டுகளிடமும் கிண்ணங்களிடமும் கரண்டிகளுடனும் புகார் சொல்வதைப்போல் “இந்த மனுசனுக்குக் கொஞ்சமும் பொறுப்பில்ல” என்றாள். அவள் ஒருவேளை தன் கணவன் கதவை மூடாமல் போனதை உணர்ந்திருப்பாள். அவள் கழுவிய பாத்திரங்களை எடுத்து ஒவ்வொன்றாகப் பலகை மேல் கவிழ்த்தாள். காலியாக வைக்கக்கூடாதென்பதற்காகக் கொஞ்சம் மீத்திருந்த சோற்றில் தண்ணீர் ஊற்றித் தட்டை மூடினாள். “வீடு திறந்து கெடந்தா கண்ட நாய்ங்க, நரிங்கள்லாம் வரும்” என்றவாறு அடுப்புக்குள் சாம்பலின் மேல் குழம்புக் கிண்ணத்தை ஊன்றி வைத்தாள். “அதுங்களாவது உள்ள வரட்டும். ஒண்ணும் குடி முழுகிப்போவாது . . .” என்று ராணி மனதுக்குள் அவளுக்குப் பதிலளித்தாள். “இன்னும் கன்னி கழியாமயிருக்க பொண்ண வச்சு நா எப்படிக்

காப்பாத்துவேனோ?" என்றபடி அம்மா அடுப்பை சாணித் துணியால் துடைக்கத் தொடங்கினாள்.

"இருக்க ஒரு கதவையும் கொட்டடி மாதிரி அடைச்சு வைக்கணுமாம்" என்று ராணி தனக்குள் சொல்லிக்கொண்டாள். தாத்தா யாரோ ஆடு மேய்ப்பவர்களிடமிருந்து வாங்கி மண்ணாலும் பச்சை செங்கற்களாலும் கட்டிய பழங்காலத்து வீடு. அதற்கு தெருப்பக்கம் மட்டும்தான் ஒற்றைக் கதவு மாட்டப்பட்டிருந்தது. வீட்டில் காற்றும் வெளிச்சமும் புகுவதற்காக சன்னல்கள் கூட இல்லை. சிறிய சமையலறையும் மற்றொரு அறையும் மூடுவதற்கு கதவுகள் இல்லாமல் திறந்திருந்தன. கொஞ்ச காலத்துக்கு முன்னால்தான் சமையல்கட்டை ஒட்டிக் குளியல் கழிப்பறையைக் கட்டி அதற்கு மட்டும் அப்பா பலகைத் தடுப்புப் போட்டிருந்தார். தெருக் கதவு திறந்திருக்கையில், தெருவில் வாசப்படிக்கு நேராக நின்றுகொண்டு பார்த்தால் வீடு முழுக்கத் தெரியும். அதில் அம்மா அங்குமிங்கும் ஓயாமல் நடமாடிக்கொண்டிருப்பாள். ராணி தாழ்வாரத்தில் படுத்துக்கொண்டு தொலைக்காட்சியைப் பார்த்துக்கொண்டிருப்பாள். உப்பு மரவையைத் திறந்து மூடியபடி அம்மா "பொண்ணுன்னா நாலு சுவத்துக்குள்ள பத்திரமா இருந்துக்கணும். எல்ல மீறிப் போவக் கூடாது . . ." என்றாள். அவள் சமையல் பொருள் டப்பாக்களை ஒவ்வொன்றாக எடுத்து மீண்டும் அதேயிடங்களில் வைத்தாள். பானையை இறக்கி நகையையோ பணத்தையோ தேடுவதைப் போல் அதில் கையை விட்டுத் துழாவினாள். எதையோ கண்டெடுத்து கண்ணுக்குக் கிட்டத்தில் வைத்து ஆராய்ந்தாள். "இல்லாட்டி கரடியோ புலியோ வந்து ஆள தூக்கிட்டுப் போயிடும் . . ." என்று அரிசியிலோ பருப்பிலோ போட்டுக் கிடைத்ததைப் புதைத்தாள். நிராசையுடன் மற்றொரு பானைக்குள்ளும் வெறுமனே தேடிப் பார்த்தாள். பானைகளைப் பழையபடி அடுக்கி நேராக வைத்தாள். பிறகு பூஜை மாடத்திலிருந்த மாத்திரைகளில் ஒன்றை எடுத்து தண்ணீருடன் சேர்த்து விழுங்கினாள். தொடர்ந்து அரசு மருத்துவமனைக்குப் போய் பழக்கமான மருத்துவர் அதைத் தினமும் ஆழ்ந்து தூங்குவதற்காகப் போடச் சொல்லியிருந்தார். கடைசியாக அம்மா செம்பில் தண்ணீரை எடுத்துவந்து ராணியின் பக்கத்தில் சத்தத்துடன் வைத்தாள். "நம்மள பத்தி ஊரு உலகம் என்னா சொல்லும்?" தொலைக்காட்சியின் தொடர் நாயகி அனைவரிடமும் சவால் விட்டுப் பேசிக்கொண்டிருக்கையில் நடுவில் நிறுத்திவிட்டு "இத்தனை வயசாயும் புத்தியில்ல" என்றாள். சட்டென்று அணைந்துவிட்ட திரையைப் பார்த்தபடி ராணி "உனக்குதான் புத்தி கலங்கிப் போயிட்டிருக்குது" என்றாள் மெதுவாக. அம்மா திரும்பவும் சமையலறைக்குப் போய்

38 மு. குலசேகரன்

நோட்டமிட்டுவிட்டு வந்தாள். "நா உயிரோடிருக்க வரைக்கும் சொல்லிக்கிட்டிருக்கப் போறேன். அதுக்கு அப்புறமா சொல்ல யாரிருக்காங்க..." என்று தாழ்வாரத்து விளக்கை அணைத்துவிட்டுப் பக்கத்தில் கூண்டு போலிருந்த அறைக்குள் புகுந்தாள்.

ராணி இருட்டில் ஆத்திரத்துடன் கண்களை மூடிக்கொண்டு பல்லைக் கடித்தபடி புரண்டு படுத்தாள். அவளுடைய வயதை அடிக்கடி ஞாபகப்படுத்தாமல் அம்மாவால் இருக்க முடியாது. அவள் புண்ணைக் குத்திக் கிளறிக்கொண்டிருக்கும் காக்கை. "நீ செத்துப்போனாதான் எனக்கு நிம்மதி..." என்று ராணி முணுமுணுத்துக்கொண்டாள். அது மட்டும் அம்மாவின் காதில் விழுந்து விட்டால் ஓயாமல் பதில் சொல்லிக்கொண் டிருப்பாள். அவளிடமிருந்து தப்புவதற்காக ராணி பேசுவதைவிட்டு நிறைய நாட்களாகிவிட்டன. "கல்யாணமாகலைன்னா கூட யாருமில்லாம கடைசி வரையில ஒத்தையா கிடக்கணும்..." அம்மாவின் பேச்சுகள் ஒன்றுவிடாமல் ராணிக்கு மனப்பாட மாகி விட்டிருந்தன. தானும் மெதுவாக அவளைப் போல் மாறிக் கொண்டிருப்பதாக எண்ணிக்கொண்டாள். கடைசியில் அவளும் அம்மாவும் ஒன்றே. அம்மாவும் நடையிலும் பேச்சிலும் அவளுடைய அம்மாவைப் போலிருப்பதாகக் கேள்விப்பட் டிருக்கிறாள். ராணிக்குள் கண்டும் கேட்டும் ஆழப் பதிந்திருக்கும் சொற்கள் தம்மையறியாமல் வெளிப்பட்டுவிடுகின்றன. கண்ணாடியைப் பார்க்கும்போதெல்லாம் அவளுடைய முகம் அம்மாவுடையதைப் போல் தெரிந்தது. தொடர்ந்த பேச்சால் நிரந்தரமாகக் கோணிய உதடுகள். அதிருப்தியுடன் கீழே இழுபட்டுக்கொண்டிருக்கும் வாய். கசப்பு கசியும் கண்கள். அவற்றைக் காண்பதற்கு பயமாயிருந்தது. அவை சாகும் வரை தன்னுடன் கொஞ்சமும் மாறாமல் தங்கிப் போய் விடலாம். அவளைப் போல் வாய்விட்டு இல்லையானாலும் மனதுக்குள் தனக்குத் தானே பேசிக்கொண்டிருக்கிறாள். "ஒண்ணுமில்லாட்டியும் உடனே கலியாணம் கட்டிக்குறேன்னு வந்த இந்த இடத்துக்கு என்ன கொறை? தேடித் துலங்கி தானா வந்திருக்குது..." ஓயாமல் அலைகழிக்கும் வார்த்தைகளிட மிருந்து விடுபடவாவது கல்யாணம் செய்துகொண்டு போய்விட வேண்டும். "எல்லாத்தையும் ஒவ்வொண்ணா தட்டிக் கழிச்சிட்டிருந்தா கடைசியில ஒரு மண்ணும் மிஞ்சாது" என்று குரல் கேட்டது. ஒரு கணம் ராணி திடுக்கிட்டாள். அந்தப் பேச்சைத் தானே வாய்விட்டு சொன்னதைப் போலிருந்தது.

அப்போதுதான் விழித்தவளைப் போல் படுக்கையிலிருந்து ராணி எழுந்து உட்கார்ந்தாள். எல்லா விளக்குகளும் அணைந்து வெளி வெளிச்சமும் வராமல் வீட்டுக்குள் இருள்

நிரம்பியிருந்தது. "எனக்கு இன்னும் கல்யாணமாவாததுக்கு நா இல்ல, நீங்கதான் முழுக் காரணம் . . ." என்றாள் சத்தமாக. அது சுவர்களில் மோதி எதிரொலித்து திரும்பவும் கேட்டது. அறைக்குள் போர்த்திப் படுத்திருக்கும் அம்மாவுக்குக் குரல் நிச்சயமாகக் கேட்டிருக்காது. ராணியின் கண்கள் பழகியதும் இருட்டில் தெருக்கதவு ஒரு ஆண் உயரமாக நின்றிருப்பதைப்போல் தெரிந்தது. தெரு மூலையில் நடக்கும் வழக்கமான தெருக்கூத்து இன்னும் ஆரம்பிக்கப்பட்டிருக்கவில்லை. தினந்தோறும் விடியும் வரை இரவெல்லாம் கூத்து நடக்கிறது. ராணி அதை விடாமல் தொடர்ந்து பார்த்துக்கொண்டிருக்கிறாள். அந்தக் கதையைக் காலமெல்லாம் தான் கேட்டிருப்பதாகத் தோன்றும். இன்றும் வழக்கம்போல் கூத்தைப் பார்க்க டியூஷன் ஆசிரியர் நீளக் கால்சட்டையைப் போட்டுக்கொண்டு வருவார். அவர்கள் வீட்டு ஒட்டுத் திண்ணையில் வந்து கால்களைத் தொங்கவிட்டு உட்கார்ந்துகொள்வார். முன்பு அவளுக்குப் பள்ளியிறுதியின் எல்லாப் பாடங்களிலும் முக்கிய கேள்விகளைக் குறித்துத் தந்திருந்தார். தன் பழைய ஆங்கில அகராதியை பூவை வரைந்து கையெழுத்திட்டுப் பரிசாகவும் கொடுத்திருந்தார். அதே கேள்விகள் பரீட்சையில் கேட்கப்பட்டு அவள் தேர்ச்சியும் பெற்றுவிட்டாள். இன்னும் அவர் ஊரிலுள்ள மாணவர்களுக்கு டியூஷன் சொல்லித் தந்துகொண்டுதானிருக்கிறார். சில நாட்களில் இந்த தெருக்கூத்து முடியப்போகிறது. பிறகு வீட்டுக்குள் அனைவரும் அடைந்து படுத்திருக்க வேண்டும். அவள் இரவு விழித்திருந்து கூத்து பார்த்துவிட்டுப் பகலெல்லாம் இறங்கப் போர்த்திக்கொண்டு தூங்குவாள். அவளுடைய அம்மா பேசுவதைக் கேட்பதற்கு ஆளில்லாமல் அமைதியாயிருப்பாள். "தானா வந்ததை பூப் போல ஏத்துக்கணும் . . ." உள்ளேயிருந்து அம்மா தூக்கத்தில் உளறுவது கேட்டது. ராணி தனக்குத் தானே "நா காலமெல்லாம் இப்படியே தனியா இருக்கப் போறேன்" என்றாள்.

அன்று காலையில் கொல்லையிலிருந்து வந்த அப்பா மீண்டும் கிளம்பியிருந்தார். ராணிக்குக் குளித்து சாப்பிட்டானதும் உறக்கம் வந்தது. அப்போது அவளைப் பெண் பார்க்க நாலைந்து பேர் பேருந்தில் வந்திருந்தார்கள். அம்மா பரபரப்படைந்து "சொல்லாமக் கொள்ளாம வந்துட்டாங்களே, இவரு வீட்ல இல்ல. அதுவும் ஒரு பொம்பளையாளும் கூட வரலை" என்றாள். நிறைய முறை வந்து பழக்கமான தரகர் சமையல்கட்டுக்குள் உரிமையுடன் நுழைந்தார். "இது நல்ல எடம்மா . . . திடீர்னு நேராப் போய்ப்பாக்கணும்னு சொல்லிட்டாங்க" என்றார். ஜேபியிலிருந்து பழைய சிறிய அலைபேசியை எடுத்து "நா வர்றப்ப பண்ணேன், நீங்கதான் எடுக்கலை" என்றார். அம்மா "அதை

அவ அப்பாதான் வைச்சிருக்கார்" என்றாள். தரகரிடம் ராணி "நாங்க வர வேணாம்ணு சொல்லிடப் போறோமுன்னு நேரில வந்திட்டிங்க" என்றாள். "சரி, இவங்க ரொம்ப எதிர்பார்க்க மாட்டாங்க. இப்பவே பேசி முடிச்சுடலாம்" என்றார் தரகர். ராணிக்கு அதில் நம்பிக்கையில்லை. வழக்கம் போல் செலவு, நகை பற்றிய பேச்சில் வந்து கல்யாணம் நிற்கும். அம்மாவின் முகம் விரிந்து ஆசையால் பளிச்சிட்டது. அதை மறைத்துக்கொண்டு "ஆமா, புள்ள யாரு, என்ன பண்றாரு?" என்றாள். "அதோ கடைசியா உக்காந்திருக்காரு பாருங்க, அவருதான். கொஞ்சம் நெலமிருக்குது. நல்ல கஷ்டவாளி. பொண்ண நல்லபடியா வச்சு காப்பாத்திக்குவாரு . . ." என்றார் தரகர். ராணி நேரெதிரில் தாழ்வாரத்தில் கண்ணில்படும்படியாக உட்கார்ந்திருந்தவர் களைப் பார்த்தாள். மிகவும் உயரமாக, முகத்தில் சிறிய அம்மைத் தழும்புகளுடன், வேட்டி அணிந்திருந்த மாப்பிள்ளை அமர்ந்திருந்தார். அம்மாவும் எட்டிப் பார்த்துவிட்டு "உங்களுக்குப் புண்ணியமா போவும், எப்படியாவது முடிச்சு வைங்க . . ." என்றாள். ராணி "நா பொம்ம மாதிரி வந்து சும்மா நிக்கமாட்டேன்" என்றாள் மறுக்கும் குரலில். அவளை சுட்டெரிப்பதைப் போல் பார்த்து "வாயை மூடுடி" என்றாள் அம்மா. தரகர் "வீடு தேடி வந்தவங்கள அப்படிப் போகச் சொல்லக் கூடாது குழந்த. யோசிச்சுப் பாத்து பதில் சொல்லு" என்று சொல்லிவிட்டு நகர்ந்தார். அவர் எப்போது குழந்தையென்று கூப்பிட்டாலும் ராணிக்கு சிரிப்பு வரும். அத்துடன் தன் வயதையெண்ணி எரிச்சலும் மூளும். தாழ்வாரத்திற்குச் சென்ற தரகர் அவர்களிடம் "இதோ அப்பா வந்ததும் பொண்ணைப் பாத்துடலாம்" என்றார்.

அம்மா எங்கோ பார்த்தவாறு "நான் பக்கத்து வீட்டுக்குப் போயி நகை வாங்கிணு வர்றேன். அப்பிடியே இவருக்கு ஆளனுப்பி வைக்கறேன். நீ வேகமா தயாராகு..." என்றாள். அப்பா நாளெல்லாம் கொல்லையில் ஏதாவது வேலை செய்துகொண்டிருப்பார். புங்கமரத்தடியில் காற்று வாங்கியபடி தூங்கிக் கிடக்கிறார் என்று கல்யாணமாகிச் சென்றுவிட்ட அக்கா சொல்வாள். நிலத்தில் ஒரு வேலையும் இல்லாமல் நேரத்துக்குப் போகிறார், வருகிறார் என்று அம்மா திட்டுவாள். அவருக்கு சேதி கிடைத்தால் உடனே கிளம்பி வருவார். ராணிக்கு இந்த முறையும் தனக்குக் கல்யாணமாகக் கூடாதென்று நினைத்தாள். அவளுக்கு அந்த விவசாயினுடைய வேட்டியும் முகமும் வெறுப்பாயிருந்தது. அம்மைத் தழும்புகளைப் பிடிக்கவில்லை என்று வெளிப்படை யாகச் சொல்வது தெய்வக் குற்றம். முதலில் இந்த இக்கட்டிலிருந்து தப்பிக்க வேண்டும். வெளியில் எங்காவது கண்காணாத இடத்துக்கு

ஓடிப்போய்விடலாம். அல்லது அறைக்குள்ளிருந்து வராமல் ஒளிந்து கொள்ளலாம். அம்மை வடு முகம் இறைஞ்சுவதைப் போல் அவ்வப்போது அவளைத் திரும்பிப் பார்த்துக்கொண்டிருந்தது. ராணிக்கு நினைக்க அவமானமாயிருந்தது. வீட்டுக்குப் பின்புற வழியிருந்தால் தப்பிச் சென்றுவிடலாம். அப்போதுதான் பெண் பார்க்கும் சடங்கிலிருந்து அவளால் விடுபட முடியும்.

சிறிது நேரத்தில் அம்மாவும் அப்பாவும் ஒன்றாக சமைய லறைக்குள் வந்தார்கள். அப்பா சட்டைப்பையில் காகிதத்தில் மடித்து வைத்திருந்த ஒரு மெல்லிய தங்கச் சங்கிலியை எடுத்து அவளிடம் தந்தார். அது அடமானம் வைக்கப்பட்டு நீண்ட காலமாக உள்ளூர் அடகுக் கடையிலிருந்தது. அதை எப்படி உடனடியாக மீட்டு வந்தார் என்று தெரியவில்லை. ஒருவேளை கெஞ்சித் தற்காலிகமாகப் பெற்றிருக்கலாம். அவளுடைய அம்மா பக்கத்து வீட்டில் இரவல் வாங்கிய அட்டிகையைக் கொடுத்தாள். பிறகு காபி போடத் தொடங்கினாள். அறைக்குச் சென்று ராணி சுவரோரமாக ஒண்டி நின்றாள். இரண்டு நகைகளையும் போட்டுக் கொண்டு கண்ணாடியில் பார்த்தாள். முகத்தில் ஒளி கூடியிருந்தது. தான் ஒன்றும் அசிங்கமாயில்லை என்று தோன்றியது. சற்று நேரம் தன் உருவத்தை வெவ்வேறு கோணங்களில் பார்த்தவாறிருந்தாள். வெளியில் அப்பா பிள்ளை வீட்டாரிடம் தூரத்து உறவுத் தொடர்புகளைக் கண்டுபிடித்துப் பேசிக்கொண்டிருந்தார். அம்மா அனைவருக்கும் காபியும் தட்டில் பிஸ்கட்டுகளையும் வழங்கினாள். தரகர் “நேரமாவது, பொண்ண வரச் சொல்லுங்க” என்றார்.

அம்மா தலையாட்டிவிட்டு அறைக்குள் வந்தாள். அங்கு ராணியைக் காணவில்லை. சமையலறைக்குச் சென்று பார்த்தாள். கழிப்பறையில் எட்டிப்பார்த்தாள். அவளை எங்கும் காணோம். மீண்டும் அறை முழுவதும் நிதானமாகத் தேடினாள். பானைகள் அடுக்கு இடைவெளிகளிலும் இரும்புப் பெட்டி சந்துகளிலும் பார்த்தாள். எங்கும் ஒளிவதற்கு சிறு இடமுமில்லை. மரத்தாலான பெரிய துணிப் பெட்டியைத் திறந்து கிளறினாள். கூரையைப் பிரித்துக்கொண்டு போயிருப்பாள் என்பதைப்போல் மேலே நோக்கினாள். பாத்திரங்கள் வைக்கும் பலகையை எட்டிப் பார்த்தாள். தாழ்வாரத்தில் உட்கார்ந்திருக்கும் தன் கணவரையும் பிள்ளை வீட்டாரையும் தாண்டி ராணி வெளியிலும் போயிருக்கவும் முடியாது. அவள் தன் கண்ணில் படாமல் இங்குதானிருப்பாள். அம்மா சன்னமாக “ராணி, ராணி . . .” என்று கூப்பிட்டாள். அந்தக் குரல் அவளுக்கே கேட்கவில்லை. ராணி மாயமாக மறைந்து போய்விட்டிருக்கிறாள். பித்துப் பிடித்தவளைப்போல் அம்மா உள்ளே மீண்டும் மீண்டும் எல்லா

இடங்களிலும் தேடிக்கொண்டிருந்தாள். நீண்டநேரமானதும் அப்பா எழுந்து சமையலறைக்குள் வந்தார். மெதுவாக "எங்க அவ?" என்றார். அம்மாவின் கண்கள் கலங்கி சோர்ந்திருந்தன. "எங்க போயிட்டான்னு தெரியல ..." என்றாள். அப்பா கோபமாய் முறைத்துவிட்டு அங்குமிங்கும் திரும்பிப் பார்த்தார். ராணி ஆளில்லை. அவரால் சற்றும் நம்ப முடியவில்லை. கொஞ்ச நேரம் வெறுமனே நின்றுகொண்டிருந்தார். பிறகு முகத்தைத் துடைத்தபடி தாழ்வாரத்துக்கு வந்தார். தரகர் "என்ன ?" என்றார். "ஒண்ணுமில்ல . . ." என்றார் அப்பா குழப்பத்துடன். தரகர் "பாப்பா வெளியே வர வெட்கப்படுது. அதான் இங்கிருந்தே நேரா பாத்துட்டமே. மேல பேசி முடிச்சுக்கலாம்" என்றார். பிள்ளை வீட்டார் இறுக்கமாகப் பேசாமல் அமர்ந்திருந்தார்கள். பிள்ளையுடன் வந்த பெரியப்பா மௌனத்தை உடைத்து "எங்களுக்கு சம்மதம்தான். உங்களுக்கும் சரின்னா கல்யாணத்த அடுத்த தேதியில கூட வச்சுக்கலாம்" என்றார். அம்மா சமையலறை வாசப்படியில் வந்து குனிந்தபடி நின்றாள். "எங்களால முடிஞ்சத மட்டுந்தான் ஓரளவுக்கு செய்ய முடியும் . . ." என்றார் அப்பா. "அதெல்லாம் உங்களுக்கு ஏத்தபடி பண்ணுங்க. நமக்கு தகுதிதான் முக்கியம். முதல்ல பொண்ணு கிட்ட ஒரு வார்த்த கேட்டுக்குங்க" என்று எழுந்து நின்றார் பிள்ளையின் அப்பா. அவரைவிட பிள்ளை ஒரு அடிக்கு மேல் உயரம், ஒல்லியாக சீவிய கொம்பு போலிருந்தார். பழுப்புக் கரை வேட்டி எட்டாமல் கணுக்காலுக்கு மேல் நின்றிருந்தது.

பிள்ளை வீட்டாரை வாசல்வரை வந்து அப்பாவும் அம்மாவும் வழியனுப்பி வைத்தார்கள். அம்மா சந்தேகத்துடன் சமையலறைக்குத் திரும்பி வந்தாள். அங்கு ராணி தலைகவிழ்ந்து குத்துக்கால்களிட்டு உட்கார்ந்திருந்தாள். "எங்கடீ போன ?" என்றாள் அம்மா சத்தமாக. ராணி பதில் சொல்லவில்லை. அம்மாவுக்குத் தெரிந்து கொள்ளாமல் தலை வெடிக்கும் போலிருந்தது. ராணியின் மோவாயை நிமிர்த்தி "கேக்றேனில்ல சொல்லு? எனக்குத் தெரியாம எங்க போயி ஒளிஞ்சிருந்த?" என்றாள். "இங்கதானிருந்தேன்" என்றாள் ராணி நிதானமாக. அம்மாவுக்கு உடல் உதறியது. நேருக்கு நேராகத் தெரியும் சிறு வீட்டில் ஒருவரும் ஒளிந்துகொண்டிருக்க முடியாது. அவளை அறியாது வீட்டில் ஓர் இடமுமில்லை. ராணி அனைவரையும் ஏமாற்றுகிறாள். யாருக்கும் தெரியாமல் எங்கோ போய் வந்திருக்கிறாள். அப்பா வாசப்படியில் வந்து நின்றார். "அவ பொய் சொல்லுறா..." என்று அம்மா சுவரில் சரிந்து உட்கார்ந்தாள். "இது நல்ல எடம்மா. கல்யாணம் பண்ணிகிட்டு நிம்மதியாயிருக்க வழியப் பாரு" என்றார் அப்பா. ராணி எதுவும் பேசாமல்

ஒவ்வொன்றாக நகைகளைக் கழற்றிக் கீழே வைத்தாள். அப்பா தங்கச் சங்கிலியைப் பொட்டலத்தில் கட்டி எடுத்துக்கொண்டு புறப்பட்டார். அம்மா உடனே அட்டிகையைத் திரும்பக் கொடுக்கக் கிளம்பினாள்.

உள்ளே தூக்க மாத்திரை மயக்கத்தில் அம்மா "ஒரேயடியா ஒழிஞ்சி போயிட்டா பரவாயில்ல . . ." என்று சொல்லிக் கொண்டிருந்தாள். அது ராணியிடம் நேரில் பேசுவதைப் போலிருந்தது. அம்மாவுக்கு எப்போதும் பதில் தேவைப்படுவதில்லை. சிறிது நேரத்தில் அம்மாவிடமிருந்து சீறலைப் போல் மெலிய குறட்டையொலி எழுந்தது. கூத்துக்காரர்கள் ஆர்மோனியத்தையும் மேளத்தையும் மீட்டிப் பார்ப்பது துல்லியமாகக் கேட்டது. ஒரு முறை கால் சலங்கை குலுங்கியது. இப்போது கூத்து ஆரம்பித்துவிடும். பார்வையாளர்கள் சிலர் முன்னால் வந்து இடம் பிடித்திருப்பார்கள். நிறையப் பேர் அங்கங்கே வீட்டுத் திண்ணைகளில் அமர்ந்துகொள்வார்கள். டியூஷன் ஆசிரியர் அவள் வீட்டுத் திண்ணையில் உட்கார்ந் திருப்பார். தெருக்கதவு முழுதாக மூடியிருந்தால் தான் வரப்போவதில்லை என்று அவர் நினைத்திருக்கலாம். அவர் எப்போதாவது சில வார்த்தைகள் பேசுவார். "சாப்பிட்டியா?" "தூக்கம் வரலையா?" ராணி வெளியே செல்வதற்காகக் காத்திருந்தாள். "ஒ . . ." வென்று கத்தியபடி கூத்துக்காரர்கள் அரங்கில் பிரவேசிக்கும் சத்தம் கேட்டது. கூடவே முகவீணையின் அடிக்கட்டை நாதம் எழுந்தது.

ராணியின் கால்கள் தாமாக எழுந்துகொண்டன. இருட்டில் சுவர்கள் அருகாமையில் எதிரில் நிற்பது போல் தோன்றின. கைகளை நீட்டி அடியெடுத்து வைத்தபடி தெருக்கதவை அடைந்து தொட்டாள். அது வெறுமனே சாத்தியிருந்தது. அம்மா உட் தாழ்ப்பாள் போட்டிருக்கவில்லை. அவள் அதை செருக மறந்துவிட்டிருக்கலாம். அல்லது ராணி கூத்துப் பார்க்க செல்லப்போவதற்காக திறந்து வைத்திருக்கலாம். ராணி கிளர்ச்சியுடன் கதவைத் திறந்து வாசற்படியில் அமர்ந்தாள். திண்ணையில் இரண்டு மூன்று பேர் தள்ளி உட்கார்ந்திருந்தார்கள். டியூஷன் ஆசிரியர் இன்னும் வந்திருக்கவில்லை. ஏழெட்டு வீடுகள் அடுத்து முச்சந்தியில் கூத்து நிகழ்ந்துகொண்டிருந்தது. அடர்ந்த இருட்டின் நடுவில் அது கனவைக் காண்பதைப் போல் தோன்றியது. பளபளக்கும் உடைகளுடன் கூத்துக்காரர்கள் அடிக் குரலில் பாடிக்கொண்டிருந்தார்கள். புஜகீர்த்திகளும் கிரீடங்களும் மிகவும் விலை உயர்ந்தவை போல் மின்னின. கரிய முகங்கள், பெரிய மீசைகள், சிறிய சிவப்பான கண்களும்

தெளிவாகப் புலப்பட்டன. அவர்கள் கைகளில் கட்டைக் கத்தி களுடன் பாவாடை சுழல ஆடிக்கொண்டிருந்தார்கள். தொண்டை கம்மி குரல்கள் புலம்பல்களாக ஒலித்தன. களத்துக்கு பக்கத்து வீட்டுத் திண்ணைகளில் கூட்டம் நெருக்கி உட்கார்ந்திருந்தது. எதிர்ப் புறம் மண்ணில் துணிகளை விரித்துக் கால்களை நீட்டி சிலர் படுத்திருந்தார்கள். அவ்வப்போது ஓரிருவர் எழுந்து இருட்டில் போய் வந்துகொண்டிருந்தார்கள். கூத்து நடப்பது சுதந்திரமாக ஆண் பெண் உறவுகளைத் தேடிக்கொள்ளவும்தான் என்று ஊரில் சொல்வார்கள். அப்படிப் போனவர்கள் யார் யாரென்பது பற்றி கதை பேசியும்கொண்டிருப்பார்கள். கோமாளி ஒரு பாத்திரத்தையும் விடாமல் பகடி செய்தபடியிருந்தான். எல்லோரும் அனுபவித்து சிரித்துக்கொண்டிருந்தார்கள்.

அப்போது டியூஷன் ஆசிரியர் திண்ணையில் வந்து உட்கார்ந்தார். அவரிடமிருந்து சிகரெட்டின் மணம் வீசியது. அவளிடம் கனத்த மீசைக்கடியில் பற்கள் தெரிய சிரித்தபடி "இப்பதான் ஆரம்பிச்சாங்களா?" என்றார் மெதுவாக. ராணி மெல்ல தலையசைத்தாள். அவருக்கு சற்றுத் தள்ளி அமர்ந் திருந்தவர்கள் கூத்தில் லயித்திருந்தார்கள். திரௌபதி அடிவயிற்றிலிருந்து அரற்றிக்கொண்டிருந்தாள். ஆண் முகமாயிருந் தாலும் அது சோபையுடன் துயரத்தில் ஆழ்ந்திருந்தது. நழுவும் முந்தானையை கை தானாக இழுத்துவிட்டுக்கொண்டிருந்தது. கிருஷ்ணருக்கு தெய்வ பாவம் முழுதாக ஏறியிருந்தது. டியூஷன் ஆசிரியர் தொண்டையை செருமிக்கொண்டு "குடிக்க கொஞ்சம் தண்ணி வேணும்" என்றார். ராணி உள்ளே எழுந்து சென்றாள். அம்மா எடுத்து வைத்திருந்த தண்ணீர் செம்பு படுக்கையின் தலைமாட்டிலிருந்தது. அவள் அதை எடுத்துக்கொண்டு வந்து படியில் உட்கார்ந்து டியூஷன் ஆசிரியரிடம் நீட்டினாள். அவர் வாங்கிக்கொள்ளும்போது இருவருடைய விரல்களும் உரசிக்கொண்டன. அரையிருட்டிலும் அவர் நீரைக்குடிக்கையில் கண்டம் ஏறி இறங்குவது தெளிவாகத் தெரிந்தது. செம்பைத் திருப்பித் தரும்போது அவள் கையை மறுபடியும் தீண்டினார். அவர் நீண்ட விரல்கள் வெம்மையாகவும் கடினமாகவுமிருந்தன. அவளால் கையை விலக்கிக்கொள்ள முடியவில்லை. உடல் புல்லரித்து அதிர்ந்து காது மடல்கள் கொதித்தன. உள்ளுக்குள் மிக ஆறுதலாகவுமிருந்தது. சட்டென அழுகை வந்தது. அது யாராலும் அளிக்க முடியாத பரிசு. அந்த கணம் நீண்டு காலமெல்லாம் தொடர்ந்துகொண்டிருக்க வேண்டும். அதில் கிடைக்கும் சுகத்தை தான் தவறவிடாமல் ஆழ்ந்து அனுபவிக்க விரும்பினாள். அனைத்துக் கண்களும் கூத்தில் ஒட்டியிருக்கும் வேளையில் யாரும் காணப்போவதில்லை. அவள் கையை

நீட்டியபடியிருந்தாள். டியூஷன் ஆசிரியரின் விரல்கள் பாம்பைப் போல் ஊர்ந்து மேலேறி சென்றுகொண்டிருந்தன.

தெருக் கதவை மெதுவாகத் திறக்கும் ஓசை கேட்டது. ராணியின் அம்மா வாசப்படியில் நிழலுருவமாக நின்றிருந்தாள். இருட்டில் ராணி எங்கிருக்கிறாள் என்று பார்த்தாள். அவள் வழக்கமாக அமரும் வீட்டின் மேல் படிக்கட்டில் இல்லை. ஒட்டியிருந்த திண்ணையின் மூலையில் யாரோ சிலர் உட்கார்ந்திருந்தார்கள். அம்மா தெருவையும் பிற வீட்டுத் திண்ணைகளையும் மாறி மாறி உன்னிப்பாகக் கவனித்தாள். ராணியின் சாடையில் ஒருவருமிருக்கவில்லை. தன்னைக் கண்டு அவள் தானாக எழுந்து வருவாள் என்றும் நம்பினாள். வேறு எங்காவது சென்று உட்கார்ந்திருந்தாலும் திரும்புவாள் என்று சற்று நேரம் காத்திருந்தாள். ராணியின் உருவம் கண்ணில்படவில்லை. பிறகு தெருவில் இறங்கி இருபுறமும் கூர்ந்து நோக்கினாள். குழப்பத்துடன் கூட்டத்தினரிடையில் அங்குமிங்கும் நடந்தாள். கூத்து நடக்கும் இடத்தினருகில் சென்றாள். அங்கு சிறிது நின்றுவிட்டு அரங்கின் பின்னால் எட்டிப் பார்த்தாள். அரையிருட்டில் நீண்ட கூந்தல் தொங்க திரௌபதி தனிமையில் நின்றிருந்தாள். ராணியின் அம்மா திரும்பவும் வீட்டுக்கு வந்தாள். படிக்கட்டில் நின்றபடி வெறுமனே கூத்தைப் பார்த்துக்கொண்டிருந்தாள். பிறகு மற்ற திண்ணையிலிருந்தவர்களை நெருங்கி கிட்டத்தில் சென்று உற்றுப் பார்த்தாள். கூட்டத்தில் ஒருவரையொருவர் தேடுவது இயல்புதான் என்று அவர்கள் அமைதியாயிருந்தார்கள். பைத்தியம் பிடித்தவளைப் போல் அம்மா தெருவில் ஒவ்வொரு முகமாகத் தேடத் தொடங்கினாள். ஒருத்தி பொறுக்க மாட்டாமல் "யக்கோவ், யாரைத் தேடற?" என்றாள். ராணியினுடைய அம்மா பதில் சொல்லவில்லை. இருட்டிலிருந்தவள் "ராணி இங்கில்ல..." என்றாள். ராணியை எங்கும் காணோம் என்பது உறைத்தது.

கூட்டத்தில் ராணி காணாமல் போன தகவல் மெதுவாகப் பரவத் தொடங்கியது. ஒருவருடனொருவர் அதைப் பற்றி பேசிக்கொண்டார்கள். ஒவ்வொருவரும் அக்கம் பக்கத்திலிருப்பவர்களில் ராணியைத் தேட ஆரம்பித்தார்கள். பார்வையாளர்களிடையில் சலசலப்பு ஏற்பட்டது. கூத்து தொடர்ந்து நடந்துகொண்டிருந்தது. சற்று நேரத்தில் பலர் எழுந்து நின்றார்கள். கூத்துக்காரர்கள் ஆட்டத்தை நிறுத்தி அவர்களை அமர வைக்க முயன்றார்கள். ஹார்மோனியமும் முகவீணையும் தேய்ந்து நின்றன. தர்மர் கரகரத்த குரலில் "எல்லோருக்கும் சொல்லிக் கொள்வது, அவரவர் அப்படி

அப்படியே உட்கார வேண்டும்" என்றார். அதைக் கேட்காததைப் போல் பார்வையாளர்கள் ராணியைத் தேடத் தொடங்கினார்கள். நிம்மதியாகப் படுத்துத் தூங்கிக்கொண்டிருந்தவர்களை எழுப்பினார்கள். துரியோதனருடன் கிருஷ்ணரும் அர்ச்சுனரும் பீமரும் சேர்ந்து பார்வையாளர்களைப் பார்த்தபடி பெஞ்சில் உட்கார்ந்திருந்தார்கள். மேளம் துணி உறையிலிடப்பட்டு மூடப்பட்டது. அனைவரும் தெருவிலும் திண்ணைகளிலும் மற்ற தெருக்களிலும் அலசினார்கள். சிலர் ஊரோரக் கிணற்றிலும் விளக்கொளியை வீசிப் பார்த்தார்கள். ராணி தென்படவில்லை. ஊர் முழுவதும் விழித்துக்கொண்டது போலாயிற்று. ஒருவர் "போலிசு கிட்ட சொல்லிடலாமா?" என்றார். "இப்பவே வேணாம், பொழுது விடிஞ்சப்புறம் பாத்துக்கலாம்" என்று மறுத்தார் மற்றவர். ராணியின் அம்மா தலையைப் பிடித்துக்கொண்டு படியில் உட்கார்ந்திருந்தாள்.

தெருவில் ஓரிருவரைத் தவிர அனைவரும் கலைந்து சென்றிருந்தார்கள். சிலர் அங்கேயே திண்ணைகளில் சுருண்டு படுத்துக்கொண்டிருந்தார்கள். கூத்து அரங்கு வெறுமையாயிருந்தது. கிருஷ்ணர் வேடத்தைக் கலைத்துவிட்டு தெருவில் நடந்து வந்துகொண்டிருந்தார். இன்னும் முகத்தில் நீல சாயம் ஒட்டியிருந்தது. அவர் இப்போது மிகவும் சாதாரணமாகத் தெரிந்தார். ராணி எங்கு சென்றிருப்பாள் என்று தெரியவில்லை. அவள் யாரையாவது மற்றவர்களுக்குத் தெரியாமல் காதலித்துக்கொண்டிருந்திருக்கலாம். அவனுடன் ஓடிப்போயிருப்பாள் என்ற சந்தேகம் ராணியின் அம்மாவுக்குள் எழுந்தது. டியூஷன் வாத்தியாரிடம் மட்டும்தான் அவள் எப்போதாவது பேசுவாள். பாடப் புத்தகங்கள் தர வீட்டுக்கும் அவர் சிலமுறை வந்திருக்கிறார். அவர் படித்துவிட்டு நீண்ட காலமாக வேலை தேடிக்கொண்டிருக்கிறார். அவர்களை விடவும் கீழான சாதியைச் சேர்ந்தவர். அவருடன் ராணி ஓடிப்போவதாயிருந்தால் எப்போதோ செய்திருக்க வேண்டும். அவள் தொலைவிலுள்ள தன் அக்காவைத் தேடிப்போயிருக்கலாம். அல்லது மனமொடிந்து தற்கொலை செய்துகொண்டிருப்பாள். ராணியின் அம்மாவுக்கு அழுகை வந்தது. கண்ணீர்விட்டபடி படியில் அமர்ந்திருந்தாள். அப்படியே தூங்கியும்விட்டாள். எவ்வளவு நேரமாயிற்று என்று தெரியவில்லை. கீழ் வானம் சற்று வெளுக்கத் தொடங்கியிருந்தது.

ராணியின் அம்மாவுக்கு மாத்திரைகளின் அழுத்தத்தில் மறுபடியும் தூக்கம் வரும் போலிருந்தது. வீட்டுக்குள் எழுந்து சென்றாள். ராணி எங்கு போயிருந்தாலும் நிச்சயமாகத் திரும்பி வருவாள் என்று நினைத்துக்கொண்டாள். அவள்

தெருக்கதவை வெறுமனே சாத்தி வைத்தாள். தாழ்ப்பாளைப் போடவில்லை. காலையில் கூட ராணி காணாமல் போய் திரும்பக் கிடைத்திருந்தாள். அம்மா தாழ்வாரத்துக்கு வந்தாள். அங்கு ராணி பாயின் மேல் படுத்திருந்தாள். முதலில் அதை நம்ப முடியவில்லை. அவள் வழக்கம் போல் படுத்து ஒருக்களித்து யாரையோ தேடுவது போல் தூங்கிக்கொண்டிருந்தாள். தலைமாட்டில் தண்ணீர் செம்பு அப்படியேயிருந்தது. அம்மா குழம்பியவளாக நின்றிருந்தாள். தனக்காக வெளியில் பெரிய கலவரம் நடந்ததைத் தெரிந்துகொள்ளாமல் ராணி படுத்திருக்கிறாள். ஒருவேளை தான் வீட்டுக்குள் தேடாமல் மறந்துவிட்டிருக்கலாம். ராணி உள்ளே உறங்கிக்கொண் டிருந்திருக்கிறாள். அதை தான் பார்க்கவில்லை. ஆனால் எழுந்து தெருவுக்குச் செல்லும்போது ராணி படுக்கையிலிருக்கவில்லை. எல்லோரும் வெளியில் தேடுகையில் உள்ளே வந்திருப்பாள். ராணியை எழுப்பிக் கேட்கலாமா என்று யோசித்தாள். அவள் ஒரு பதிலும் பேசமாட்டாள். ராணியை நினைக்கப் பாவமாயிருந்தது. ராணியின் அம்மாவுக்கு உறக்கம் கண்களைச் சுழற்றியது. இன்னும் தெருக்கதவை முழுவதுமாக மூடாததும் ஞாபகம் வந்தது. தன் படுக்கைக்கு மயக்கத்துடன் சென்று விழுந்தாள். சற்று நேரத்தில் வழக்கம்போல் தூக்கத்தில் முணுமுணுக்கத் தொடங்கினாள். “இந்த மாதிரி எடம் அமையாது. எப்படியிருந்தாலும் உடனே கல்யாணம் பண்ணிக்கிட்டுப் போயிடு . . .” என்றாள் மெல்லிய குரலில். அதற்கு ராணி படுக்கையிலிருந்தபடி “உம்” கொட்டிக்கொண்டிருந்தாள்.

❖

ஆதியில் காட்டாறு ஓடியது

இரவு வீட்டுக்குத் திரும்பியபோது அருகில் துர்நாற்றம் வீசிக்கொண்டிருந்ததை சுந்தரமூர்த்தி உணர்ந்தார். ஊசிய உணவு, அழுகிய மாமிசம், புது மலத்தின் கலவையான வாடை. அது பக்கத்திலிருக்கும் சாக்கடைக் கால்வாயிலிருந்து புறப்பட்டு வருகிறதென்று நினைத்தார். அல்லது முட்கம்பி வேலியிட்ட எதிர் காலிமனை யிலிருந்தும் எழுந்துகொண்டிருக்கலாம். அங்கு நீண்டகாலத்துக்கு முன்பு இறந்த ஒரு நாயின் உடல் வீசப்பட்டிருந்தது. அது யாராலும் அகற்றப் படாமல் நாலைந்து நாட்களாக அப்படியே நாற்றமெடுத்து மட்கி மண்ணானது. அந்த வீச்சத்தை யாரும் பொருட்படுத்தியதாகவும் தெரியவில்லை. இப்போது அவருடைய இருசக்கர வாகனத்தின் விளக்கு வெளிச்சத்தில் வீட்டெதிரில் கொஞ்சம் நீர் தேங்கியிருந்தது புலப்பட்டது. வாகனத்தை அணைக்காமல் சற்று முன்னால் நிறுத்திவிட்டு அவர் இறங்கினார். தெருவில் நீர் கறுப்பாகவும் வட்டமாகவும் பரவியிருந்தது. அதிலிருந்துதான் கெட்ட வாடை வீசுவதாகத் தோன்றியது. வீட்டுக்குள் தொலைக்காட்சி சப்தமாக ஓடிக்கொண் டிருந்தது கேட்டது. அவர் நீரைச் சுற்றிச் சென்று அழைப்புமணியை அழுத்தினார். தொலைக்காட்சித் தொடரின் பாத்திரங்கள் உரக்கப் பேசும் குரல்களால் உள்ளே ஓசை கேட்டிருக்குமா என்று தெரியவில்லை.

சுந்தரமூர்த்தி திரும்பி வந்து தேங்கிய நீரைச் சுற்றிப் பார்த்தார். அவர் மனைவி தினமும்

அழுத்திப் பெருக்குவதால் வாசலெதிரில் தெருவில் சிறிய பள்ளம் உருவாகியிருந்தது. அங்கு நாள்தோறும் கோலமும் போடப்பட்டு வருகிறது. அந்தக் குழியில்தான் நாற்றமெடுக்கும் நீர் நிறைந்துவிட்டிருந்தது. ஒரு வேளை மனைவி அன்று ஏதாவது புனித நாளென்பதால் நிறைய நீரூற்றி வீட்டைக் கழுவியதால் வெளியேறியுமிருக்கலாம் என்று எண்ணினார். சற்று விலகியிருந்து தெருவிளக்கு வெளிச்சத்தில் பார்க்கையில் பால் போல் அந்த நீர் பளபளத்தது. அதனால் அது நாற்றமடிக்காது என்றும் சந்தேகித்தார். அப்போது நடைவிளக்கைப் போட்டு கேட்டை அகலத் திறந்துகொண்டு அவர் மனைவி வீட்டிலிருந்து வெளியில் வந்தாள். தெருவில் சுந்தரமூர்த்தி தீவிரமாகக் குனிந்து பார்த்துக்கொண்டிருந்தார். சிறிது தூரத்தில் அவருடைய வாகனம் ஒளியை வீசிக்கொண்டு நின்றிருந்தது. அதில் மின்னியபடி கீழே கறுப்பாக நீர் தேங்கியிருந்தது தெரிந்தது.

சுந்தரமூர்த்தியின் மனைவி உடனே “ஐயோ சாக்கடை!” என்றாள். புடவையைச் சற்று உயர்த்திக்கொண்டு வேகமாகப் படிகளில் இறங்கினாள். அவர் திரும்பி ஓரத்திலிருந்த சிமெண்ட் கால்வாயை உற்று நோக்கினார். அதில் வழக்கம்போல் விளிம்புவரை சாக்கடை முழுதாக நிறைந்திருந்தது. மேலே பாலிதின் பைகளும் குப்பைகளும் கரிய நிறத்தில் உறைந்திருந்தன. அடியில் பெரிய நதிகளிலிருப்பதைப் போல் கழிவு நீரோட்டம் ஓடிக்கொண்டிருக்கும். சாக்கடைக் கால்வாய் எப்போதும் உள்ளே உயிருடன் இயங்கிக்கொண்டிருப்பது. அதனால் அதைப் பற்றி கவலைப்பட ஒன்றுமில்லை என்று அவர் நினைத்தார். “யாராவது குழாயை ஒடைச்சிட்டிருப்பாங்களா?” என்றாள் அவருடைய மனைவி. அவள் வீட்டுச் சுவரில் பதிக்கப்பட்டிருந்த கழிவு நீர்க் குழாயைக் கவனமாக ஆராய்ந்தாள். அவளுக்கு அக்கம்பக்கத்தவர்கள் மீது எப்போதும் சந்தேகம் இருந்துகொண்டிருந்தது. அவர்கள் அடிக்கடி எலுமிச்சம் பழங்களையும் மிளகாய்களையும் மந்திரித்து நடுத்தெருவில் வைத்துவிடுகிறார்கள். தெருப் பிள்ளைகள் வேண்டுமென்றே கல்லெறிந்து குழாயை சிதைக்கும் வாய்ப்புமுண்டு. அவ்வப்போது ஆட்டோக்களும் டெம்போக்களும் தெருவில் புயல் போல் பறந்தும்கொண்டிருக்கின்றன. அவையும் கூட கழிவுநீர்க்குழாயை மோதி இடித்திருக்கலாம். “ஒரு வேளை செப்டிக் டேங்க் ரொம்பிடுச்சோ?” என்று அடுத்து ஐயப்பட்டாள் மனைவி. அவர்கள் வீடு கட்டியதிலிருந்து இதுவரை மலத்தொட்டியைச் சுத்தம் செய்திருக்கவில்லை. நவீன முறையில் வாகனங்களில் மலம் சுத்திகரிப்பவர்கள் அதை எப்படியோ தெரிந்துகொண்டு தங்கள் முகவரி அட்டைகளை அடிக்கடி வாசலில் வீசிவிட்டுச் செல்கிறார்கள். அடுத்த வீட்டுக்காரர் தெரு விளக்கைப்

போட்டு எட்டிப்பார்த்து உடனே அணைத்துவிட்டுச் சென்றார். கடைசி வீட்டுத் திண்ணையில் பெண்கள் இருட்டில் மும்முரமாகக் கதைத்துக்கொண்டிருந்தார்கள். அப்படி யிருந்தும் அவர்கள் தங்கள் பேச்சினூடே அனைத்தையும் கவனித்துக்கொண்டுதானிருப்பார்கள்.

கடைசியில் சுந்தரமூர்த்தியின் மனைவி "சாக்கடைக் கால்வாய்தான் வழியுதுங்க..." என்று கண்டுபிடித்துச் சொன்னாள். ஊரினுடைய ரத்த நாளத்தைப் போல் சிமெண்ட் கால்வாய் எல்லா இடங்களிலும் பரவலாக ஓடிக்கொண்டிருக்கிறது. அவர் வீட்டருகில் வந்து துரதிருஷ்டவசமாக அது அடைத்துக்கொண்டுவிட்டது. உள்ளே துணி அல்லது வலிய பொருள் ஏதாவது சிக்கியிருக்கலாம். அதனால் கால்வாயிலிருந்து கழிவு நீர் நிரம்பி வழிந்துகொண்டிருக்கிறது. சிறிய அணை ஒன்று நிறைந்து கசிவது போல். அதை மிகவும் கூர்ந்து கவனித்தால்தான் தெரியும். வீட்டெதிரில் சிறிய குட்டை போல் நீர் தேங்கிக்கொண்டிருந்தது. மிக மெதுவாக அதன் விளிம்புகள் விரிவடைந்து சென்றுகொண்டிருந்தன. கீழே தெருவின் கல்லும் மண்ணும் அமிழ்ந்து மறைந்துகொண்டிருந்தன. அவர் வீட்டெதிரில் மட்டும் கழிவுநீர் வெளியேறாதிருந்தால் கால்வாய் ஓடாமல் நின்றிருக்கும். அனைத்து வீடுகளிலும் சாக்கடை பெருகி தேங்கியிருக்கும். அதனால் ஊர் இயங்காமல் ஸ்தம்பித்துவிட்டிருக்கும்.

சுந்தரமூர்த்தியின் மனைவி "சரி, நேரமாவுது உள்ள வாங்க..." என்று வீட்டுக்குள் திரும்பி சென்றாள். சுந்தரமூர்த்தி வாகனத்தைக் கிளப்பி கழிவுநீரில் கால்களை வைத்துத் தள்ளி வீட்டு நடையில் ஏற்றினார். தரையில் சக்கரங்களின் தடயமும் அவருடைய காலடிகளும் ஈரமாகப் பதிந்தன. அவற்றில் கழிவு நீரின் எந்த அடையாளங்களுமில்லை. அவர் வெளியில் கால்களைக் கழுவிக்கொண்டு உள்ளே ஏறினார். நாற்காலியில் புதைந்திருந்த அவர்கள் மகளின் விரல்கள் மிக வேகமாகக் கைபேசியில் இயங்கிக்கொண்டிருந்தன. அவர் கழிப்பறைக்குச் சென்று கை கால்களைப் பல முறை தேய்த்துக் கழுவினார். சாப்பிட உட்காருகையில் சாக்கடையின் நாற்றம் கூடியிருப்பது போலிருந்தது. தொலைக்காட்சியின் பரபரப்பு செய்திகளில் சுந்தரமூர்த்தி கவனத்தைத் திருப்ப முயன்றார். கழிவுநீரைப் பற்றிய நினைவுகளை அழித்தவாறு மெதுவாக சாப்பிடத் தொடங்கினார். பக்கத்தில் அமர்ந்து உண்டுகொண்டிருந்த அவர் மனைவிதன் பாதி சாப்பிட்ட தட்டுடன் திடீரென எழுந்தாள். ஒரு கையால் வாயைப்பொத்திக்கொண்டு சமையலறைக்குள் வேகமாகப் புகுந்தாள். அவள் குப்பைக் கூடையில் உணவைக்

புலி உலவும் தடம்   51

கொட்டி தட்டைக் கழுவும் சப்தம் கேட்டது. சுந்தரமூர்த்தி மனதைத் திடப்படுத்திக்கொண்டு உணவை உண்டு முடித்தார். தூங்கத் தொடங்குவதற்கு முன்பாக வெளியே வந்து எட்டிப் பார்த்தார். கழிவுநீர் இன்னும் அதிகமானது போலிருந்தது. தெருப் பள்ளம் முழுவதுமாக நிறைந்திருந்தது. அவர் அங்கேயே சற்று நேரம் நின்றிருந்து பிறகு தெருக்கதவை அடைத்துவிட்டு வந்து படுக்கையில் சாய்ந்தார். அவருடைய மனைவி சன்னல்கள், அறைகளின் கதவுகள் எல்லாவற்றையும் இழுத்து மூடினாள்.

சுந்தரமூர்த்தியின் வீடு தெருவின் மூலையிலிருந்தது. அந்த சாக்கடைக் கால்வாய் எங்கிருந்தோ புறப்பட்டு சுற்றிக்கொண்டு அங்கு வருகிறது. அதில் அனைத்து வீடுகளின் கழிவுநீரும் ஒன்றாகக் கலந்திருக்கிறது. நெடுஞ்சாலையைக் கடந்ததும் சிமெண்ட்டாலான கால்வாய் முடிவடைந்துவிடுகிறது. அது வரைதான் நகராட்சி எல்லைக்குட்பட்டது. பிறகு சாக்கடை மண்ணில் ஓடையாகக் குதித்தோடுகிறது. வழியில் சில ஊர் சாக்கடைகளும் அதனுடன் இணைகின்றன. மற்ற ஊர் சாக்கடைக் கால்வாய்களும் வந்து ஒன்றாக ஓரிடத்தில் சங்கமிக்கின்றன. அந்த இடம் ஒரு காலத்தில் பெரிய ஏரியா யிருந்தது. இப்போதும் இரவில் பார்த்தால் கறுப்பாக ஏரிபோல் தோன்றும். அது நாற்புறமும் அகன்று விரிந்திருந்தது. சுற்றிலும் சோலை போல் பசுமையான செடிகொடிகளும் கருவேல மரங்களும் அடர்ந்திருந்தன. அங்கு சரணாலயத்திலிருப்பதைப் போல் கொக்குகளும் பறவைகளும் வாழ்ந்துகொண்டிருந்தன. பன்றிகள் சாக்கடையில் மகிழ்ச்சியுடன் திளைத்திருந்தன. கரையில் குடிசைகளைக் கட்டிக்கொண்டு பலர் குடும்பத்தோடு வசித்துக்கொண்டிருந்தார்கள்.

அந்த சாக்கடைக் கால்வாயை சுத்தம் செய்வதற்கு அவ்வப்போது துப்புரவுப் பணியாளர் வருவார். அவர் அதற்காக அதிகாலையில் குடித்திருப்பார். கையில் ஆளுயர இரும்பு வாருகோலிருக்கும். அவர் சாக்கடைக் கால்வாயிலிருப்பவற்றை எடுத்து மேலே போடுவார். அவை தெருவில் குப்பையாகக் காய்ந்து இறைந்துகொண்டிருக்கும். காற்றில் மீண்டும் தோன்றிய இடத்துக்குக் கால்வாயில் போய் சேரும். குப்பை வண்டி வந்து கிடைத்தவற்றை அள்ளிச் செல்லும். அதுவும் நிரம்பி வழிந்து மேற்கொண்டு ஒரு துரும்பையும் சுமக்க முடியாதது போலிருக்கும். சாக்கடைக் கால்வாயில் அனைவரும் பல பொருட்களைப் போட்டிருப்பார்கள். மிக அந்தரங்கமானவற்றைக் குப்பைத் தொட்டியில் வீச முடியாது. பழைய உள்ளாடைகள், உபயோகித்த ஆணுறைகள், ரத்த நாப்கின்கள் போன்றவை. மக்கும், மக்காத குப்பைத்தொட்டி தொலைவில் நெடுஞ்சாலை ஓரத்திலிருக்கிறது.

அதில் பிச்சைக்காரர்கள் தலையை நுழைத்துத் தேடிப் பார்க்கிறார்கள். நாய்களும் காகங்களும் கிளறுகின்றன. குப்பை பொறுக்குபவர்களும் இறைக்கிறார்கள். பொருட்கள் வெளிப்பட்டு பகிரங்கமாகிவிடுவதைப் போல் தோன்றும். அவை காட்டித் தராவிட்டாலும் மனம் உறுத்திக்கொண்டிருக்கும். அதனால் ரகசியமான பொருட்களைக் கண்ணில்படாதவாறு கால்வாயில் தள்ளுகிறார்கள். அவை கறுப்பு சகதி பூசிக்கொண்டு தத்தம் அடையாளங்களை இழக்கின்றன.

சுந்தரமூர்த்தியின் வீட்டெதிரில் பழைய வினாயகர் கோயிலிருந்தது. மேலே தவறி வளர்ந்த அரசமரம் கிளைகளை நீட்டி செழித்து வளர்ந்திருந்தது. தெருவைக் கனமாகத் தார் போட்டு சாலையைப் போலாக்கிவிட்டிருந்தார்கள். தெரு உயர்ந்து கோயில் மட்டமாகிவிட்டது. கோயில் வாசல் தாழ்ந்து, சிறிய மண்டபம் பள்ளமாகி, கடவுள் சிலையிருந்த கருவறை பாதாளமாகியது. மரக்கதவுகளின் கம்பிகளுக்குள் இருட்டில் பிள்ளையார் கனத்த பாறாங்கல்போல் காட்சியளிப்பார். பக்தர்கள் யாரும் வராமலும் தினசரி பூசையில்லாமலும் தனிமையிலிருந்தார். அவர் மிகவும் சக்தி வாய்ந்தவரென்று சொல்வார்கள். போக்குவரத்துக்குக் கோயில் இடைஞ்சலாயிருந்தும் யாரும் அப்புறப்படுத்த விரும்பவில்லை. கோயில் குறுக்கிட்டதால் சுந்தரமூர்த்தியின் வீடும் வங்கிக் கடனில் ஏலம்போகாமல் முன்பு தப்பித்திருக்கிறது. தெருவில் போகிறவர்கள் அவசர மாக செருப்பைக் கழற்றிவிட்டு தலையில் படாமல் குட்டிக்கொள்வார்கள். சிலர் வணங்குவதைப்போல் சைகை செய்து கடந்து செல்வார்கள். அனைத்தையும் பார்த்தவாறு வினாயகர் உள்ளே உட்கார்ந்திருந்தார்.

வீட்டுக்குள் சுந்தரமூர்த்தி அரைத்தூக்கத்தில் படுத்திருந்தார். வெளியே கழிவுநீர் துளித்துளியாகக் கூடிக்கொண்டிருந்தது. தெரு முழுவதும் அடர்ந்து தேங்கியது. மேலும் அதிகமாகி அவர் வீட்டில் நுழைந்தது. கறுப்பு மை போன்ற நீர், படிகளை ஈரமாக்கி எதிரிலிருந்த இரு சக்கர வாகனத்தில் படர்ந்தது. தெருக்கதவின் இடைவெளிகளில் கசிந்து கூடத்திலும் அறைகளி லும் பரவியது. சோபாக்களை, குளிர்சாதனப் பெட்டியை, நாற்காலிகளை நனைத்தது. காலி பாத்திரங்களில் வேகமாக நிரம்பியது. வீட்டின் இண்டுஇடுக்குகளையும் நிறைத்தது. பாதி சாத்திய படுக்கையறையைத் திறந்துகொண்டு புகுந்து மெதுவாகக் கட்டில் கால்களில் ஏறியது. சுந்தரமூர்த்தி படுக்கையில் புரண்டு படுத்தார். அவர் முதுகில் குளிர்ச்சியாகக் கழிவுநீர் பட்டது. முதலில் மனைவியின் கைதான் தொடுகிறது என்று நினைத்தார். அந்த ஸ்பரிசம் தூக்கம் வராத வேளையில் மிகவும்

புலி உலவும் தடம்

ஆறுதலாயிருக்கும். அவர் அனிச்சையாக தானும் அதைத் தீண்ட முயன்றார்.

அவர் வழக்கத்துக்கு மாறாக சில்லிட்ட ஈரத்தால் திகைத்தார். தட்டுத்தடுமாறி எழுந்து விளக்கைப் போட்டார். அறையின் தரை வழக்கம்போல் காலியாயிருந்தது. மனைவி வெளிச்சம்பட்டு தூக்கக் கலக்கத்துடன் முனகினாள். அவர் கதவைத் திறந்து வெளியில் வந்தார். இன்னும் விடிவதற்கு கொஞ்சம் நேரமிருந்தது. முன் காலைப் பொழுதின் குளிர்ச்சி புத்துணர்ச்சியைத் தந்தது. எதிரில் சாக்கடை கறுப்பாக வீட்டுப் படிக்கட்டையும் கோயில் சுவரையும் தொட்டிருந்தது. அது சிறிய நீர் நிலையைப் போல் தோன்றியது. அவர் உற்றுப் பார்த்துக்கொண்டிருந்தார். அதில் ஓயாமல் குமுறும் அலைகளும் அடங்காத ஆர்ப்பரிப்புகளும் இல்லை. மனதைப் பேதலிக்கச் செய்யும் பொங்கி எழலும் கிடையாது. தன்னிலடங்கிய முழு அமைதியுடன் நிறைந்திருந்தது. அதன் மேற்பரப்பு காற்றில் லேசாக ஒரு முறை நெளிந்தது.

சுந்தரமூர்த்தி கதவை சாத்திக்கொண்டு வீட்டுக்குள் திரும்பிச் சென்றார். நிம்மதியுடன் படுத்துத் தூக்கத்தில் ஆழ்ந்தார். வெளியில் ஊரின் கழிவுநீர் மொத்தமாக வந்து தேங்கிக்கொண்டிருந்தது. வீட்டெதிரில் கால்வாயின் அடைப்பில் மோதிக் கரையைக் கடந்து வெளியேறியது. தெருவின் படுகையில் புதுவெள்ளம்போல் நுரைத்து ஓடியது. முதலில் பிள்ளையார் கோயில் வாசலிலும் மண்டபத்திலும் நிரம்பியது. பள்ளமான கருவறைக்குள் வேகமாகப் பாய்ந்தது. பீடத்தைத் தொட்டு மேலேறியது. கால்கள், தும்பிக்கை, கண்களென்று வினாயகர் சிலை மூழ்கத் தொடங்கியது. தலையில் சூடியிருந்த மகுடத்தின் நுனி மட்டும் வெளியில் தெரிந்துகொண்டிருந்தது.

கழிவுநீர் நீண்ட தெருவின் குண்டுகுழிகளை நிறைத்து முன்னேறியது. வீடுகளுக்கு வெளியில் போர்த்தியிருந்த கார்களையும், இரு சக்கர வாகனங்களையும், மரங்களின் அடிப்பகுதிகளையும் தழுவியது. நீரில் கரும் சிற்றலைகள் எழுந்து வீடுகளின் படிக்கட்டுகளில் முறையிடுவதைப் போல் மோதின. அழுத்தப்பட்ட காற்றுக் கொப்புளங்கள் மேலேறி வெடித்தன. உள்ளீடற்ற பிளாஸ்டிக் பைகளும் குப்பைகளும் மேலே மிதந்தன. தேவையற்ற பொருட்கள் கனத்து அடியில் அமிழ்ந்தன. கண்ணுக்கெட்டிய தூரம் கருங்கடலானது போலிருந்தது. மேடு பள்ளங்கள் இல்லாத ஒரு சமவெளி உருவாகியிருந்தது. அழுக்கையும் மாசையும் போக்க வந்த ஊழி வெள்ளமாகத் தோன்றியது. அடிவானத்தில் மென்மையான வெளிச்சம் பரவத் தொடங்கியது.

சுந்தரமூர்த்தி எழுந்து முகம் கழுவிக்கொண்டார். நேராகத் தெருவிலிருந்த சாக்கடையிடம் சென்றார். அவர் பின்னால் மனைவியும் வந்து நின்றாள். அவர்கள் வீட்டின் முன்புறம் கழிவு நீரால் நிறைந்துவிட்டிருந்தது. சற்றுத் தொலைவில் தெருக்காரர்கள் கூடி நின்று பேசிக்கொண்டிருந்தார்கள். இடையில் சாக்கடை விரிந்திருந்தது. கையில் துடைப்பத்துடன் கடைசி வீட்டுக்காரரின் மனைவி "என்ன, உங்க வீட்டு சாக்கடைக்குழாய் ஒடைஞ்சு போச்சா?" என்றாள். அவள் குரலில் லேசாக மகிழ்ச்சி தென்பட்டது. "அதெல்லாம் ஒண்ணும் இல்லைக்கா, கால்வாய்தான் ரொம்பி வழியுது..." என்றாள் சுந்தரமூர்த்தியின் மனைவி. அடுத்த வீட்டுக்காரர் சாக்கடையை நெருங்கி வந்தார். கைலியை பயத்துடன் முட்டிக்கு மேல் உயர்த்திப் பிடித்துக்கொண்டார். "சாக்கடை உங்க வீட்டெதிரிலதான் தேங்கியிருக்குது. அதுக்கு நீங்கதான் பொறுப்பு" என்றார். "கால்வாயில எங்காவது அடைப்பு உண்டாயிருக்கும். அதுக்கு நாங்க என்ன பண்றது?" என்றார் சுந்தரமூர்த்தி. "நீங்கதான் சாக்கடை போவ ஏதாவது வழி பண்ணியாவணும்..." என்றார் பக்கத்துவீட்டுக்காரர். சுந்தரமூர்த்தி திகைப்புடன் நின்றிருந்தார்.

அவர்களால் கண்ணெதிரில் சாக்கடையிருப்பதை ஒத்துக் கொள்ளமுடியவில்லை. அது தங்களால் வெளியேற்றப்பட்ட கழிவுநீர் என்பதை மறந்துவிட்டிருக்கிறார்கள். எல்லாம் மற்றவர்களுடையது என்று எண்ணத் தொடங்குகிறார்கள். அந்தக் கால்வாய் ஓடாமல் போனதற்கு அனைவரும்தான் காரணம். கழிவு நீர் எங்கும் அளவற்றுப் பெருகிக்கொண்டிருக்கிறது. இப்போது இங்கு அடைத்துக்கொண்டதைப்போல் பிறகு வேறு இடங்களிலும் அடைத்துக்கொள்ளலாம். அதைத் தவிர்ப்பதற்காக சாக்கடை தொடர்ந்து ஓட வேண்டும். இல்லாவிட்டால் மறுபடியும் அது நிகழும். இது பெரும் விஷச் சுழல். சுந்தரமூர்த்திக்கு நினைக்கையில் தலை சுற்றியது.

கழிவுநீரை ஒட்டி தெரு முழுவதும் கூடிவிட்டிருந்தது. "இந்த சாக்கடை அதிகமாயி போயிட்டிருக்குது. இப்படியே விட்டா எல்லார் வீட்டுக்குள்ளும் புகுந்துடும்" என்றார் ஒருவர். "இதிலிருந்து வர்ற நாத்தத்த தாங்கிக்கவே முடியல. எல்லாக் கதவுங்களையும் சாத்தி வச்சாக்கூட அடிக்குது. சாப்பாடு கூட எறங்க மாட்டேன்னுது" என்றார் பக்கத்துவீட்டுக்காரர். அவர் மனைவி "ராத்திரியெல்லாம் கொஞ்சம் கூட தூக்கம் வரல. கண்ண மூடினா கனவுல கூட வாடை வீசுது" என்றாள். "பயங்கர நாத்தத்துல சுதந்தரமா மூச்சு விட முடியல. அடைச்சுகிட்டு உயிர் போகும்போலிருக்குது" என்றார் இன்னொருவர். "தெருவுல நடந்து போக வர கூட வழியில்லாம போயிடுச்சு..." என்றார்

மற்றொருவர். “சாக்கடை தேங்கிட்டிருந்தா கொசுவுங்க முட்டையிட்டு வளரும். அதனால பயங்கர நோயெல்லாம் பரவும். கடைசியில சாவு வரும்” என்று விளக்கினார் எதிர் வீட்டுக்காரர். “இங்க மனுஷங்க நிம்மதியா வாழ முடியலை” என்றார் சத்தமாகப் பக்கத்துவீட்டுக்காரர். “இதுக்கு நீங்கதான் முடிவெடுத்தாகணும்” என்றார் மற்றொருவர். கடைசி வீட்டுக்காரர் சமாதானக் குரலில் “நாம எதுவும் பண்ண வேணாம். நம்ம ஊரு கவுன்சிலருகிட்ட போவோம். அவரு ஏதாவது ஏற்பாடு செய்வாரு” என்றார். “சரி, நாம ஒண்ணா போகலாம்” என்றார் சுந்தரமூர்த்தி. நகர மன்ற உறுப்பினரைக் கடைசியாக வாக்கு கேட்க வருகையில் அவர் பார்த்திருக்கிறார். அந்த பெண் வேட்பாளர் கூப்பிய கைககளுடன் மிரண்ட பார்வையுடனிருந்தார். அவரைச் சுற்றி வெள்ளை வேட்டியும் சட்டையும் அணிந்த ஆண்கள் சூழ்ந்திருந்தார்கள்.

தெருக்காரர்கள் அனைவரும் சிறு குழுவாகப் புறப்பட்டார்கள். சிலர் அவரவர்களுடைய வீடுகள் வந்ததும் தயங்கி நின்றுவிட்டார்கள். சிறிது தூரம் சென்றதும் கடைசி வீட்டுக்காரர் தான் வேலைக்குப் போக வேண்டுமென்று திரும்பினார். சுந்தரமூர்த்தியும் பக்கத்துவீட்டுக்காரரும் தொடர்ந்து நடந்துகொண்டிருந்தார்கள். பக்கத்துவீட்டுக்காரர் அடுத்த தெருவிலிருந்த தன் தம்பியின் வீடு வந்ததும் மெதுவாக நின்றார். பிறகு அந்த வீட்டுக்குள் நுழைந்து மறைந்துவிட்டார். சுந்தரமூர்த்தி சாக்கடையைப் பற்றி நினைத்தபடி தனியாகச் சென்றுகொண்டிருந்தார். நகர மன்ற உறுப்பினரின் மாடி வீட்டை அடைந்ததும் நின்றார். அவர் அழைப்பு மணியை அழுத்தியதும் ஈர அங்கியுடன் கவுன்சிலர் கதவுக்குப் பின்னாலிருந்து எட்டிப் பார்த்தார். “கொஞ்சம் இருங்க . . .” என்று உள்ளே திரும்பிச் சென்றார். அவருடைய கணவர் கட்சிக் கரை வேட்டி, பனியனுடன் வெளிப்பட்டார். நேரடியாக “என்ன விசயம்?” என்றார். சுந்தரமூர்த்தி தன் வீட்டெதிரில் கழிவுநீர் தேங்கியிருப்பதைத் தயக்கத்துடன் சொன்னார். துவாலையால் மேலே போர்த்திக்கொண்டு பின்னால் வந்து நின்ற கவுன்சிலர் புன்னகைத்தார். அவர் “அத ஆள வரச் சொல்லி சரி பண்ணிடலாம்” என்றார். சுந்தரமூர்த்தி தலையாட்டிவிட்டுத் திரும்பி நடக்கத் தொடங்கினார். இந்த பிரச்சினைக்கு ஒரு முடிவு கிடைத்துவிட்டது. இனி தான் அதைப்பற்றி கவலைப்பட வேண்டிய தேவையில்லை. மற்றவர்களால் ஒரு தீர்வு உண்டாகப் போகிறது.

தெரு முனையிலிருந்தே சாக்கடை பளபளப்பாகத் தெரிந்தது. அதைக் கண்டவுடன் காற்றில் லேசாக துர்நாற்றம்

வீசுவது போலிருந்தது. சுந்தரமூர்த்தி தன்னையறியாமல் கையால் மூக்கைப் பொத்திக்கொண்டார். பள்ளிப் பிள்ளைகளை அடைத்திருந்த ஆட்டோ அவரைக் கடந்து சென்று சாக்கடை முன்னால் சட்டென நின்றது. ஒரு முறை ஒலிப்பானை அழுத்தி அடித்துவிட்டு கனத்த மூட்டை முடிச்சுகளுடன் திரும்பிச் சென்றது. உள்ளே இறுக்கமாக உட்கார்ந்திருந்த பிள்ளைகளிடம் சலசலப்பு ஏற்பட்டது. அவர்கள் சாக்கடையைக் காட்டி சிரித்துக்கொண்டார்கள். இரு சக்கர வாகனவோட்டி ஒருவர் சாகசம் செய்வதைப்போல் சாக்கடையை கிழித்துச் சென்றார். வெள்ளித்துளிகளாகக் கழிவு நீரின் திவலைகள் மேலே சிதறின. மற்றொரு வாகனமும் பின்னால் பாய்ந்து சென்று மறைந்தது.

சுந்தரமூர்த்தி தன் சட்டை மேல் தெறித்த கழிவு நீர்த்துளிகளைத் துடைத்துக்கொண்டார். அவர் மனைவி எங்கிருந்தோ எடுத்துவந்த செங்கற்களால் கழிவு நீரைக் கடக்க தற்காலிகப் பாலம் அமைத்திருந்தாள். அவர் கற்களில் கவனமாகக் கால்களை ஊன்றி நடந்தார். கீழே விழுந்து சாக்கடையைப் பூசிக்கொண்டால் அவமானம் ஏற்படும். தடுமாறியபடி வீட்டை அடைந்தார். கனத்த புத்தகப்பை, சீருடையுடன் அவருடைய மகள் பள்ளிக்குக் கிளம்பிக்கொண்டிருந்தாள். அவர் “பாத்தும்மா, கீழ விழுந்துடப் போற” என்றார். அவள் நடனமாடுவதைப் போல் கற்களில் கால்களை வைத்து சாக்கடையை எளிதாகத் தாண்டிச் சென்றாள். மறுபுறத்தில் நின்று கையசைத்துவிட்டு சாலையை நோக்கி நடந்தாள்.

சுந்தரமூர்த்தி குளியலறைக்குச் சென்று குளிக்கத் தொடங்கினார். நீரை மொண்டு தலை மேல் கவிழ்த்தார். நீர்த் தாரைகள் வழிந்து சாக்கடைக் குழியில் மறைந்துகொண்டிருந்தன. அவை நேராக தெருவுக்குச் சென்று தேங்கப் போகின்றன. அவருக்கு முன்பு குடியிருந்த வீட்டினுடைய சாக்கடைக் கால்வாயின் ஞாபகம் வந்தது. நீண்ட காலத்துக்கு முன்னால் அதில் வெள்ளம் பெருக்கெடுத்து ஓடிக்கொண்டிருந்தது. அப்போது இரண்டு மூன்று நாட்களாகத் தொடர்ந்து அடை மழை பெய்தது. திடீரென்று கால்வாயில் செம்மண் நிற நீர் பாய்ந்து வரத் தொடங்கியது. அதில் யாரும் நிறைய நீரோடிப் பார்த்ததில்லை. எப்போதும் சாக்கடைதான் கறுப்பாக நகர்ந்துகொண்டிருக்கும். அதையும் அழித்துக்கொண்டு புதுவெள்ளம் வேகமாக ஓடியது. மேலே கடற்பஞ்சு போன்ற நுரைகள் பொங்கின.

தூரத்திலிருக்கும் கிழக்குத் தொடர்ச்சி மலையில் கன மழை பொழிந்திருக்கும். காட்டின் மடியில் இதுகாறும் உள்ளே

மறைந்திருந்த நீரோடைகள் உயிரைப் பெற்றிருக்கும். ஒன்றாகச் சேர்ந்து ஆறாகப் பெருகி கீழே இறங்கி வந்திருக்கும். மழை ஓய்ந்து நின்ற பிறகும் கால்வாயில் அடங்காமல் நீர் ஓடிக்கொண்டிருந்தது. அது கட்டற்ற காட்டாறு போலிருந்தது. நாட்பட்டு அடைந்து கிடந்த குப்பைகளை புரட்டித் தள்ளியது. எந்தத் தடையுமில்லாமல் வழிகளைக் கண்டடைந்து சென்றுகொண்டிருந்தது. பழைய செங்கற்களாலும் சிமெண்டாலும் கட்டப்பட்டிருந்த கரைகளை எளிதாக மீறியது. பரபரப்பான சாலைக்குக் கீழே புதைக்கப்பட்டிருந்த பெரிதான குழாயின் வழியாக மறுபுறம் செல்ல விரைவாகப் புகுந்தது. அது போதாமல் சாலையின் மேலேறி ஓடியது. இருபக்கமும் வாகனங்கள் வெள்ளத்தைக் கடக்க முடியாமல் திகைத்து நின்றுவிட்டன.

வேறுவழியில்லாமல் போக்குவரத்து இரண்டாகப் பிரிந்தது. மக்கள் இரு புறமும் கூட்டமாக நின்று வெள்ளத்தை வேடிக்கைப் பார்க்கத் தொடங்கினார்கள். அருகில் நின்றிருந்த ஒரு கிழவர் “இது பல காலமா காட்டாறு ஓடிட்டிருந்த வழி. . . இத சாக்கடைக் கால்வாயா மாத்தி கட்டிப்போட்டு வச்சிருந்தாங்க. இப்பதான் இதுக்குக் கண்ணு தெறந்திருக்குது . . .” என்றார் குழறியபடி. ஒருவர் கேலியாக சிரித்தார். கிழவர் அதைப் பொருட்படுத்தவில்லை. “அந்தக் காலத்துல எப்பவும் தண்ணி ஓடிக்கிட்டிருக்கும். அப்படியே கையால அள்ளிக் குடிக்கலாம். அடியில மீனுங்களும் வெள்ளையா மணலும் தெரியும் . . .” என்றார் தொடர்ந்து. சுந்தரமூர்த்தி அவர் முகத்தைப் பார்த்துக்கொண்டிருந்தார். கிழவர் வேறொரு ஆற்றின் ஞாபகத்தில் ஆழ்ந்திருக்கிறார் என்று நினைத்தார். இன்னும் கால்வாயில் மண் நிறத்தில் நீர் குதித்துப் போய்க்கொண்டிருந்தது. ஒருவேளை கிழவர் சொன்னது உண்மையாயிருக்கலாம் என்று தோன்றியது.

சிறிது நேரம் கானாறு தொடர்ந்து பாய்ந்து சென்று கொண்டிருந்தது. பிறகு மெதுவாக நீர் வடிந்து அடங்கியது. சிறிய ஓடையாகப் போய்க்கொண்டிருந்தது. மீண்டும் சுருங்கிப் பழைய கால்வாயாக மாறியது. வழக்கம் போல் கறுத்த சாக்கடையின் வடிவத்தில் நகர்ந்தது. வாகனங்கள் பெருமூச்சுடன் ஒலியெழுப்பியபடி திரும்பவும் ஒன்றையொன்று முந்திக்கொண்டு சாலையில் ஓடத் தொடங்கின. சுந்தரமூர்த்தி அங்கேயே நின்றுகொண்டிருந்தார். சாலையில் ஏற்பட்டிருந்த பள்ளங்களில் தேங்கிய மழை நீரைப் பார்த்தவாறிருந்தார். அவருக்கு இளம் வயதில் தன் கிராமத்தை ஒட்டி வற்றாமல் ஓடிக்கொண்டிருந்த ஆற்றின் ஞாபகம் வந்தது.

சுந்தரமூர்த்தி குளித்து முடித்து தலையைத் துவட்டினார். இன்னும் சாக்கடை பற்றிய எண்ணம் எஞ்சியிருந்தது. கால்வாயில் அடைத்திருக்கும் ரகசியமான பொருட்களைக் கண்டுபிடிக்க வேண்டும். அவற்றை எப்படியாவது நீக்கிவிடலாம். இனி ஒருபோதும் சாக்கடை நிற்கக்கூடாது. சமையலறையின் மேலிருந்த குகை போன்ற பரண் ஞாபகம் வந்தது. அதில் அவருடைய அப்பாவின் கத்தி, கடப்பாரை, மண்வெட்டிகளிருந்தன. அவற்றை அங்கு வைத்து நீண்ட காலமாகிறது. அவர் சமையலறைக்குள் நுழைந்தார். அவர் மனைவி இறுக மூடிய பாத்திரத்திலிருந்து ஆவி பீய்ச்சி வெளியேறுவதை பார்த்துக்கொண்டிருந்தாள். அவர் "மேலயிருந்து கொஞ்சம் பொருளுங்க எடுக்கணும்" என்றார். அவள் "அது குளிக்க முன்னால பண்ணியிருக்கலாமில்ல" என்றாள். அவர் மேசையின் மேல் நாற்காலியைப் போட்டு ஏறினார். அவர் மனைவி நாற்காலியைக் கெட்டியாகப் பிடித்துக்கொண்டிருந்தாள். அவர் தலையை உயர்த்தி பரணில் தேடிப் பார்த்தார். மரத் தொட்டில், மண்வெட்டி, கடப்பாரை, கரி அண்டாக்கள் தூசி படிந்திருந்தன. ஓரத்தில் உடைந்த ஒரு கைத்தடி கிடந்தது. மண்வெட்டி துருவேறி முனை மழுங்கியிருந்தது. அதை எடுத்து மனைவியிடம் தந்தார். அவள் பத்திரமாக வாங்கிக் கீழே வைத்தாள். சுந்தரமூர்த்தி இறங்கி மண்வெட்டியை எடுத்துக்கொண்டு தெருவுக்குச் சென்றார்.

வீட்டுக்கெதிரில் சாக்கடை அமைதியாக நின்றிருந்தது. இன்னும் சுத்தப்படுத்த ஆள் வரவில்லை. அவருக்கு ஊரெல்லாம் கால்வாய்களைத் தூய்மையாக்கும் பணியிருக்கிறது என்று சுந்தரமூர்த்தி நினைத்துக்கொண்டார். தூரத்தில் காய்கறி விற்கும் கிழவி போய்க்கொண்டிருந்தாள். கழிவுநீர் மேலும் அகன்று விரிந்திருந்தது. சூரியனையும் நீல வானையும் துல்லியமாகப் பிரதிபலித்துக்கொண்டிருந்தது. சுந்தரமூர்த்தி குனிகையில் அதில் அவரின் முகமும் தெரிந்தது. மண்வெட்டியின் கைப்பிடி நீண்ட உபயோகத்தில் வழுவழுப்பாயிருந்தது. அவர் அதைக் கெட்டியாகப் பற்றிக்கொண்டு கால்வாய் அடைத்திருந்த இடத்தில் சாக்கடையை அகழ்ந்தார். உள்ளிருந்து வெப்பமான ஆவி எழுந்தது. மட்கிய நாற்றம் மூச்சை அடைத்தது. அவர் ஆழமாக மூச்சை இழுத்து வெளியில்விட்டார். சாக்கடை நாற்றம் குறைந்தது போலிருந்தது. கரும் பாலித்தின் பைகள், துணிகள், பிளாஸ்டிக் பாட்டில்கள் மேலெழுந்து வந்தன. அவற்றை அள்ளித் தெருவில் குவித்தார்.

அவர் தொடர்ந்து வாரிக்கொண்டிருந்தார். சாக்கடை மேன்மேலும் பெருகிக்கொண்டிருந்தது. அவர் தொய்வடையாமல்

மண்வெட்டியால் வெட்டிக்கொண்டிருந்தார். அதில் ஏதோ பொருளொன்று இடித்தது. பலமாக முயன்றும் வெளியில் வாரியெடுக்க முடியவில்லை. அவர் மண்வெட்டியை மேலே வைத்துவிட்டு கால்வாயில் இறங்கினார். கால்கள் குளிர்ச்சியாகப் புதைந்தன. கைகளால் பற்றி உள்ளிருந்தவறை ஒவ்வொன்றாக எடுத்தார். உடைந்த பெரிய பிளாஸ்டிக் குடம், நசுங்கிய தண்ணீர் பாட்டில்கள், அறுத்தெடுத்த மரத்துண்டு. அடியில் ஒரு கனத்த பாறாங்கல்லும் கிடந்தது. அவற்றையெல்லாம் தூக்கி வெளியில் போட்டார். அவருக்கு மிகவும் ஆச்சரியமாயிருந்தது. அவை எப்படி சிறிய கால்வாயில் புகுந்திருக்கும் என்று தெரியவில்லை. அவரால் கற்பனை கூட செய்ய முடியவில்லை. மேலே அவை ஈரத்தில் மின்னிக்கொண்டிருந்தன. அவர் மண்வெட்டியை எடுத்துக்கொண்டு கால்வாயில் நகர்ந்தார். கால்களைத் தூக்கி வைப்பது மிகவும் கடினமாயிருந்தது. வழியெல்லாம் சாக்கடையை வாரி மேலே கொட்டத் தொடங்கினார். அவர் தொடர்ந்து சென்றுகொண்டிருந்தார். சிமெண்டு கால்வாய் வரை அகழ்ந்தபடி நடந்தார். அவரை வழியில் யாரும் அடையாளம் கண்டுகொள்ளவில்லை. கவனித்திருந்தாலும் துப்புரவுப் பணியாளர்தான் வேலை செய்கிறார் என்று எண்ணி திரும்பிக்கொண்டிருப்பார்கள்.

சுந்தரமூர்த்தி மண்வெட்டியுடன் வீட்டுக்குத் திரும்பினார். தெருவில் குன்றுகளைப் போல் சேறு சகதியுடன் குப்பைகள் குவிந்திருந்தன. வீட்டெதிரில் சாக்கடையை அடைத்திருந்த பொருட்கள் மற்றொரு மலையாகத் தோன்றின. இவ்வளவு காலம் அவை கால்வாய்க்குள்ளிருந்தன என்பதை நம்பமுடியவில்லை. இன்னும் ஊரிலுள்ள கால்வாய்களில் இதைவிடப் பன்மடங்கு குப்பைகள் அடைத்திருக்கும் என்று நினைத்துக்கொண்டார். தெருவில் தேங்கியிருந்த கழிவுநீர் முழுவதுமாக இறங்கி வடிந்திருந்தது. கால்வாயின் அடியிலிருந்த கூழாங்கற்களும் மணலும் புலப்பட்டன. மேலே கழிவுநீர் நிற்காமல் தெளிவாகச் சென்றுகொண்டிருந்தது. சுந்தரமூர்த்திக்குப் பழைய கானாறு உருவெடுத்து ஓடிக்கொண்டிருந்ததைப் போல் தோன்றியது.

❖

பிடித்த பாத்திரத்தின் பெயர்

அந்த எழுத்தாளரின் வீட்டுக்குப் போக வழி கேட்க பேருந்து நிறுத்தத்தில் தயங்கி நின்றிருந்தான். அவனுடன் இறங்கியவர்கள் முன்னால் போய்விட்டார்கள். சாலையோரத்தில் புளிய மரத்தின் கீழ் ஒரு பெட்டிக்கடையிருந்தது. அவன் வழி விசாரித்ததும், கடைக்காரர் அறிமுகமானவரைப் போல் புன்னகை செய்தார். அவனை மரியாதையுடன் மேலும் கீழும் பார்த்தார். அந்த எழுத்தாளர் எழுதியதைப் படித்ததால் அவரை நேரில் பார்க்க விருப்பப்பட்டு வந்திருக்கிறான். பெட்டிக்கடைக்காரர் பீடி சிகரெட்டு பழங்கள் போன்றவற்றை விற்கையில் இதே போல் சிலர் தேடிவந்ததைக் கண்டிருக்கிறார். ஊரில் பணத்திலும் பதவியிலும் பெரிய புள்ளிகள் நாலைந்து பேர் வசித்தாலும் அவர்களை விடவும் அந்த எழுத்தாளர் முக்கியமானவரென்றுபட்டது. எழுத்தாளருக்கு நிறைய வரும் கடிதங்களை யும் புத்தகக்கட்டுகளையும எடுததுசசெலலும் தபால்காரரும் அப்படித்தான் நினைத்தார். கடைக்காரர் வாஞ்சையாக சிரித்தபடி வெளியில் வந்து இடதுபக்கம் கையை காட்டி “இப்படியே நேராப் போனா கடைசியில தனியா ஒரு வீடு வரும் பாருங்க, அதான்” என்றார். அவருடைய பேச்சில் வேறொரு மொழி வாடை அடித்தது. வீட்டில் எழுத்தாளர் இருப்பாரா அல்லது அடிக்கடி போகும் சுற்றுப்பயணத்திலிருப்பாரா என்று தெரியவில்லை அவருக்கு. “அந்த எழுத்தாளர் எப்பவும் படிச்சுகிட்டுதான் நடப்பாரு . . .”

அந்தத் தெரு மிகவும் நீளமாயிருந்தது. அவனுடைய ஊர்ப்புறங்களில்லாத பல வகை மரங்கள் இருபக்கமும் அடர்ந்து சிறு காடு போலிருந்தது. இரவு கவியத் தொடங்கி விட்டதைப் போல் உள்ளே பச்சையிருட்டு. அமைதியைக் கூட்டும் விதமாகக் கண்ணுக்குத் தெரியாத நுண்ணுயிர்களின் ஓயாத இரைச்சல். பொத்தானைப் போட்டது போல் சட்டென்று நிற்கும், மறுபடியும் ஒன்றாகக் கத்தத் தொடங்கும். வழியை உறுதிப்படுத்திக்கொள்ள யாரையாவது கேட்கலாமென்ற எண்ணம் வந்து மறைந்தது. இந்த இடம் மிகவும் பரிச்சயமான தாகத் தோன்றியது. அவன் ஏற்கெனவே இங்கு வந்திருப்பதைப் போன்ற ஞாபகம். அந்த எழுத்தாளர் இந்த நிலத்தை நுட்பமாக எழுதியிருக்கிறார். அதை விரும்பிப் படித்ததில் அவனுக்கு இதில் பல காலம் வாழ்ந்துவிட்டதைப் போன்ற அனுபவம். அவர் வேறு இடங்களைப் பற்றி எழுதியிருந்தாலும் இதன் பாதிப்பு நிச்சயமாயிருக்கும். சிறிய விவரங்களும் துல்லியமாயிருந்தன. 'வேம்பின் இலைகள் பொன் சருகுகளைப் போல் கொட்டிக்கொண்டிருந்தன.' நாவலிலுள்ளவையெல்லாம் வேர்களிலும் நரம்புகளிலும் ஓடும் உயிரோட்டமுடனிருந்தன. இப்போது, அதிலிருந்து ஒரு வரியையாவது எழுதப்பட்டவாறு நினைவுபடுத்திக்கொண்டால் சூழலுக்குப் பொருத்தமா யிருக்கும். அவன் முடிந்தவரை மனதில் தேடிப்பார்த்தான். கதை முடிவில் உண்டாகும் பிரளயத்திலுள்ள அழிவுகளும் சிதைவுகளும்தான் காட்சிகளாகத் தோன்றினவேயன்றி, ஒளி மிக்கதாகவும் வளமையாயுமுள்ள ஆரம்பப் பகுதிகள் நினைவில் வரவில்லை. அவையும் அவனுடைய சொற்களாகியிருந்தன. நாவலில் குருக்களின் கைவிரல்களின் வழியாக சந்தியாகாலத்தில் ஒழுகிய இளம் சிவப்பு நீர் இங்குள்ள ஆற்றில் ஓடியிருக்கலாம். செறிந்த மரங்களுக்கப்பால் முட்புதர்களுக்கிடையில் பச்சை யாக ஒளிரும் தாவரத்தின் சிறு துளிராவது காற்றிலாடும். உதயத்தில் மணியொலிப்பதை உடல் முழுவதும் பழக்கமாகக் கொண்ட யானை பழைய நினைவுகளுடன் எங்காவது அசைபோட்டுக்கொண்டிருக்கும். எண் திசை கோபுரங்களும் விகாரங்களும் கனத்த முகடுகளுடன் இடிபாடுகளில் ஒன்றாகக் கலந்த இடம் இதுவாயிருக்கும். அல்லது அக்கம்பக்கத்தில் அவன் தேடினால் கிடைக்கக்கூடியதாக சிறு தடயங்களுடனாவது புதைந்திருக்கும். இங்குதான் சதா யோசனையில் மூழ்கியவனும், எல்லாவற்றையும் பகடி செய்து பேசிக்கொண்டிருந்தவனும், காவியம் படைத்தவனும் நடமாடியிருப்பார்கள். பாலகனைப் போன்ற முகத்துடன் கப்பரையேந்தி வாதிட்டவனுடைய காலடி களுடன், அவனைப் போலவே சோலைகளில் பைத்தியமாக

அலைந்தவனுடையவையும் கலந்திருக்கும். முந்தானையைத் தோகையாக விரித்துப் படுத்த கணிகையும், கருங்கற்சிலை போன்ற நிர்வாண உடலுடன் பாறைமீது ஏறி நின்றவளும், உச்சிமுதல் உள்ளங்கால் வரை பொன் நகைகள் மின்ன பெருமிதத்துடன் நடந்தவளும் இங்குதான் வாழ்ந்திருப்பார்கள்.

நாவலை நேற்று படித்துவிட்டுக் கண்களை மூடி உட்கார்ந்திருந்தான். அது திடீரென முடிந்தது திகைப்பாயிருந்தது. மேகங்கள் தவழும் கோபுரங்களும், பெரும் விவாத சபைகளும், இடிந்து சரிந்த தூண்களும்கொண்ட அந்த உலகிலிருந்து வெளியில் வர முடியவில்லை. இன்னும் நிறையப் பக்கங்கள் எழுதப்பட்டிருக்க வேண்டுமென்று விரும்பினான். அதைத் தான் தொடர்ந்து படித்துக்கொண்டிருக்க வேண்டும். இறுதி யிலிருந்த பாத்திரங்களால் பல சம்பவங்கள் நிகழக் காத்திருந்தன. அந்தப் பழங்குடிப் பெண் அடுத்து என்ன செய்வாள்? அவன் எல்லாப் பாத்திரங்களிலும் தன்னைக் கொஞ்சம் அடையாளம் கண்டிருந்தான். அந்தப் பாத்திரங்களெல்லாம் பின்தொடரவியலாதபடி தங்கள் எண்ணங்களில் உத்வேகமுடன் ஓயாமல் தேடிக்கொண்டிருந்தன. அவற்றின் நாளங்களில் எழுதியவரின் குருதியும் கலந்திருக்கும். ஒவ்வொரு பாத்திரங் களின் இயல்பும் உள்ளுக்குள் படைத்தவருடையதுதான் என்று நினைத்தான். அந்த எழுத்தாளரைப் போய்ப் பார்த்தால் எல்லாப் பாத்திரங்களையும் நேரில் சந்தித்ததாகிவிடலாம்.

சில நாட்களுக்கு முன்பு அவன் இரவும் பகலுமாக நேரம் கிடைத்தபோதெல்லாம் அந்த நாவலைப் படித்துக் கொண்டிருந்தான். வேலைக்குப் போகும்போது அங்கு படிக்கமுடியாவிட்டாலும் உணவுப்பையில் போட்டு எடுத்துச் சென்றான். தூங்கும்போது தலையணைக்குப் பக்கத்தில் வைத்துக்கொண்டான், அது தலைக்குள் ஊடுருவி இறங்கிவிடும் என்று நம்புவதைப் போல். நாவலைப் படிப்பது அவனுக்கு சுவாரசியமான அனுபவமாயிருந்தது. தன்னை மறந்து ஆழ்ந்து படிக்கும்போது எழுதியவரின் உள்ளம் துல்லியமாகத் தட்டுப்படுகிறது. நாவலிலிருந்து பல அர்த்தங்கள் ஒன்றையொன்று மறுத்தும், ஒட்டியும் தோன்றின. அவற்றை மனம் தானாக ஒப்பிட்டுப் புதியவற்றைக் கண்டுபிடித்தது. வாசிக்கையில் எல்லாம் தெளிவாயிருப்பதைப் போலிருந்தது. ஆனால் முடிந்ததும் அதன் சொற்கள் மெல்ல மறைந்தன. அவை மீண்டும் உருவாவதில் குழம்பின. அவன் திரும்பவும் படித்ததையே மறுபடியும் படிப்பான். அப்போதும் நாவலை அதே வடிவத்தில் ஞாபகப்படுத்திக்கொள்ள முடியவில்லை.

அது எழுதியவருக்கும் கூட சாத்தியப்படாதுதான். வாசித்ததை மேன்மேலும் அழுத்திப் பதிந்துகொள்ள எழுதியவரைப் போய் சந்திக்க வேண்டும். இவற்றையெல்லாம் அந்த எழுத்தாளரைப் பார்த்துச் சொன்னால், சிறுபிள்ளைத்தனமானது என்று ஒதுக்குவார்.

அருகில் மகளுடன் படுத்துத் தூங்கிக்கொண்டிருந்த மனைவியைத் தொட்டு எழுப்பினான். "ஒரு வேலையா அவசரமா வெளியூருக்குப் போகணும் . . ." என்றான். பாவாடை கொஞ்சம் மேலேறியிருந்த சிறு மகள் தூக்கத்தில் சிணுங்கினாள். மனைவி கனவில் பேசுவதைப் போல் முனகினாள். "பத்திரமா போயிட்டு வாங்க. திரும்ப எப்ப வருவீங்க?" என்றாள். "முடிஞ்சளவு சீக்கிரமா வந்திடறேன் . . ." என்று சொல்லிவிட்டு உடைகளை வேகமாக மாற்றிக்கொண்டு புறப்பட்டான். நள்ளிரவின் இருட்டில் மூழ்கிக்கிடந்த ரயில் நிலையத்தின் பயணச்சீட்டு வழங்கும் வெளிச்சமான சன்னலில் கையை நுழைக்கும்போது கூட உறுதியில்லாமல்தானிருந்தான். ரயில் எத்தனை மணிக்கு வரும், எங்கு இறங்குவது, எழுத்தாளர் இப்போது வசிக்குமிடம், அவர் இருப்பாரா போன்ற எல்லா விஷயங்களிலும். கொஞ்ச நேரத்தில் வந்து நின்ற ரயிலில் ஒரே ஆளாக ஏறிக்கொண்டான். ரயில் தீனமாகக் கூவிக்கொண்டு மேலே சென்றது. பெட்டிக்குள் இருக்கைகள், பரண்கள், கழிவறை நடைபாதைகளென்று மனிதர்கள் இடைவெளியில்லாமல் நிறைந்திருந்தார்கள். கிடைத்த இருக்கையின் முதுகை கெட்டியாகப் பிடித்தபடி நீண்ட நேரமாக நின்றுகொண்டிருந்தான். ஒரே சீராக ரயில் அசைந்து செல்லும் லயத்தில் எல்லோரும் மயங்கியிருந்தார்கள். தூக்கக் கலக்கமுடன் விழுந்துவிடாமல் நிற்பது ஒருபுறம் எரிச்சலூட்டியது. ஏதாவது பெரிய நிலையம் வந்ததும் பயணத்தைக் கைவிட்டு இறங்கி நடைமேடை பெஞ்சில் உடலைக் கிடத்தத் தோன்றியது. ரயில் ஒரு குறிப்பிட்ட நிலையத்தைக் கடந்ததும் ஒவ்வொருவராக உடலைக் கிடத்த முற்பட்டார்கள். அப்போது இருக்கையில் உட்கார்ந்திருந்த ஒருவர் கனிவுடன் தலையாட்டி அழைத்தார். நெருங்கியதும் அவனுக்கு இடம் தந்துவிட்டு அப்படியே கீழே நழுவிப் படுத்தார். அவருக்கு எப்படியாவது தெரிந்திருக்கும், தான் அந்த நாவலை முழுக்கப் படித்திருப்பது. அந்த எழுத்தாளரைக் காணச் செல்வதையும் உள்ளூர அறிந்திருப்பார். அதனால்தான் அவ்வளவு பேர் நடுவில் தன்னை மட்டும் கூப்பிட்டு இடம் கொடுத்திருக்கிறார். அவன் சாய்ந்து உட்கார்ந்து கைகால்களை நீட்டினான். ஒரு முழு இருக்கையும் கிடைத்தால் தூங்க வசதியாக இருக்கும். எதிரில் உட்கார்ந்திருந்தவர் அவனுக்குப் பக்கத்திலிருந்த சிறிய

இடைவெளியில் தன் கால்களை சுவாதீனமாக நுழைத்திருந்தார். அவனும் செருப்புகளைக் கழற்றிவிட்டு, எதிரிருக்கையில் கிடைத்த சந்தில் ஒரு காலைச் செருகினான். சமத்துவம் நிலவும் இடம் ரயில் மட்டும்தான் என்று நினைத்துக்கொண்டான். அந்த எழுத்தாளரை எப்படியாவது சந்தித்துவிட முடியுமென்கிற நம்பிக்கை ஏற்பட்டது.

அவனுக்குத் தன்னை மறந்து அந்த நாவலைப் படிப்பது மகிழ்ச்சி தரும் செயலாயிருந்தது. அதில் நீண்ட காலமும் இடமும் வாழ்க்கையின் முடிவற்ற தன்மைகளோடிருந்தன. நாவல் முற்காலத்தில் நிகழ்ந்தாலும், தான் வாழும் இடத்தை வைத்துதான் ஆசிரியர் அதன் நிலத்தை உருவாக்கியிருப்பார். அதனால்தான் அந்த மண்ணை மிதித்துவிடும் ஆவல் எழுந்தது. முக்கியமாக நாவலின் மையமாயிருக்கும் பிரம்மாண்ட கோயில். அதே கோயிலென்று ஒன்று எங்கும் இருக்காதுதான். அருகாமையிலிருக்கும் அதைப் போன்றதொரு கோயிலின் உயர்ந்த கோபுரத்தைக் காண்பதும், பரந்த பிரகாரத்தில் சுற்றி வருவதும், கருவறையில் படுத்திருக்கும் கடவுள் முன்னால் மௌனித்து நிற்பதும் நாவலை உள்வாங்கும் வழிகள். முன்பு சில புத்தகங்களுக்கு விமரிசனங்களை எழுதி பத்திரிகைகளில் வெளியிட்டதைப் போல் இந்த நாவலைப் பற்றியும் எழுதலாம். ஆனால் தனிப்பட்ட முறையில் கிடைக்கும் அனுபவம் குறைந்து போகலாம். எங்கோ தொலைவிலுள்ள அந்த எழுத்தாளரை சந்திப்பதால் அதை அதிகமாக்கலாம். எழுத்தாளர் என்பவருக்குத் தலையில் கொம்பு முளைத்திருக்கிறதா என்று தெரிந்துகொள்ள வாசகர்கள் நேரில் வருகிறார்கள் என்று மறைந்த முன்னோடி எழுத்தாளர் ஒருவர் கசந்து எழுதியிருக்கிறார். தான் நேரில் சொல்ல வேண்டியவற்றையெல்லாம் எழுத்தில் எழுதிவிட்டிருப்பதாக மூத்த எழுத்தாளர் ஒருவர் பேட்டியும் தந்திருக்கிறார். இருந்தாலும், இவற்றைக் கடந்துதான் எழுத்தாளர்களைப் பார்க்க பலர் சென்றுகொண்டிருக்கிறார்கள். அது என்னவென்று துலக்க முடியாத படைப்பின் ரகசியம் போலும். தான் காணப்போகும் எழுத்தாளருக்கு எதிரில் புத்துணர்வுடன் காட்சியளிக்க கொஞ்சமாவது தூங்க முயன்று கண்களை மூடினான்.

அவன் நன்றாக வழி தெரிந்தவனைப் போல் தயக்கமில்லாமல் நடந்துகொண்டிருந்தான். தெருக்கோடியில் மரம் செடிகொடிகள் சூழ தனியாக ஒரு வீடிருந்தது. அந்த எழுத்தாளரைக் கொஞ்ச நேரத்தில் கண்டுவிடப்போகிறோமென்பதில் நெஞ்சு வேகமாக அடித்துக்கொண்டது. நாவலின் பின்னட்டைப் புகைப்படத்திலிருப்பதைப் போல் நேரிலும் கூரிய கண்களும் அழுந்திய உதடுகளுடனும் தெரிவார். அவன் சில முறை

கேட்டதைப் போல் சிறந்த பேச்சாளராயிருப்பார். ஆளுயர சுற்றுச் சுவரைத் தாண்டி மர உத்திரங்களும் கம்பங்களும் வேய்ந்த இந்தப் பகுதிகளுக்கேயுரிய பாணியிலான வீடு. அதில் எழுத்தாளர் ஒருவர் வசிக்கிறார் என்பதற்கு வெளிப்படையான எந்த அடையாளங்களுமில்லை. பளபளக்கும் பெரிய நிலைப்படி களுடன் கதவும் சன்னலும் சாத்தப்பட்டிருந்தன. எழுத்தாளர் இல்லையென்பது ஏமாற்றம் தந்தாலும் இன்னொருபக்கம் திருப்தியாகவுமிருந்தது. இப்போது அவருடனான சந்திப்பு தள்ளிப்போயிருக்கிறது. பெரும் நாவலைப் படைத்தவரைப் பற்றிய தன் தெளிவில்லாத கற்பனை உள்ளே புதைந்துவிடலாம். ஒருவேளை யாரும் தொந்தரவு தரக்கூடாதென கதவை அடைத்துக்கொண்டு உள்ளே அவர் முனைப்பாக எழுதிக் கொண்டிருப்பார். கதவைத் தட்டுவதற்காக நீண்ட அவன் கை மடங்கியது. கீழே குளிர்ந்து நீண்ட படிகளில் அப்படியே சரிந்து உட்கார்ந்தான். சுற்றிலும் இயல்பாக வளர்க்கப்பட் டிருந்த செடி கொடிகள் காற்றில் தலையை அசைத்தன. அவர் கூறுகிற மாதிரி 'அலை வீசுவது போல்?'. சிவந்த மண்ணும் துல்லியமான நீலத்துடன் வானும் அவனுடைய பிரதேசத்தி லிருந்து வித்தியாசப்பட்டவையாகத் தெரிந்தன. மேலிருந்து இரவு மெதுவாக இறங்கிக்கொண்டிருந்தது. அவன் எழுந்து வீட்டைச் சுற்றி நடக்க ஆரம்பித்தான். வீடு முன்புறம் சிறிதாகத் தோன்றினாலும் கோட்டையைப் போல் பின்னால் நீண்டிருந்தது.

புழக்கடையின் இரட்டைக் கதவு மூடியிருந்தது. அகன்ற கண்ணாடி இலைகள் விசிற சில வாழை மரங்கள் புதுக் கன்றுகளுடன் நின்றிருந்தன. அருகில் சற்று சாய்ந்துகிடந்த சிமெண்டாலான ஒரு குப்பைத் தொட்டி. வெங்காய சருகுகளும் பழத் தோல்களும் கிழித்தெறிந்த காகிதங்களுமாகப் பாதி நிறைந்திருந்தது. மேலாகக் கிடந்த ஒரு துண்டில், இடைவெளிகள் விட்ட சாய்வான கையெழுத்தில் 'ஒரு யுகம் முடிந்து – ஒரு நாள்' என்ற வார்த்தைகளைப் படிக்க முடிந்தது. பரபரப்புடன் தொட்டியிலிருந்த வேறு சில காகிதங்களை எடுத்தான். அவையெல்லாம் அந்த நாவலின் வெவ்வேறு பக்கங்களில் அவன் படித்த வெவ்வேறு சொற்கள். அப்படியானால், இது நிச்சயமாக எழுத்தாளரின் வீடு. இவை, அவருடைய நாவலின் கையெழுத்துப் பிரதி அல்லது திருத்தி எழுதிய படிகளின் கிழித்தெறிந்த துண்டுகளாயிருக்கலாம். மற்றொரு துணுக்கில் 'அடியாழத்தில் சிறு கண்கள்'. அவன் ஆவலுடன் தொட்டியைக் கிளறினான். சாதாரண வீட்டு உபயோகக் குப்பைகள் அடியில் போய்த் தங்கின. 'பிரளயம் என்பது முத்தாய்ப்பாக இருந்தது' 'பூர்வ குடிமக்கள் – இந்த மண்ணை – என்று புராணம்' 'மூச்சிரைத்தபடி நாய்' 'சொற்களால் ஆன

தடாகம் . . .' மேன்மேலும் கிடைத்த கிழிசல்களைத் தொடர்ந்து படித்தான். முன்னும் பின்னுமாயிருந்த வார்த்தைகளைத் தனக்குள் கோர்த்துக்கொண்டிருந்தான். அது நாவலை மறுபடியும் முழுக்க வாசிப்பதைப் போலிருந்தது. அவனுக்குக் கொஞ்சம் நிறைவேற்பட்டது. அத்துடன் நிறுத்திக்கொண்டு உடனே வீட்டுக்குத் திரும்பிப் போய்விடலாமெனவும் தோன்றியது. ஆனாலும் தொடர்ந்து குப்பைத் தொட்டியில் தேடியபடியிருந்தான். ஒரு நாட்குறிப்பு காகிதத்தில் எழுத்து வரிசைப்படி முக்கியமான ஆங்கில வார்த்தைகளுக்குரிய தமிழ் வார்த்தைகள் எழுதிப் பார்க்கப்பட்டிருந்தன. அச்செடுக்கப்பட்ட தெளிவான கறுப்பு எழுத்துக்களில் வேறுவகையான தாளொன்று கிடைத்தது. 'அறம் அங்குதானிருந்தது.' இதை அவனுக்கு எங்கும் படித்த நினைவில்லை. அவர் எழுதி வெளிவராத புதிய கதை அல்லது கட்டுரையின் வாக்கியமாயிருக்கலாம். இக்காலத்திலும் அறம் இருப்பதைப் பற்றிப் பேசுவதால் அது மிகுந்த புகழை அடையலாம். அவன் நீண்ட நேரமாகக் குப்பைத் தொட்டியை அலசிக்கொண்டிருந்தான். சுற்றிலும் முழுமையாக இருட்டு சூழ்ந்துவிட்டது. சில துண்டுக்காகிதங்களுடன் முன்பகுதிக்கு வந்தான். வாசப்படியில் அவனுடைய தோள் பை அப்படியே கிடந்தது. அவனைத் தூக்கமும் களைப்பும் சேர்ந்து அழுத்தியது. கை சிறு காகிதங்களைப் பிடித்திருக்க பை மேல் தலையை வைத்து படியில் படுத்தான்.

அந்த எழுத்தாளரின் வீட்டுச் சுவரின் நடுவில் மல்லாந்து படுத்த கடவுள் ஓவியம் மாட்டப்பட்டிருக்கும். அது அவருடைய நாவலின் அட்டைப்படம். அவரிருந்தால் அவனிடம் எல்லா வற்றைப் பற்றியும் தொடர்ந்து பேசியிருப்பார். அதைத் தானிருப்பதைக் காட்டிக்கொள்ளவும் குறுக்கிட முடியாமல் கேட்டுக்கொண்டிருப்பான். நாவலின் உண்மையான வரலாற்றுப் பின்னணியையும், தத்துவங்களுக்கு எளிய விளக்கங்களையும், சில சொற்களுக்கு அர்த்தங்களையும் அறிந்திருக்கலாம். அவருக்குக் கிடைத்த ரகசியத் தூண்டல்களையும் தெரிந்து கொள்ளலாம். ஞானத்தை உத்வேகமுடன் தேடுபவர்களையும், தேடாதவர்களையும் தவிர அதைத் தேடவியலாதவர்களையும் பற்றிக் கேட்டிருக்கலாம். ஒவ்வொரு பாத்திரமும் தவிர்க்க முடியாமல் எழுதியவரை அதிகமாகப் பிரதிபலிப்பதைப் பற்றிய சந்தேகத்தை எழுப்பலாம். அவர் நாவலிலிருந்தும் வெளியிலிருந்தும் உரிய பதில்களைத் தருவார். அவன் திருப்தியடையாமல் மறுப்பதைப் போல் லேசாகத் தலையை அசைப்பான். தூக்கம் அவனை அழுத்தும் வரை பலவற்றையும் பற்றிய அவர் குரல் ஒலித்திருக்கும். தான் எடுத்துவந்த சாதாரண ஒலிப்பதிவுக் கருவியில் முடிந்தால் அதைப் பதியலாம். மேலும்,

பயணக்களைப்பு போக அவர் வீட்டுக் கிணற்றிலிருந்து நீரிறைத்துக் குளிக்க வைத்திருப்பார். குளிர் நடுக்கினாலும் அது வித்தியாசமான அனுபவம். அவருடைய மனைவி அவர்கள் பக்கத்தில் புழங்கும் ருசியான உணவைக் கொடுப்பார். எழுத்தாளர் காலையில் வழக்கமாகக் குளிக்கச் செல்லும் ஏரி போல் பரந்த குளத்துக்குக் கூட்டிச் செல்வார். பசிய நீரில் அவர் நெடுந்தூரம் நீச்சலடிப் பதைப் பார்த்தபடி அரச மரக்கிளைகள் விரிந்த நீண்ட படிகளில் நின்று முங்கியிருக்கலாம். பிறகு, பக்கத்திலிருக்கும், மனிதர்களின் சிறுமையை உணர்த்தும் உயர்ந்த கோபுரமுள்ள கோயிலுக்குச் செல்லலாம். அதன் காலியான பிரகாரங்களில் அவருடன் வலம் வரலாம். அங்கு மூதாதையர்கள் எண்ணற்ற வடிவங்களில் கற்களாக உறைந்து பார்த்திருப்பார்கள். இருட்டிய சிறிய கருவறையில் எல்லாவற்றுக்கும் காரணமாக உறங்கும் தெய்வமுமிருக்கும். அவருடைய வீட்டுக்குக் கொஞ்சம் தொலைவிலுள்ள புகழ்வாய்ந்த சுற்றுலாத் தலமான பழங்கால பெரிய அரண்மனைக்கும் அழைத்துப் போயிருப்பார். அதன் சுழலும் மரப்படிக்கட்டுகளில் ஏறலாம். மன்னர்கள் அமர்ந்த விலை மதிக்க முடியாத நிறைய நாற்காலிகளைக் காணலாம். கூடவே, அதிகாரம் செலுத்திய அறைகளும், கூடங்களும் நிறைந்திருக்கும். ஓவியங்களையும், பழைய ஆயுதங்களையும், சித்திரவதைக் கருவிகளையும், சமையல் பகுதியையும், குளத்தையும் பார்த்திருக்கலாம். அவற்றின் நுண் வரலாறுகளை எழுத்தாளர் சொல்வார். அவருடைய தனிப்பட்ட நூலகத்திலிருந்து அவர் எழுதிய ஒரு புத்தகத்தையும் கேட்டுப் பெறலாம். பிறகு, பக்கத்தி லுள்ள நகருக்கு அவர் அழைத்துப் போய் ஊருக்குத் திரும்பும் பேருந்தில் ஏற்றியிருப்பார். கடைசியாக, அவன் இனம் புரியாத தாழ்வுணர்வுடன் விடை பெறுவான்.

எவ்வளவு நேரம் தூங்கினான் என்று தெரியவில்லை. நடுவில் கண்களைத் திறக்கையில் எதிரில் அந்த எழுத்தாளர், மனைவி, பிள்ளைகளுடன் நின்றிருந்தார். அவர்கள் வெளியில் நடைப்பயிற்சி போய்விட்டு அப்போதுதான் திரும்பியவர்களைப் போல் தோன்றியது. அவர் முதலில் வேறு யாரோ போல் தெரிந்தார். அவ்வளவு பக்கங்களை எழுதிக் குவித்தவரில்லை. யாராவது விசாரிக்க வந்திருக்கும் அக்கம்பக்கத்து வீட்டாராயிருக்கும். உடனே முழுதாக விழிப்பு வந்து எழுத்தாளரை அடையாளம் கண்டுகொண்டான். நாவலின் பின்னட்டையில் காணப்பட்ட அதே முகம். அந்த இருட்டிலும் அவர் உயிர்ப்புடன் சிரிப்பது தெரிந்தது. அவருடைய மனைவியும் அகன்ற கண்களை விரித்துப் புன்னகைத்தார். அவர்கள் பையன் சிறு கற்களை மேலே தூக்கிப் போட்டுப் பிடித்து விளையாடிக்கொண்டிருந்தான். அம்மாவின் தோளில் நிம்மதியாக உறங்கிக்கொண்டிருந்த

குழந்தை அவனை விழித்துப் பார்த்தது. தன் அப்பாவை அதிசயப் பொருளாகக் காண வரும் நிறைய ஆட்களில் இவனும் ஒருவன்.

அப்போது இளம் எழுத்தாளரும் இதழாசிரியருமான ஒருவர் தன் மனைவியுடன் வந்து சேர்ந்தார். அவர் மனைவியின் கழுத்தில் தடித்த புதிய மஞ்சள் தாலி. அவர்கள் வேறெங்காவது போய்விட்டு அப்படியே எழுத்தாளரையும் சந்திக்க வந்திருப்பார்கள். அனைவரிடமும் எழுத்தாளர் சரளமாகப் பேசிக்கொண்டிருந்தார். திடீரென்று "இந்த நாவலில் உங்களுக்குப் பிடித்த பாத்திரம் எது?" என்றார். முதலாவதாக நின்றிருந்த இதழாசிரியர்தான் அதற்கு முதலில் பதில் சொல்ல வேண்டும். இதழாசிரியர் வெகு இயல்பாக "நாவலின் கதாநாயகனாக வருவானே, அவன்தான். எல்லாரையும் தத்துவத்தால் வெல்றான்" என்றார். அந்த மையப் பாத்திரத்தினுடைய பெயரைத்தான் நாவலாசிரியர் தன்னுடைய பையனுக்கு சூட்டியிருந்தார். அந்த பதிலைத்தான் அனைவராலும் சொல்லவும் முடியும். அதனால் நாவலாசிரியருக்கு திருப்தியேற்பட்டிருக்கும். இருந்தாலும் அவர் எதுவும் பேசவில்லை. இதழாசிரியருக்குப் பக்கத்திலிருந்த அவருடைய மனைவி நாவலைப் படிக்கவில்லை போலும், புன்னகை பூத்தார். அடுத்ததாக அவன்தான் சொல்லியாக வேண்டும். அக் கணம் வரை அவன் எதையும் யோசித்து வைத்திருக்கவில்லை. பெரும் கதைகளில் மட்டும்தான் அப்படிக் கண்டுபிடிக்க முடியும் போலும். சுவரை நோக்கி பந்தை எறிந்ததும் அது திரும்பி வரும் நேரம்தான். உடனே தோன்றிய பெயரைத் தயக்கத்துடன் சொன்னான். "சோலைப் பைத்தியம்!" மற்றவர்கள் கேலியாக சிரிப்பதாகப்பட்டது. மூளை வளர்ச்சியில்லாத அந்தப் பாத்திரம் கடைசியாக பிரளயம் பகுதியில் வருவது. முழுக் கோயில் நகரமும் வெள்ளத்தால் அழியப் போகுமென்று முன்கூட்டிக் காட்டும் சின்னங்களில் ஒன்று. எழுத்தாளர் மகிழ்வுடன் அவனை விளக்கம் கேட்பவரைப் போல் பார்த்தார். "அவ்வளவு பெரிய பரம்பரையில், தத்துவ மோதல்களுக்கு நடுவில், அவன்தான் ஞான பாரமில்லாமலிருக்கும் குழந்தை" என்றான். அதுவும் கூட நாவலில் வருவதுதான்.

தான் வாய்விட்டு அதைச் சொன்னதைக் கேட்டு எழுந்து உட்கார்ந்தான். அவனைச் சுற்றி யாருமில்லை. அதே எழுத்தாளரின் வீட்டு முன்பாகத்தான் தலைக்குப் பையை வைத்துக்கொண்டு படுத்திருந்தான். கையில் துண்டுக் காகிதங்கள் நழுவாமலிருந்தன. ஒன்றையும் தெளிவாகக் காண முடியாமல் மெல்லிய திரையைப் போல் கருமை மூடியிருந்தது. எங்கிருந்தோ தெருவிளக்கின் வெளிச்சம் லேசாக வீசியது. மீண்டும் தூக்கம் வராமல் இருட்டுக்குள் உற்றுப்பார்த்துக்கொண்டிருந்தான்.

வயிற்றின் அடியில் வலிப் பந்தாகப் பசியும் தாகமுமெடுத்தது. அன்று முழுவதும் சாப்பிடாததும் புகைக்காததும் ஞாபகத்துக்கு வந்தது. இங்கிருந்து போனதும் ஆசை தீர புகைபிடிக்க வேண்டும். அவனுக்கு நாவலைப் பற்றி பத்திரிகைகளில் வெளியான விமரிசனங்கள் அடுக்கடுக்காக நினைவில் வரத்தொடங்கின. பெரும்பாலும் அவை குறை கூறுபவை. பெரிய நாவல் ஒன்று வருகையில் எதிர்கொள்ள முடியாமல் ஏற்படும் திகைப்பு களின் விளைவுகள். தொடர்ந்து அவற்றை இதழ்களில் தேடிப் படித்திருந்தான். அவனும் நாவலை வாசிக்கையில் சில எழுத்துப் பிழைகளைக் கண்டுபிடித்துப் பென்சிலால் அடித்துத் திருத்திக்கொண்டுதானிருந்தான். எல்லா இடங்களிலும் 'ற' எழுத்து மட்டும் தடிமனாக அச்சாகியிருந்தது. நிறைய வேற்று மொழிச் சொற்கள் உபயோகிக்கப்பட்டிருப்பதாக எண்ணினான். சோம்பலைக் களைந்து அகராதியைப் புரட்டிப் பார்த்தபோது அப்படி இல்லையென்று தெரிந்தும் கொண்டான். நாவலில் தொழுநோயாளிகளைத் தாழ்த்தி சித்தரிக்கப்பட்டிருப்பதாகப் புகழ்பெற்ற எழுத்தாளர் ஒருவர் இதழொன்றில் விமரிசித்திருந்தார். ஆனால், தொழுநோயாளி யின் புண்ணான கால்கள் கடவுளுடைய பாதங்களுடன் உவமையாக்கப்பட்டிருப்பதாக நாவலில் படித்த ஞாபகம். உடனே பக்கங்களைப் புரட்டித் தேடிப்பார்க்கையில் நினைத்தது சரியாயிருந்தது. தான் கவனித்துப் படித்திருந்ததைப் பற்றி அவன் பெருமைப்பட்டான். நாவலில் துளசியும் கற்பூரமும் எங்கும் குறிப்பிடப்படவில்லை என்று இன்னொரு எழுத்தாளர் கூறியிருந்தார். சாட்சியாக ஒரு பாசுரத்தின் சில வரிகளையும் எடுத்துக்காட்டியிருந்தார். பாசுரத்தில் குறிப்பிடப்பட்டிருப்பது பச்சைக் கற்பூரம்தான் என்று எண்ணினான். நாவலின் நிலம் இந்த மொழியுடையதில்லை, அன்னியமானது. இங்கு அதிலிருப்பதைப் போல் பரம்பரையாக வரும் நிர்வாக சபையில்லை என்றும் விமரிசிக்கப்பட்டது. மத ரீதியான கொள்கைகளையும், ஒரே தேசம் என்பதையும் நாவல் முன் வைக்கிறது. வறுமை மிகுந்த இடத்தைப் புண்ணிய தேசம் என்று புனிதப்படுத்துவது கூடாது. விலங்குகளைப் பற்றி எழுதப்பட்டுள்ளவை மிகைப்படுத்தப்பட்ட தகவல்கள். மனிதர்களைப் போல் மிருகங்களுக்கும் சிந்திக்கத் தெரியுமென்பது கற்பனையானது. அவற்றுக்கு நம் எண்ணங்களைப் பிரதிபலிக்க மட்டும்தான் தெரியும், சுயமாக யோசிக்கவியலாது. மீண்டும் கடவுளின் இருப்பை நாவல் முன்னிறுத்துவது சுரண்டலுக்குத்தான் துணை செய்யும்.

எல்லாவற்றின் மேலும் மெல்லிய வெளிச்சம் பரவிக்கொண் டிருந்தது. எழுத்தாளரின் வீடும், செடிகளும், மரங்களும்,

புற்களும் கண்ணில் துலங்கத் தொடங்கின. பலவகை பறவைக் குரல்கள் கலவையாக எழுந்தன. இவ்வளவு பறவைகளின் ஒலிகளை ஒன்றாகச் சேர்த்துக் கேட்டதில்லை. அவை அன்றைய புத்துணர்வுடன் எழுந்து விண்ணில் பறக்கத் தொடங்கின. அவன் உடைகளை சரிசெய்துகொண்டு பையுடன் புறப்படத் தயாரானான். சட்டைப் பையிலிருந்த பணத்தை எடுத்து எண்ணிப் பார்த்தான். பயணச் செலவுக்குக் குறைவாயிருந்தால் கொடுப்பதற்கு எழுத்தாளரைத் தவிர யாருமில்லை. அது எழுத்தாளர்களைச் சந்திக்கும்போது நடக்கின்ற வழக்கம். பேருந்துநிலையம் சென்றதும் நீண்ட நேரமாகக் கட்டுப்படுத்தி யிருந்த சிறுநீர், மலத்தைக் கழிக்கவேண்டும். பிறகு எதையாவது சாப்பிட்டுவிட்டுப் புகைக்கலாம். இந்தக் கணத்திலும் அவர் வீட்டுக்கு வந்துவிடலாம். ஆனால் குடும்பத்துடன் போயிருப்பதால் திரும்புவதற்குப் பல நாட்களுமாகலாம். அப்போது, அவரை நேரில் சந்தித்த பின் விடை பெறுவதாக அவனுக்குப்பட்டது. எழுத்தாளரின் வீட்டை ஒருமுறை திரும்பிப் பார்த்தான். அது மங்கலான நிழலுருவமாகப் புலப்பட்டது. அவன் சுற்று மதிலைக் கடந்து தெருவில் இறங்கி நடக்கத் தொடங்கினான். மறுபடியும் நீண்ட தூரம் ரயிலிலும் பேருந்திலுமாகப் பயணித்து வீட்டை வந்தடைந்தான். ஏறக்குறைய நேற்றுக்கு முன்தினம் புறப்பட்ட அதே நேரமாகியிருந்தது. ஒரு முழு வட்டமிட்டுத் தொடங்கிய புள்ளிக்கு வந்ததைப் போல் தோன்றியது. அந்த எழுத்தாளரைச் சந்திக்கச் சென்றது, முடியாமல் திரும்பியது போன்றவை கற்பனை போலிருந்தன. அவன் எங்கும் செல்லாமல் இதே இடத்தில் பழையபடி உட்கார்ந்து கொண்டுதானிருக்கிறான். அந்த நாவல் கைக்கெட்டும் தூரத்தில் வைத்த இடத்தில் அப்படியேயிருந்தது. அதை எடுத்துப் புரட்டினான். அவன் விரல்கள் தாமாகப் பக்கங்களைப் நகர்த்தின. ஓரிடத்தில் அந்தப் பெயர் தென்பட்டது. அந்த எழுத்தாளரிடம் எண்ணற்ற பாத்திரங்களில் தனக்குப் பிடித்த ஒன்றைச் சரியாகச் சொல்லியிருந்தான்.

புலி உலவும் தடம்

ஒரு தொலைக்காட்சி அலைவரிசையில் நாடாள்பவர் கைகளையாட்டி புரியாத மொழியில் உரத்துப் பேசிக்கொண்டிருந்தார். மற்றொன்றில் நாலைந்து பேர் சேர்ந்து தீவிரமாக எதையோ விவாதித்துக்கொண்டிருந்தார்கள். அடுத்ததில் பல முறை பார்த்த பிரம்மாண்டமான தங்க நகைக் கடையின் விளம்பரம். இன்னொன்றில் வரிசையாக கொலை, கொள்ளைகளைப் பற்றிய விவரணைகள். வேறொன்றில், பசுமையான காட்டை அளப்பதைப் போல் புலி நிதானமாக நடந்து வந்துகொண்டிருந்தது. அதன் தன்னம்பிக்கையான பாவனையும், அழுத்தமான நடையும், புடைத்த வாலும் கவர்ச்சியாயிருந்தன. அந்தப் புலி ஒரு மானைக் கண்டதும் மெல்ல புதர்களில் பதுங்கியது. சிறிது நேரம் தியானம் செய்வதைப் போல் அமைதியாகக் காத்திருந்தது. திடீரென பாய்ந்தெழுந்து ஒரே எட்டில் மானின் கழுத்தைக் கவ்வி அழுத்தியது. காட்சி நின்று சம்மந்தமில்லாத வாசனைத் திரவிய விளம்பரம் குறுக்கிட்டது.

பாயில் படுத்தபடி சிவபாலன் தொடர்ந்து தொலைக்காட்சி ரிமோட்டை அழுத்திக்கொண்டிருந்தான். அவனால் ஒன்றிலும் மனம் ஒட்ட முடியவில்லை. நாளைக்காவது சம்பளப் பணம் கொடுத்துவிடுவார்களென்று நம்பினான். அப்பாவுக்கு செய்த மருத்துவ சிகிச்சைகளுக்காக தூரத்து உறவினரிடம் வாங்கிய கடனுக்கு அதில் வட்டி கட்டியாக வேண்டும். சம்பளத்தின் பெரும்

மு. குலசேகரன்

பகுதியை அம்மாவிடம் வீட்டு செலவுக்குத் தர வேண்டும். மீதி கொஞ்சம் பணம்தான் தனக்கென்று மிச்சமாக நிற்கும். மாலையில் நண்பர்களுடன் சேர்ந்து குடிக்கும் கொண்டாட்டத்தில் கையில் காசில்லாமல் வெட்கப்பட நேரிடும். அம்மா சமையலறை யிலிருந்து வந்து தொலைக் காட்சியை எட்டிப் பார்த்துவிட்டுப் போனாள். அவளுக்கு அது நேரம் பார்க்க உதவுகிற கடிகாரமும் கூட. காலையில் செய்திகளென்றால் பிள்ளைகள் அவசரமாகப் பள்ளிக்குப் புறப்படுகிற சமயம் என்று அர்த்தம். இரவில் காணும் நீண்ட கதைத்தொடர் தொடங்கினால் சாப்பிடும்வேளை. அவனுடைய தம்பியும் தங்கையும் அதுவரை அறையில் படித்துக் கொண்டிருந்துவிட்டு வருவார்கள். அனைவரும் தொலைக்காட்சி முன்னால் உட்கார்ந்து ஒன்றாகப் பார்த்தபடி சாப்பிடத் தொடங்குவார்கள். எதிரி நாடு என்று வர்ணிக்கப்பட்ட நாட்டுடன் நமது அணி மட்டையாட்டம் ஆடிக்கொண்டிருப்பது அவனுக்கு ஞாபகம் வந்தது. அதில் யார் வெற்றி பெறுவார்கள் என்று தெரிந்துகொள்ள விருப்பம் ஏற்பட்டது. அவன் விளையாட்டு அலைவரிசை ஒன்றைத் தேர்ந்தெடுத்து பொத்தானை அழுத்தி னான். நமது அணி மோசமாக தோற்கும் நிலையிலிருந்தது. ஆட்டக்காரர்கள் உடலும் அரங்கம் நிறைந்த பார்வையாளர்களின் அமைதியும் தோல்வியைத் துல்லியமாகக்காட்டின. மைதானத்தில் பந்து மெதுவாக அங்குமிங்கும் உருண்டுகொண்டிருந்தது. அவனுக்கு ஆட்டத்திலிருந்த சிறிது ஆர்வமும் போயிற்று.

வேறுவழியில்லாமல் தொலைக்காட்சியை நெடுந்தொடர் அலைவரிசைக்கு மாற்றினான். தினமும் கண் முன்னால் தொடர் ஓடிக்கொண்டிருப்பதால் அதைப் பார்ப்பது பழக்கமாகி யிருந்தது. அத்துடன் சாப்பிட்டு முடித்ததும் வழக்கம் போல் காலாற வெளியே சென்று சிகரெட் பிடிப்பதும். தொடரின் தலைப்புப் பாடல் இசையுடன் ஒலிபரப்பாகத் தொடங்கியது. இதுவரை யிலான கதையெல்லாம் ஞாபகம் வர பார்க்க ஆரம்பித்தார்கள். தம்பி, தங்கையின் கண்களிலும் கூட தொலைக்காட்சியின் ஒளி மின்னியது. இடையில் யாரும் பேசிக்கொள்ள முடியாதபடி அதில் சட்சட்டென பிம்பங்கள் மாறிக்கொண்டிருந்தன. அம்மாவால் காட்சிகளில் லயிக்க முடியவில்லை. அவன் தட்டைக் கவனித்து இன்னும் கீரைக் குழம்பை ஊற்றினாள். இன்றைய கதையில் இன்னும் கதாநாயகி வரவில்லை. அம்மாவுக்கு அப்பா இறந்த பின்னால் எல்லாவற்றிலும் பயம் தோன்றிவிட்டது. கடன் தந்தவர்கள் வீடு தேடி வந்து திட்டிக் கேட்பார்கள். அவன் வேலை செய்யும் தொழிற்சாலை எப்போது வேண்டுமானாலும் மூடப்படுமென்கிற பீதி. அதற்குள் அவன் நிரந்தரமான வேறு வேலையைத் தேடிக்கொள்ள வேண்டும் என்பாள். பிள்ளைகள் நடக்கப் போகிற பரீட்சையில் நிறைய மதிப்பெண்கள் வாங்கித்

தேறியாக வேண்டும். அவர்களை ஓயாமல் படித்துக்கொண்டிருக்க நச்சரிப்பாள். அந்த முடிவற்ற புகார்களைத் துறந்து ஓடும் எண்ணம் சில சமயம் அவனுள் எழுகிறது. ஆனால் எங்கு சுற்றி அலைந்தாலும் வீட்டுக்குதான் திரும்பி வந்தாக வேண்டும் என்பது தெரிந்திருந்தது. தொலைக்காட்சி நெடுந்தொடர் முடிந்து அம்மா குறைகளைச் சொல்லத் தொடங்கும் முன்னால் வெளியேற நினைத்தான். வேகமாக சாப்பிட்டு முடித்துவிட்டு கை கழுவிக்கொண்டு எழுந்தான். “இருட்டுல சும்மா சுத்திகிட்டிருக்காம சீக்கிரமா திரும்பி வந்துடு” அம்மாவின் குரல் பின்னால் கேட்டது. அவன் பதிலெதுவும் சொல்லாமல் நடக்க ஆரம்பித்தான்.

இருண்ட நீண்ட தெருவில் ஒருவருமில்லை. ஒருவேளை நாம் வென்றுவிடுவோமென்ற நப்பாசையுடன் மட்டையாட்டத்தைக கடைசி வரை வீடுகளில் பார்த்துக்கொண்டிருப்பார்கள். மறுநாள் வேலைக்குப் போவதற்குத் தயாராக அப்படியே தூங்கியும் விடுவார்கள். தெருவில் நிகழ்வதையெல்லாம் கடைசி வீட்டு வாசலில் கிழவி கால் நீட்டி மௌனமாகப் பார்த்துக்கொண் டிருந்தாள். அவள் இல்லையென்றாலும் கண்கள் மட்டும் தெரிவது போலிருக்கும். அவன் கால்கள் தாமாக சாலைக்குச் சென்றன. கண்களைக் குருடாக்கும் விளக்கொளிகளுடன் வாகனங்கள் எதிரும் புதிருமாக ஓடிக்கொண்டிருந்தன. சிறிது தூரம் சென்றால் அருகிலுள்ள நகரத்தை அடைந்துவிடலாம். அதற்கும் அப்பால் நீண்ட தொலைவில் பலர் பிழைப்பதற்காகத் தஞ்சமடையும் தலைநகரமிருக்கிறது. வழியெல்லாம் எண்ணற்ற சிறிய ஊர்கள் நிறைந்துள்ளன. அவன் வாகனங்கள் ஓய்வதற்காகக் கொஞ்சம் நேரம் காத்திருந்தான். வரிசையாக சரக்கு வாகனங்கள் சென்ற பின்னால் கிடைத்த இடைவெளியில் சாலையைக் கடந்தான்.

சற்று தூரத்தில் மணல் அள்ளப்பட்டு வறண்ட ஆறு ஓடிக்கொண்டிருந்தது. அதில் அக்கம் பக்கத்து ஊர்களின் சாக்கடைகள் வந்து கலக்கின்றன. ஆற்றின் மேல் பழைய மேம்பாலம் அபாயகரத் திருப்பங்களுடன் வளைந்து நின்றிருந்தது. நிறைய விபத்துகள் நடப்பதால் அதை ஆட்கொல்லி பாலம் என்றும் அழைப்பார்கள். பிரபலமான தேசியத் தலைவரின் கொலையைத் துப்புதுலக்கிய குழுவின் தலைவர் முன்பொருமுறை நூலிழையில் அங்கு உயிர் பிழைத்திருந்தார். ஒரு தொண்டு நிறுவனம் பல போராட்டங்களுக்குப் பிறகு பக்கத்தில் சாலை அமைத்திருந்தது. வாகனங்களெல்லாம் பாலத்தில் செல்ல பயந்து அதில் இறங்கிச் சென்றன. எப்போதாவது ஓரிரு வாகனங்கள் மட்டும் பாலத்தின் மேல் திசை திரும்பி வந்துவிடும். அவன் பாலத்தை அடைந்து கைப்பிடிச் சுவரில் கால்களை மறுபுறம் தொங்கவிட்டுக்கொண்டு உட்கார்ந்தான். எந்தக் கேள்விகளும் எட்ட முடியாத அந்தரங்கமான இடம். சுற்றிலும் அமைதியான

இருட் போர்வை மூடியிருந்தது. ஆற்றில் கூரிய நீண்ட இலைகளுடன் நாணல் தட்டைகளும் முட் புதர்களும் அடர்ந்திருந்தன. கரைகளில் தோப்பைப் போல் கருவேல மரங்கள் வளர்ந்திருந்தன. ஆறு சிறிய வனம் போலிருந்தது. தூரத்தில் தர்கா நகர் வீடுகளின் விளக்கு ஒளிப் பொட்டுகள் மங்கலாகத் தெரிந்தன.

சிவபாலன் சட்டைப் பையிலிருந்த சிகரெட்டை எடுத்து நீவிப் பற்றவைத்தான். இரண்டு மூன்று தரம் ஆழ்ந்து புகையிழுத்தான். மெல்ல மனம் நிறைவடைந்தது போலிருந்தது. சற்று நேரம் எல்லா நினைவுகளும் அகன்றுவிட்டன. புகைப்பதை மட்டும்தான் உணர முடிந்தது. அதில் மூழ்கியிருக்கையில் திடீரென்று நிசப்தத்தைக் கிழித்துக்கொண்டு "ஐயோ..." என்ற சப்தம் கேட்டது. ஒரு கணம் தன் இனம்புரியாத அச்சம் எதிரொலிப்பதாகப்பட்டது. அவன் திகைப்புடன் சுற்றும் முற்றும் பார்த்தான். பாலத்தின் மேல் எவருமில்லை. ஆறு அடையாளம் கண்டுபிடிக்க முடியாமல் இருண்டிருந்தது. எங்கிருந்து குரல் கிளம்பியதென்று தெரியவில்லை. தான் கேட்டது வெறும் பிரமையாயிருக்கலாம் என்று தோன்றியது. அல்லது தொலைக்காட்சியிலிருந்து காற்றில் மிதந்து வந்த குரலாயிருக்கலாம். அதன் நெடுந்தொடர்களில் இது போன்ற குரல்கள் அடிக்கடி கேட்கின்றன. "காப்பாற்றுங்கள்..." என்ற வார்த்தை தீனமாக மறுபடியும் ஒலித்தது. அவன் பதைப்புடன் திரும்பி பாலத்திலிருந்து எழுந்தான். ஆபத்திலிருக்கும் யாரோ உதவி கோருகிறார்கள். அதற்கு ஒரு பதிலும் கிட்டவில்லை.

அவன் குரல் வந்த திசையை அறிய கண்களால் தேடினான். கரையில் மரங்களினூடாக தர்கா நகரின் திட்டு திட்டான விளக்கு வெளிச்சங்கள் ஒளிர்ந்தன. அவற்றின் வீடுகளிலிருந்து எழுந்த ஒரு குரலாயிருக்கும். சிறிய ஓசையையும் அறிந்துகொள்ள அவன் தயாராயிருந்தான். அடுத்ததாக மறுபடியும் சப்தம் கேட்கும் என்று எதிர்பார்த்தான். சிறிது நேரம் கழித்து "புலி! புலி!" என்ற சொற்கள் எழுந்தன. அந்த தொனி அவனுக்கு மிகவும் பரிச்சயமானது. அதை அடிக்கடி அருகாமையில் கேட்டிருக்கிறான். அக்குரலில் கார்வையைப் போல் பயமும் துயரமும் கலந்திருந்தன. அவை தரும் அர்த்தத்தை அவன் கொஞ்சமும் எதிர்பார்க்கவில்லை. இயற்கையின் மடியில் பாதுகாப்பாக வாழ்ந்துகொண்டிருக்கும் விலங்குகள் இந்தப் புழுதி மண்ணில் புக வாய்ப்பில்லை. அதுவும் நாம் ஆசைப்பட்டாலும் காண முடியாமல் காடுகளின் ஆன்மாவுக்குள் ரகசியமாகத் திரியும் புலி ஒருபோதும் இங்கு வந்திருக்காது. அது வழி தவறியிருந்தாலும் இந்தச் சூழல் பிடிக்காது உடனே திரும்பிப் போய்விடும். அப்படிக் கத்தியது யாரோ ஒருவருடைய கற்பனைதான். தொலைவில் ஓடும் திரையரங்கின் இண்டுஇடுக்குகளிலிருந்துதான் ஓசை கசிந்திருக்கிறது. அப்படி இரவின் உச்சத்தில் பழைய திரைப்படங்களின் சில வசனங்கள்

அபூர்வமாகக் காதில் விழுந்திருக்கின்றன. அரைகுறைத் தூக்கத்தில் அவற்றை தான் கனவில் கேட்பதாக எண்ணி மயங்கியிருக்கிறான். இப்போது அந்தக் குரல் எங்கோ எழுந்து மோதி எதிரொலித்திருக்கிறது. அவனைத் துல்லியமாக வந்து அடைந்திருக்கிறது.

சிவபாலன் வேகமாக மேம்பாலத்தின் முனைக்குச் சென்றான். தர்கா நகரின் விளக்குகளின் வெளிச்சத்தில் நெரிசலான இருப்பிடங்கள் தென்பட்டன. அங்கிருந்து குரல்கள் எழுந்திருக்கலாம். யார் யாரோ உச்சரித்த தொடர்பற்ற வார்த்தைகள் ஒன்று கலந்து ஒலித்திருக்கின்றன. அவன் சந்தேகத்துடன் பாதையில் இறங்கி நடக்கத் தொடங்கினான். ஓரத்தில் வரிசையாயிருந்த மாட்டிறைச்சிக் கடைகளும் விறகுத்தொட்டிகளும் மூடிக் கிடந்தன. ஒரு கடை மட்டும் யாருமில்லாமல் அகலத் திறந்திருந்தது. உள்ளே உரிக்கப்பட்ட மாட்டின் வளைந்த விலா எலும்புக் கூடு பெரிய கூண்டைப் போல் மேலிருந்து தொங்கிக்கொண்டிருந்தது. வெள்ளைத் தோலுடன் குஞ்சம் போன்ற மயிருடனிருந்த வால் இன்னும் உயிர் எஞ்சியுள்ளதைப் போல் ஆடியது. வட்ட மரத்துண்டின் மேல் கூரிய கொம்புகளுடனிருந்த எருதின் தலை அகன்ற கண்களால் வெறித்துப்பார்த்தது. மண்ணில் பளபளப்பான எலும்புத் துண்டுகள் இறைந்திருந்தன. அவன் தொடர்ந்து நடந்துகொண்டிருந்தான். குறுகலான தெருக்களின் இருமருங்கும் குடிசைகளும் வீடுகளும் நெருக்கியிருந்தன. பல்வேறு திசைகளை நோக்கியிருந்த வாயில்களை சணல் பைகளும் அழுக்குத் துணிகளும் மறைத்திருந்தன. மசூதி எதிரில் ஆட்கள் கூட்டமாக நின்றிருந்தார்கள். அவர்கள் நடுவிலிருந்த காதர்பாட்சா பயத்துடன் நடந்ததைச் சொல்லத் தொடங்கினான்.

அவன் இரவு சாப்பிட்டு முடித்ததும் வீட்டைவிட்டு வெளியில் வந்தான். அருகிலிருந்த ஆற்றுக்குச் சென்று பீடி பிடித்தபடி மலம் கழிக்கத் தோன்றியது. சட்டைப் பையில் பீடி ஒன்று கூட இல்லை. நேராக பழக்கமான பெட்டிக் கடைக்குச் சென்றான். கடைக்காரர் அவன் எப்போதும் பிடிக்கும் பீடிக்கட்டை எடுத்துத் தந்தார். அவர் தூக்கத்தில் கேட்டாலும் கடனுக்குக் கொடுத்த பொருட்களுக்குக் கணக்கை மறக்காமல் சொல்லுவார். "உன் பாக்கி அதிகமாயிடுச்சி, எப்பத்தான் தருவாய்?" என்றார் தங்கள் மொழியில். காதர் "நாளைக்கு சம்பளம் வந்ததும் கண்டிப்பா கொடுத்திடறேன்" என்றான். அவன் வேலை செய்கிற இடத்தில் பதனிடப்பட்ட தோல்கள் அனுப்பப்படாமல் மூலைகளில் குவிந்திருக்கின்றன. அதற்கான காரணங்களாக அதிக வரி, சந்தை, ஆட்சியென்று பலவற்றைச் சொன்னார்கள். பெரிதாயுள்ள இயந்திரங்களை ஓட்டி நிறைய நாட்களாயிற்று. நீண்ட கால வேலையாட்களையெல்லாம் வேறுவழியில்லாமல்

நீக்கிக்கொண்டிருந்தார்கள். தொழிற்சாலை ஒரேயடியாக மூடப்படப்போகிறதென்ற பேச்சும் உலவியது. இந்த மாதம் சம்பளத்தைத் தர இன்னும் சில நாட்களாகும். இவற்றை எப்படிச் சொல்வதென்று எண்ணியபடி காதர் புகையை ஊதிக் கொண்டிருந்தான். கடைக்காரர் வேறொரு வாடிக்கையாளர் வந்ததும் அவரிடமும் கொடுத்த கடனைக் கேட்கத் தொடங்கினார். பக்கத்திலிருந்த தேனீர்க்கடை பாத்திரத்தில் புகையைப் போல் ஆவி பறந்துகொண்டிருந்தது. பெஞ்சுகளில் உட்கார்ந்திருந்தவர்கள் கலவரங்களைப் பற்றி பயம் தொனிக்க பேசிக்கொண்டிருந் தார்கள். இளைஞர்கள் தலை கவிழ்ந்து அலைபேசிகளில் ஆழ்ந்திருந்தார்கள். கூடவே அப்போதுதான் நடந்து முடிந்திருந்த மட்டையாட்டத்தைப் பற்றியும் அலசினார்கள். அந்த ஆடுகளம் சரியில்லை, நாம் முதலில் மட்டையாடாதது தப்பு, எதிரணியின் பந்துகள் திரும்பின என்று சொல்லிக்கொண்டிருந்தார்கள். காதர் பீடியைப் பிடித்து முடித்துவிட்டு காலில் போட்டுத் தேய்த்தான். பிறகு ஆற்றங்கரையை நோக்கி நடக்கத் தொடங்கினான்.

கரையிலிருந்து ஆற்றுக்கு நிறைய ஒற்றையடிப் பாதைகள் செடிகொடிகளினூடே சென்றுகொண்டிருந்தன. அவன் தள்ளியிருந்த ஒரு வழியில் இறங்கினான். தூரத்து சாலையில் வாகன விளக்குகள் வெளிச்சம் வீசியபடி சென்றுகொண்டிருந்தன. மேலே பாலம் கரிய வடிவத்துடனிருந்தது. அவன் ஆற்றை அடைந்ததும் தீக்குச்சியைக் கிழித்து கீழே ஆராய்ந்தான். நெருப்பு அணையும் முன் பீடியையும் பற்ற வைத்துக்கொண்டான். துணியை மேலே சுருட்டிக்கொண்டு உட்கார்ந்தான். கண்களை மூடி புகையை ஆழமாக உறிஞ்சினான். சிறிது நேரத்துக்கு வீடு, தொழிற்சாலையெல்லாம் நினைவிலிருந்து மறைந்து விட்டன. ஆற்றில் தானும் ஒரு செடியாக மாறி அமர்ந்திருப்பது போலிருந்தது. இன்னும் மலம் கழிய ஆரம்பிக்கவில்லை. ஆழ்ந்த அமைதியைக் குலைப்பதைப் போல் சற்று தூரத்தில் சலசலப்பு எழுந்தது. நாணல்களை விலக்கியபடி மெல்ல எதுவோ நடந்து வந்துகொண்டிருந்தது. புதிய மலத்தைத் தின்ன வரும் தெரு நாயாயிருக்கலாம். தர்கா நகர் நாய்களுக்கு மாட்டுக் கறிக்கடை கழிவுகளால் முழுமையாக வயிறுகள் நிரம்பிவிடுகின்றன. அவை வேறெதையும் முகர்ந்து கூட பார்ப்பதில்லை. தன்னை நோக்கி வந்தது ஆற்றில் மேய்ந்துகொண்டிருக்கும் பன்றியாக இருக்கலாம். அது விடுகிற மூச்சொலி மெலிதாகக் கேட்டது. அருகில் நின்று உற்று நோக்குவது போலிருந்தது. பன்றி எப்போதும் ஆள் எழும் வரை மிகவும் பொறுமையுடன் காத்துக்கொண்டிருப்பது. காதர் பாட்சா கண்களைத் திறக்க விரும்பாமல் மூடியிருந்தான். அவன் ஒருதரம் இந்த ஆற்றில் பெரும் மலைப்பாம்பைக் கண்டிருக்கிறான். சாக்கடைக்கு அருகில் மலைப்பாம்பு நீரில் நனைந்ததைப் போலிருந்தது. அதனால் நகரக்கூட முடியவில்லை. தகவல்

கிடைத்து நீண்ட நேரம் கழித்து வந்த வனத்துறை ஆட்கள் அதைப் பிடித்துப் போனார்கள். அப்போதும் பாம்பிடம் கொஞ்சமும் அசைவில்லை. அது செத்துப் போயிருக்கலாம். அல்லது முழுதாக மாட்டை, ஆட்டை விழுங்கியிருக்கும். உண்டது செரிமானமாகும் வரை அப்படியே ஓரிடத்தில் கிடக்கும் என்றார்கள். மாட்டுக்கறிக் கழிவை மோப்பம் பிடித்துதான் மலைப் பாம்பு வந்ததென்று வனத்துறையினர் சொன்னார்கள்.

காதர் பாட்சா திடீரென்று உள்ளுணர்வு உந்த விழித்துப் பார்த்தான். எதிரில் பச்சையாக இரு கண்கள் அந்தரத்தில் மின்னிக்கொண்டிருந்தன. அவனையறியாமல் "ஐயோ..." என்று குரல் எழும்பியது. பிறகு அது பூனையென்று சமாதானம் செய்துகொண்டான். நிறைய தின்றுக் கொழுத்த பூனை. அதன் மூச்சு சூடான ஆவி போலிருந்தது. அவன் கையைத் தூக்கி விசிறினான். அது சிறிதும் பயந்து நகரவில்லை. வெகு ஆழமாக சுவாசித்துக்கொண்டிருந்தது. காற்றில் எச்சிலின் ஈரமும் வெப்பமும் கலந்திருந்தன. அது தன்னை முகர்ந்து பார்த்து அறிய விரும்புவதை உணர்ந்தான். பதற்றத்துடன் சட்டென்று எழுந்து உற்றுப் பார்த்தான். கை தானாக தீப்பெட்டியைத் துழாவியும் கிடைக்கவில்லை. அப்போது மேம்பாலத்தில் இரு சக்கர வாகனம் ஒன்று சென்றது. மின்னலைப் போல் முகப்பு விளக்குகளின் ஒளி வீசி மறைந்தது. தடித்த கால்கள், மஞ்சள் தோலில் கோடுகள், வளைந்த வால், மின்னும் கண்கள் புலப்பட்டன. அது நன்கு வளர்ந்த புலி என்று தெரிந்தது. இருட்டில் சிலையைப் போல் நின்றிருந்தது. அவன் "புலி, புலி!" என்று கத்தினான். அப்படி சத்தமிட்டால் பயந்து ஓடிவிடும் என்றும் நினைத்தான். அவனுக்கு மிதமிஞ்சிய பீதியில் நிறையப் பேர்களிடம் பேசும் மொழிதான் வந்தது. புலி அசுவாரசியமாக வாயைத் திறந்து கொட்டாவி விட்டது. அது குத்துக்கால்களிட்டு முன்னால் அமர்ந்துகொண்டது. காட்டு விலங்குகளின் வீரத்தில் புலிதான் முதன்மையானது. மான், முயல், நரி போல் அது பயந்து ஓடி ஒளியாது. புலி கோபப்பட்டு உறுமவில்லை. மிகவும் பெருந்தன்மையுடன் ஒன்றும் செய்யாமல் அமைதியா யிருந்தது. அவனைப் புழுவைப்போல் கருதுகிறது. அதன் மேல் அவனுக்கு அலாதி மதிப்புண்டானது. புலியை விரட்டுவதற்கு பதில் தான்தான் அதனிடமிருந்து தப்பித்துச் செல்ல வேண்டும். அவன் துணியைப் பற்றிக்கொண்டு செடிகொடிகளை மிதித்தபடி ஓடத் தொடங்கினான். புலி பின்னால் துரத்திக்கொண்டு வரும் என்றெண்ணினான். ஒரே பாய்ச்சலில் அவனைப் பற்றி எளிதாக வீழ்த்திவிடும். கழுத்தைக் கவ்விக்கொன்று உடலைக் கிழித்து முழுமையாக உண்ணும். அவன் மரண பீதியில் "காப்பாற்றுங்கள்..." என்று கூச்சலிட்டான்.

காதர் பாட்சாவின் குரல்கள் யாரையும் எட்டவில்லை. அவை காற்றில் கரைந்து மறைந்திருக்கும். அல்லது யாருக்கும் ஆபத்துக்கு உதவும் எண்ணம் இல்லாமலிருக்கலாம். அவன் ஓட்டமும் நடையுமாக வழக்கமான பெட்டிக்கடைக்கு வந்தான். அங்கு நின்று துணியை உதறி சரியாக உடுத்திக்கொண்டான். கடைக்காரர் அவனுக்கு ஒரு பீடியைக் கொடுத்துவிட்டு தான் ஒன்றை வாயில் வைத்துக்கொண்டு இரண்டையும் கொளுத்தி னார். காதர் எதையோ கண்டு மிகவும் பயந்திருக்கிறான் என்று நினைத்தார். அவன் மூச்சிரைத்தபடி வேகமாகப் புகை பிடித்தான். அது புலி என்பதில் சந்தேகமில்லை. உடல் கனத்து, வரி வரியாக, அழுத்தமாயிருந்தது. காதர்பாட்சா வாய் திக்கியவாறு தான் புலியைக் கண்டதைக் கடைக்காரருக்குச் சொன்னான். அவரால் முழுமையாகப் புரிந்துகொள்ள முடியவில்லை. தன் பீவியைக் கூப்பிட்டுக் கடையைக் கவனித்துக்கொள்ள கூறினார். பிறகு காதரின் கையைப் பற்றிக்கொண்டு மசூதிக்கு அழைத்துச் சென்றார்.

பழங்காலத்து மசூதியின் பச்சை வண்ணம் அங்கங்கே வெளுத்திருந்தது. காரை உதிர்ந்துகொண்டிருந்த சிறிய கோபுரம் கவிந்து நின்றிருந்தது. அதை தர்கா என்றும் மற்றவர்கள் சொல்வார்கள். முன்னொரு காலத்தில் ஒரு சூஃபியின் கல்லறை அங்கிருந்திருக்கலாம். மசூதி எதிரில் நிறையப் பேர் கூடிவிட்டிருந்தார்கள். காதர்பாட்சா எல்லோருக்கும் புலியின் கதையைச் சொல்லிக்கொண்டிருந்தான். ஒவ்வொரு முறை திரும்ப சொல்லும் போதும் சொற்கள் சரளமாக விழுந்துகொண் டிருந்தன. கற்பனையாக சில தகவல்களைச் சேர்த்துக்கொண்டான். அதனால் கதை மிகவும் நன்றாயிருந்தது என்றார்கள். ஆனால் முடிவில் புலியிருந்ததா இல்லையா என்று தெளிவாகக் கூற முடியவில்லை. அதனால் சந்தேகமடைந்து மோசமான கதை என்றும் சொன்னார்கள்.

கதை முடிந்த பிறகு மீன் வியாபாரி "நீ பூனையைத்தான் பார்த்து பயந்துபோயிருக்கிறாய்" என்றார். "அது பெரிய நாயாயிருக்கலாமில்லையா?" என்றார் ஒருவர். மற்றொருவர் "ஒரு பன்றியாகக் கூட இருக்க வாய்ப்பிருக்கிறது . . ." என்றார். தேனீர்க்கடைக்காரர் "இப்படி இருட்டில் கற்பனையாக உருவங்கள் தோன்றுவது சகஜம்தான்" என்றார். "அவனுக்கென்ன பைத்தியமா பிடித்துவிட்டது?" "ஒருவேளை கண் சரியாகத் தெரியாம போயிருக்கலாம்." "நம் ஆழ்ந்த பயம் கூட வேறொன்றாக வெளிப்படலாம்." "பெரிய காட்டைவிட்டு புலி வெளியே வந்திருக்காது." "கறிக்கடையில் வீசப்படுகிற கழிவுகளைத் தின்னத்தான் சிறுத்தை நுழைந்திருக்கிறது." பெட்டிக்கடைக்காரர்

“அது புலியென்றால் என்ன செய்வது?” என்றார். “புலியைத் தேடிப் பார்க்கலாம்.” “அது உண்மையாயிருந்தால் ஆளைக் கொன்றுவிடும்.” “முடிவில் புலியிருப்பதை நம்பியாக வேண்டும்.” அனைவரையும் அப்போதுதான் பயம் பிடித்துக்கொள்ளத் தொடங்கியது. அதற்குள் ஊரில் பலவிதமான வதந்திகள் பரவிக்கொண்டிருந்தன. புலி ஒரே அடியில் காதர்பாட்சாவை வீழ்த்திவிட்டது. அது கோபத்துடன் ஊருக்குள் புகுந்திருக்கிறது. தனியாயிருப்பவர்களைத் தேடிக் கொன்றுகொண்டிருக்கிறது. பர்தாக்களும் முக்காடுகளும் அணிந்திருந்த பெண்கள் அடைந்திருந்த வீடுகளிலிருந்து வெளியேறித் தெருவுக்கு வந்தார்கள். கூடவே நிறையக் குழந்தைகள். பாட்சாவின் மனைவி அங்கி நழுவுவதையும் பொருட்படுத்தாமல் அவனை அணைத்துக்கொண்டு கண்ணீர்விட்டாள். சிறிய பிள்ளைகளுக்கு எதுவும் புரியவில்லையென்றாலும் கூடவே அழுதார்கள். பெரியவர் தாடியை அளைந்தபடி “நாம் காவல்துறைக்கு சொல்லலாம், அவர்கள் நிச்சயமாக வந்து கண்டுபிடிப்பார்கள்” என்றார். “நாங்கள் முன்பே போலிசுக்குத் தகவல் சொல்லி விட்டோம். அவர்கள் இதைக் கொஞ்சமும் நம்பவில்லை. ஏதாவது ஆதாரம் கேட்கிறார்கள்” என்றான் ஒருவன். அவர்கள் மறுபடியும் அலைபேசிகளில் காவல்துறைக்குப் புகார் செய்யத் தொடங்கினார்கள்.

அப்போது சிவபாலன் வந்தவுடன் காதர்பாட்சாவை அடையாளம் தெரிந்துகொண்டான். இருவரும் ஒரே தொழிற்சாலையின் அளக்கும் இயந்திரத்தில் வேலை செய்பவர்கள். இவன் ஒரு பக்கம் வேகமாகத் தோலைச் செலுத்தினால் அவன் மறுபுறம் அதே வேகத்தில் வாங்கி அடுக்குவான். நடுவில் யார் நினைத்தாலும் நிறுத்த முடியாது. நேரமும் எண்ணிக்கையும் அளவும் கருவியில் பதிவாகிக்கொண்டிருக்கும். ஒளிப்படக் கருவிகள் தொடர்ந்து கண்காணித்துக்கொண்டிருக்கும். இயந்திர இரைச்சலில் பேசுவது யாருக்கும் புரியாது. உணவு இடை வேளையில் அவசரமாக சாப்பிட்டு முடிப்பார்கள். வேலை முடிந்ததும் கிளம்பியும்விடுவார்கள். கொஞ்சம் முன்பு கேட்ட குரல் காதர்பாட்சாவினுடையதுதான். காதர்பாட்சா குழம்பிப் போயிருந்தாலும் சிவபாலனைக் கண்டுபிடித்துவிட்டான். நீண்ட சாலையையும் பாலத்தையும் சிவபாலன் கடந்து வந்திருக்கிறான். அவனைப் பிடித்துக்கொண்டு “நான் புலிய பார்த்தத யாருமே நம்பமாட்டேன்றாங்க” என்றான். அந்தக் கைகளில் நடுக்கத்தையும் உண்மையான அனுபவத்தையும் சிவபாலன் உணர்ந்தான். அவற்றை அழுத்தமாகப் பற்றியபடி, “சரி, போவட்டும் கவலைப்படாத” என்றான்.

அனைவரும் காவல்துறையின் வருகைக்காகக் காத்துக் கொண்டிருந்தார்கள். வீடுகளிலிருந்து உணவுகளையும் போர்வைகளையும் வீதிக்கு எடுத்துக்கொண்டு வந்தார்கள். யாரும் தனித்திருக்கவில்லை. தங்களுடன் பிள்ளைகளைச் சேர்த்து அணைத்துக்கொண்டார்கள். கானகத்தில் மிகவும் சக்தி வாய்ந்தது புலிதான். அதற்கு மனிதர்களைவிடவும் அறிவு அதிகம். இருட்டில் நன்றாகக் கண்கள் தெரியும். ஒரு முறை மனித மாமிசத்தின் ருசி சுவைத்துவிட்டால் கடைசிவரை மறக்காது. தர்கா நகரவாசிகள் மசூதி எதிரில் பேசிக்கொண்டு உட்கார்ந்திருந்தார்கள். ஒருநாளும் இப்படி ஒற்றுமையாயிருந்த தில்லை. இடையிலுள்ள கண்ணுக்குத் தெரியாத பேதங்கள் மறைந்திருந்தன. இந்த நிலை மகிழ்ச்சியாயிருந்தது. தெருவிளக்குக்கு மேல் நட்சத்திரங்களுடன் பிறை நிலா மிதந்தது. குளிரும் வெப்பமும் சமமாகப் பகிரப்பட்ட இரவு. இது வாழ்நாளெல்லாம் மறக்க முடியாத அனுபவம். கொசுக்கள்தான் மிகவும் தொல்லை தந்துகொண்டிருந்தன.

நீண்ட நேரமாகியும் காவல்துறையினர் வரவில்லை. சாலையில் முகப்பு விளக்குகளின் வெளிச்சம் வீசும் போதெல்லாம் காவல்துறையின் வாகனம் வருகிறதென்று நினைத்தார்கள். அவை நேராகச் சென்றதும் ஏமாற்றமாயிருந்தது. காவல்துறைக்கு நிறைய வேலைகளிருப்பது தெரிந்ததுதான். அரசியல்வாதி களுக்குப் பாதுகாப்பளிப்பது, சண்டை, சச்சரவுகளைத் தீர்ப்பது, கொலை, கொள்ளைகளைத் துப்புதுலக்குவது. இவற்றுக்கு நேரம் போதவில்லை. தர்கா நகரின் குடிகள் தங்களுக்குள் தொடர்ந்து பேசிக்கொண்டிருந்தார்கள். திண்ணையிலிருந்த மௌலவி "இப்போது என்ன செய்யலாம்?" என்று கேட்டார். "நமக்குக் காத்திருப்பதைத் தவிர வேறு வழியில்லை" என்றார் பக்கத்திலிருந்தவர். கடைக்காரர் "காவல் துறை வந்து முடிவெடுக்கட்டும் . . ." என்றார். "ரொம்ப நேரமாகிவிட்டது..." என்றான் ஒருவன். "நேரில் போய்ப் புகார் எழுதிக் கொடுக்கலாம்" என்றார் பெரியவர். "அவர்களே தேடி வருவார்கள். நாம் போய் மாட்டிக்கொள்ள வேண்டாம்" என்ற குரல் மெதுவாகக் கேட்டது. "நாம் தவறேதும் செய்யவில்லை. எதற்குப் பயப்பட வேண்டும்?" என்றார் மௌலவி. "நாம் பொய் சொல்லுவதாக நினைப்பார்கள். எல்லோர் மேலும் வழக்கும் போடுவார்கள்" என்றான் காதர்.

இரு சக்கர வாகனமொன்று மெதுவாக உள்ளே நுழைந்தது. துணித் தொப்பியும் தாடியுடனுமிருந்த காவல் துறை நண்பர் வண்டியை ஓட்டிக்கொண்டிருந்தார். தோளில் நீண்ட துப்பாக்கியைப் பிடித்தபடி காவலர் பின்னால் உட்கார்ந்திருந்தார்.

கையில் சதா ஒலித்துக்கொண்டிருந்த ரேடியோ. அவருக்கு காதர்பாட்சா புலி பற்றிய முழுக் கதையையும் சொன்னான். அவர் தொடர்ந்து "உம்" கொட்டியதில் மகிழ்ச்சியடைந்தான். காவலர் கேட்டு முடித்த பிறகு வயர்லெசில் மிகச் சுருக்கமாக "ஏதோ புலியாம்" என்றார். மீண்டும் வயர்லெசைக் காதில் வைத்து பதிலுக்காகக் காத்துக்கொண்டிருந்தார். காவல்துறை நண்பர் மௌனமாக வாகனத்தில் சாய்ந்து நின்றிருந்தார். சினிமாவில் வருவதைப் போல் காவலர் உடனே புலியைக் கண்டுபிடித்து துப்பாக்கியால் சுட்டுத் தள்ளுவார் என்று நினைத்த சிலர் ஏமாந்தார்கள். அவருக்கு எந்த அதிகாரமுமில்லை போலும். ரேடியோவின் கரகரப்பைக் கேட்டபடி அவரைச் சுற்றி பேசாமல் நின்றிருந்தார்கள். அந்தப் பழைய கட்டைத் துப்பாக்கியால் சுலபமாக சுட முடியாதென்றும் அவர்களுக்குப் புரிந்தது. பெட்டிக்கடைக்காரர் "சார், எல்லாரும் தெருவுல காத்திட்டிருக்கோம். ஏதாவது பண்ணுங்க..." என்றார். "இதோ கொஞ்ச நேரத்துல ஐயா வருவாரு" என்றார் காவலர். அவர் கண்கள் தூக்கமில்லாமலும் உணர்ச்சிகள் எதுவுமில்லாமலுமிருந்தன.

சற்று நேரத்தில் ஒரு ஜீப் நீல, சிவப்பு வெளிச்சங்களுடன் பாதையில் தள்ளாடியபடி வந்து நின்றது. உள்ளே நிறைய காவலர்கள் இருப்பார்கள் என்று தர்காவாசிகள் எதிர்பார்த்தார்கள். ஆனால், முன்னிருக்கையிலிருந்து மெலிந்த பெண் உதவி ஆய்வாளர் மட்டும் இறங்கினார். ஜீப் ஓட்டுநர் உள்ளேயே உட்கார்ந்திருந்தார். காவலரும் காவல் துறை நண்பரும் சேர்ந்து விறைப்பாக சல்யூட் வைத்தார்கள். ஓட்டுநர், உரிமைச் சான்றிதழ் இல்லாமல் வாகனம் ஓட்டுபவர்களை நள்ளிரவு களிலும் பிடித்து அபராதம் விதிப்பதில் அந்த உதவி ஆய்வாளர் மிகவும் புகழ் பெற்றவர். காதர் மறுபடியும் அவருக்கு ஆரம்பத்தி லிருந்து கதையைச் சொன்னான். அது இப்போது இயல்பான மொழியுடனும் நம்பகத்தன்மையுடனும் அமைந்திருந்தது. கதை மேலும் நீண்டிருந்தது. "புலியோட கண்ணுங்க தணல் மாதிரியிருந்துச்சு" என்று நடுவில் உவமிக்கவும் செய்தான். உதவி ஆய்வாளர் கவனமாகக் கேட்டுக்கொண்டிருந்தார். கதை முடிந்த பிறகு வரிசையாக சந்தேகங்களை எழுப்பினார்.

"நீ ஏன் வீட்டைவிட்டுட்டு ஆத்துக்குப் போன? அங்க மலம் கழிக்கலையா? அது உன்னை மட்டும் தேடி வந்திருக்குமா? அது ஒரு தரமும் உறுமவும் செய்யாமல் அமைதியாயிருந்ததா? உன்னை நகத்தால கொஞ்சம் கூட பிறாண்டலையா? உன்னைக் கொன்று தின்னாமல் எப்படி விட்டது? இதுக்கு முன்னால சினிமா, டிவில இல்லாம நேரில அத பாத்திருக்கியா? இன்னும் அது ஓடிப் போகாம அங்கேயேயிருக்குமா? நீ பொய் சொன்னா சட்டப்படி தண்டனை கிடைக்கும்னு தெரியுமா?"

காதர் பாட்சா இறைஞ்சுவது போல் “நான் எல்லாத்தையும் சொல்லி முடிச்சிட்டேன் . . . எனக்கு அவ்வளவுதான் தெரியும் . . .” என்றான். உதவி ஆய்வாளர் யோசித்து “அப்ப, நீ கத்தினது ஏன் யாருக்கும் கேட்கலை?” என்றார். அவர் கேள்வியில் நியாயமிருந்தது என்று மற்றவர்கள் எண்ணத் தொடங்கினார்கள். இந்தக் கதையின் கட்டமைப்பை உடைத்துக் காட்டியிருக்கிறார். அவன் உண்மையாக ஆற்றுக்குப் போயிருக்கிறான். ஆனால் அங்கு நடந்ததென்று கற்பனையான சம்பவங்களைச் சொல்லியிருக்கிறான். இதுதான் கதை சொல்லி செய்த தவறு. உதவி ஆய்வாளர் “நீ ஒரு குற்றவாளி” என்றார் காதர் பாட்சாவிடம். அவன் மற்றவர்களைத் தொந்தரவுக்குள்ளாக்கியதில் தன்னை ஏற்கெனவே அப்படி உணர்ந்திருந்தான். இப்போது சட்ட விரோதம் என்று நிரூபணமாகியுள்ளது. எந்தத் தண்டனை வழங்கினாலும் ஏற்றுக்கொள்ளத் தயாராயிருப்பதைப் போல் காதர் தலைகுனிந்திருந்தான்.

சிவபாலன் கூட்டத்தைத் தள்ளிக்கொண்டு முன்னால் வந்தான். “நா ஆத்துக்கு அந்தப்பக்கத்துல இருக்கறேன். எனக்கு காதர்பாட்சா பயத்துல கூப்பிட்ட குரல் கேட்டுச்சு” என்றான். அனைவரும் அவன் பக்கம் திரும்பினார்கள். “மொத்தம் மூணுதரம் கத்தினான் . . .” என்றான் சிவபாலன் தொடர்ந்து. அவனை காதர்பாட்சா நன்றியுடன் பார்த்தான். உதவி ஆய்வாளர் “நீ சொல்றது தப்பு. இரண்டாவது தடவைதான் புலி புலின்னு கத்தினது. மூணாவது முறை காப்பாத்துங்கன்னு சொல்றது” என்றார். “ஒரு வேளை எனக்கு பயத்தில மாத்திக் கேட்டிருக்கும்” என்றான் சிவபாலன். உதவி ஆய்வாளர் “அவன் குரல் உனக்கு மட்டும்தான் கேட்டுச்சா?” என்றார். சிவபாலன் பதில் தெரியாமல் திகைத்து நின்றிருந்தான். சுற்றிலும் அழுத்தமான அமைதி நிலவியது. “எனக்குக் கூட காதுல விழுந்த மாதிரி இருந்துச்சு” என்றார் பெட்டிக்கடைக்காரர் மெதுவாக. “அவருக்கு ஏதோ ஆபத்துன்னு நினைச்சேன். புருஷன் குரல் பெண்டாட்டிய எப்படியும் எட்டிடும்” என்றாள் காதருடைய பீவி. உதவி ஆய்வாளர் அவர்களை உற்றுப்பார்த்தார். பிறகு பெருமூச்சுடன் பேசத் தொடங்கினார்.

“இங்க புலியிருந்தா ரொம்ப நேரமா ஒளிஞ்சிருக்காது. அது வெளியில தென்பட்டா சொல்லுங்க. நாங்க உயரதிகாரிகளுக்குத் தெரிவிக்கிறோம். அவங்க வனத்துறைக்குத் தகவல் தருவாங்க. அப்ப மொத்தமா சேர்ந்து வருவோம். அப்படியும் புலி ஒண்ணும் சுலபமா கிடைச்சுடாது. சரியான இடத்துல இரும்புக்கூண்டை வச்சுட்டு ரொம்ப காலமா காத்திருக்கணும். உள்ள ஏத்த இரையை வைக்கணும். புலி வந்தாலும் வரலாம், வராமலும் போகலாம். புலி

தானா தேடி வந்தாதான் பிடிக்க முடியும். அப்புறமும் அதைக் கொல்லக் கூடாது. புலிய பாதுகாப்பா திரும்பவும் காட்டில கொண்டு போய்விடணும். ஒரு தப்பு பண்ணாலும் நடுவுல தப்பிச்சு போயிடும். அதனால யாரும் புலின்னு ஒண்ணிருக்கிறதா நம்பாதீங்க"

உதவி ஆய்வாளர் ஜீப்பில் ஏறி சோர்ந்து உட்கார்ந்தார். கதவை சாத்திக்கொண்டு "எல்லோரும் உடனே வீட்டுக்குப் போய்ப் படுங்க" என்றார் உத்திரவிடுவதை போல். சிவப்பும் நீலமும் கலந்த வெளிச்சத்தை இறைத்தபடி ஜீப் கிளம்பிச் சென்றது. காவலர் துப்பாக்கியைப் பிடித்துக்கொண்டு ஓங்கி சல்யூட் அடித்தார். பிறகு அவரும் காவல்துறை நண்பரும் பின்னால் புறப்பட்டார்கள். வாகனங்களின் சிவப்பு விளக்குகள் தூரத்தில் சென்று மறைந்தன. கூட்டத்தில் சலசலப்பு எழத் தொடங்கியது. வெறும் கதையைச் சொல்லி காதர்பாட்சா பயமுறுத்தியிருக்கிறான். அவர்களுக்கு அதன் முடிவு திருப்தியாக அமையவில்லை. காவல்துறையினர் புலியைத் தேடிப் பார்த்திருக்கலாம். ஒரு காவலரைத் துப்பாக்கியோடு நிறுத்தியிருக்கலாம். அல்லது அப்புறம் கண்டுபிடிப்பதாக வாக்குறுதியளித்திருக்கலாம். அனைவரும் சுவாரசியங்களை இழந்து அவரவர் வீடுகளுக்குத் திரும்பச் சென்றார்கள். அவர்களுக்குத் தூக்கமும் வந்தது. காதரின் மனைவி தன் கணவனைப் பல முறை வீட்டுக்குக் கூப்பிட்டுப் பார்த்தாள். அவன் வராததால் உறங்கிவிழும் குழந்தைகளுடன் வீட்டுக்குத் திரும்பினாள்.

எல்லோரும் சென்றதும் காதர் பாட்சாவும் சிவபாலனும் மட்டும் தனியாக நின்றிருந்தார்கள். இருவரும் சேர்ந்து புகை பிடிக்கத் தொடங்கினார்கள். "நான் புலியிருக்குதுன்னு சொன்னத நம்புறியா?" என்று காதர் கேட்டான். சிவபாலன் "ஆமா, இப்ப எனக்கும் பயமாயிருக்குது" என்றான். இன்னும் விடிவதற்கு நீண்ட நேரமிருந்தது. அவர்கள் விறகுக் கடைக்கு வெளியில் குவித்து வைத்திருந்த மரத்துண்டுகளிலிருந்து இரண்டு நீண்ட கட்டைகளை உருவிக்கொண்டார்கள். பக்கத்திலிருந்த கசாப்புக்கடைக்குள் புகுந்து கறி வெட்டும் பழைய கத்திகளை ஆளுக்கொன்றாகத் தேடி எடுத்துக்கொண்டார்கள். ஆற்றோரமாக எல்லையாயிருந்த தெருமுனைக்குச் சென்று உட்கார்ந்துகொண்டார்கள். இரண்டு பேரும் கைகளில் ஆயுதங்களைப் பிடித்துக்கொண்டு காத்திருக்கத் தொடங்கினார்கள். ஊருக்குள் புலி நுழைந்தால் அதைத் தடுத்துவிடலாம் என்று மிகவும் நம்பிக்கையுடனிருந்தார்கள்.

◆

முடிவற்ற தேடல்

நான் உள்ளூரிலிருந்த பேருந்து நிலையத்தை அடைந்த போது காலை பத்து மணிக்கும் மேலாகி விட்டிருந்தது. அங்கு தலைநகருக்குச் செல்லும் பேருந்துகள் எதிரில் வரிசையாக நின்றிருந்தன. நீண்ட பயணம் போவதற்கு முன்னேற்பாடாக ஒரு தேநீரைக் குடிக்க நினைத்தேன். அப்போது கைபேசி அடிக்கவும் எடுத்தேன். "இப்ப வெளியூருக்குக் கிளம்பிட்டிருக்கேன். அப்புறம் கண்டிப்பா வந்து சரிசெஞ்சி கொடுக்கறேன்" என்றேன். என் தோளில் தொங்கிக்கொண்டிருந்த பையை ஒரு முறை தொட்டுப் பார்த்துக்கொண்டேன். என் கடையைத் தேடிவந்து ஒருவர் கொடுத்த முன் பணம் அதற்குள் பத்திரமாயிருந்தது. அவருடைய கனரகப் போக்குவரத்து அலுவலகத்துக்கு அவசர மாக ஒரு புதிய கணினி தேவையாம். நான் கணினியின் உதிரி பாகங்களை வாங்கி வந்து இணைத்து மென்பொருட்களைப் புகுத்தித் தர வேண்டும். நீண்ட நாட்களுக்குப் பிறகு கிடைத்த நல்ல வேலை. நான் பேருந்து நிலையத்தின் மூலையிலிருந்த தேநீர்க்கடைக்குச் சென்றேன். அதைப் பெரும்பாலும் பேருந்து ஓட்டுநர்களும் நடத்துநர்களும் பயணிகளும் சூழ்ந்திருந்தார்கள். எனக்கு ஓரளவுக்குப் பழக்கமான கடைக்காரருக்கு யாரையும் நிமிர்ந்து பார்க்கவும் நேரமில்லை. நான் தேநீரை வாங்கி வேகமாகக் குடித்து முடித்தேன்.

முதலில் புறப்படத் தயாராக நின்றிருந்த பேருந்தில் ஏறினேன். அது அரசுப் பேருந்தாயிருந் தாலும் மெத்தென்ற உயர இருக்கைகள், அழுக்கில் லாத கண்ணாடி சன்னல்களுடன் புதிதாயிருந்தது.

பேருந்து ஏறக்குறைய நிறைந்துவிட்டிருந்தது. நாலைந்து வரிசைகளைக் கடந்து காலியாயிருந்த இருக்கை ஒன்றில் உட்கார்ந்தேன். பின்புற இருக்கைகளில் மீசை, தாடிகளுடன் அமர்ந்திருந்த கிராமவாசிகளைப் போலிருந்தவர்கள் உரக்கப் பேசிக்கொண்டிருந்தார்கள். முன்புறத்தில் கணவனும் மனைவியும் நடுவில் பையனுடனிருந்தார்கள். எனக்கு அடுத்து சன்னலோரம் மொட்டைத் தலையைத் தடவியபடி ஒருவர் உட்கார்ந்திருந் தார். பக்கத்து வரிசையில் இளம் தம்பதியினர். மனைவியின் தோளில் கணவர் உரிமையுடன் கையைப் போட்டிருந்தார். வேறொரு இருக்கையில் எதையும் கவனிக்காமல் இளைஞன் கைபேசியில் ஆழ்ந்திருந்தான். நான் மடிமேல் பணப்பையை எடுத்து வைத்துக்கொண்டு வெளியில் வேடிக்கை பார்க்க ஆரம்பித்தேன். நானிருந்த பேருந்தை உற்றுப்பார்த்தபடி தடித்த ஓர் ஆள் மூலைக்கடையில் தேநீர் குடித்துக்கொண்டிருந்தார். எதிர் திசைப் பேருந்தில் நிறைய பைகளுடன் ஒரு குடும்பம் சிரமப்பட்டு ஏறுவதைக் காண பாவமாயிருந்தது. ஆவி பறக்க கடலை வண்டி வியாபாரமில்லாமல் மெதுவாக வலம் வந்து கொண்டிருந்தது. பேருந்தின் ஒவ்வொரு சன்னலாக சைகையில் பிச்சையெடுக்கும் ஊமைச்சிறுமி. தடித்த ஆள் பேருந்தில் ஏறி நேராக என் பக்கத்து இருக்கையில் வந்து உட்கார்ந்தார். அவர் என்னிடம் ஏதாவது பேச்சு கொடுத்துவிடக்கூடாது என்று வேறு பக்கம் திரும்பிக்கொண்டேன். என்னை அறியாமல் பணப்பையைக் கெட்டியாகப் பிடித்துக்கொண்டேன். நடத்துநர் விசிலை நீளமாக ஊதினார். பேருந்து நிலையத்தைவிட்டு பேருந்து தயங்கியபடி கிளம்பியது.

முன் பக்கத்திலிருந்து நடத்துநர் வரிசையாகப் பயணச் சீட்டுகளைக் கொடுத்துக்கொண்டு வந்தார். காவல் துறையைச் சேர்ந்தவரைப் போல் கட்டுமஸ்தாயிருந்த அவர் கால்களை அழுத்தமாக ஊன்றி நடந்து வந்தார். தலைநகரத்தின் மையப் பேருந்து நிலையத்துக்கு நான் ஒரு சீட்டு வாங்கிக்கொண்டேன். இரண்டு பக்கத்திலிருந்தவர்களும் அதே இடத்துக்குச் சீட்டுகளை எடுத்தார்கள். அங்குதான் பேருந்து கடைசியாகச் சென்று சேர்கிறது. பேருந்து சீரான வேகத்தில் ஓடிக்கொண்டிருந்தது. மேலே கவிந்த நீல வானம் சன்னல் வழியாகக் கூடவே பயணித்துக்கொண்டிருந்தது. கட்டடங்களும் வயல்வெளி களும் மரங்களும் தட்டாமாலையாகச் சுழன்று பின்னால் மறைந்துகொண்டிருந்தன. தூரத்தில் பிரம்மாண்டமான மலை அசையாது நின்றிருந்தது. வெளியே காட்சிகளை முழுமையாகத் தெரியவிடாமல் சுவர்களைப் போல் பக்கத்து இருக்கைக்காரர்கள் மறைத்திருந்தார்கள். நான் இடைவெளிகளினூடே துண்டு துண்டாகப் பார்த்துக்கொண்டிருந்தேன். அவர்கள் இருவரையும்

தாண்டிக் காற்று வராமல் புழுங்கியது. அவர்களுக்கு நடுவில் காவல் துறையினரால் சிறைக்கு அழைத்துச் செல்லப்படும் கைதியைப் போல் உணர்ந்தேன். இருவரும் ஒருவருக்கொருவர் அறிமுகமற்றவர்களாகத்தானிருப்பார்கள். என்றாலும் அவர்கள் சேர்ந்து என் பணத்தைப் பிடுங்க திட்டமிட்டிருப்பதுபோல்பட்டது. என்னிடம் பெருந்தொகையிருந்ததால் அப்படித் தோன்றுகிறது என்றும் நினைத்துக்கொண்டேன். நான் காரணமில்லாமல் யாரையும் சந்தேகிக்கக் கூடாது என்று சொல்லிக்கொண்டேன்.

நான் தோளில் தொங்கிய பையை அனிச்சையாகத் தடவினேன். உள்ளே பணம் பொதிந்திருந்த பாலித்தின் உறை கைகளில் வழுவழுப்பாகப்பட்டது. நான் வாடிக்கையாளர்கள் தரும் பணத்துடன் பயணிக்கையில் மிகவும் எச்சரிக்கையோ டிருப்பேன். நடுவில் சிறிதும் கண்ணயர மாட்டேன். அப்படி ஏமாந்த முகங்களைப் பத்திரிகைகளிலும் தொலைக்காட்சி களிலும் நிறைய கண்டிருக்கிறேன். அவை என் நினைவில் எப்போதும் மறையாதிருக்கும். யாரைப் பார்த்தாலும் என்னை ஏய்க்க வந்தவர்களாயிருக்கலாம் என்று சந்தேகமாயிருக்கும். இம்முறை என்னுடைய பயம் இன்னும் கூடுதலாயிருந்தது. என் மிகையான நடவடிக்கைகளால் பெரும் பணமிருப்பதை நானே வெளிப்படுத்திக்கொண்டுவிடுவேன் போலிருந்தது. நான் மிகவும் இயல்பாக இருப்பதைப் போல் நடிக்கவேண்டும். நான் ஒரு சாமான்யன். என்னைக் கொலை செய்தாலும் பணம் எதுவும் கிட்டாது. ஒரு கையைத் தூக்கி அலட்சியமாகப் பையின் மேல் வைத்துக்கொண்டேன். பக்கத்து இருக்கையிலிருந்தவர் தலை கவிழ்ந்து அமைதியான முகத்துடன் தூங்கிக்கொண் டிருந்தார். அவர் இறந்துவிட்டவரைப் போன்றுமிருந்தார். அப்படி உறங்க முடிவது பெரிய கலை என்று நினைத்துக்கொண்டேன். சன்னலோரம் உட்கார்ந்திருந்தவர் ஆழ்ந்த யோசனையில் வெளியே உற்றுப்பார்த்துக்கொண்டிருந்தார்.

இதற்கும் முன்னால் சில முறை கணினிகள் வாங்குவதற்காகப் பணத்தை சுமந்துகொண்டு பேருந்துகளில் பயணித்திருக்கிறேன். ஆரம்பக் காலங்கள் மிகவும் கொடூரமானவை. பேருந்தில் உட்கார்ந்திருக்கையில் பாதுகாப்பான உணர்விருப்பது போலிருக் கும். நம்முடன் நீண்ட நேரம் சேர்ந்து பயணிப்பவர்கள் அறிமுக மான சொந்த ஊர்க்காரர்களைப் போலாகிவிடுகிறார்கள். சென்று சேரும் பெருநகரத்தில் உயிர் பிழைப்பதற்காக எதையும் செய்யும் அன்னியமான பலர் வாழ்ந்துகொண்டிருக்கிறார்கள். அவர்கள் நினைத்தால் சுலபமாக யாரையும் ஏமாற்றிவிடலாம். உங்களால் அதைத் தவிர்க்க முடியாது. கடைசியில் நாம் இலக்காக மட்டும் எஞ்சியிருப்போம். நெரிசலான நகரப் பேருந்திலேறி

மின்னணுப்பொருட்கள் விற்கும் கடையை அடையும்வரை எனக்குப் பதற்றமாயிருக்கும். பிறகும் கடைக்காரர் வாங்கிய பணத்தை இல்லையென்று சொல்வாரென்று அச்சம். கொடுத்த பொருள் போலியாயிருக்குமென்று பயம். நாலைந்து முறை போய்வந்ததும் பழகிவிட்டது. மிகவும் இயல்பாயிருப்பதைப் போல் காட்டிக்கொள்வேன். ஒரு தரம் மெனக்கெட்டு பணத்தைக் கேட்புக் காசோலையாக மாற்றி எடுத்து வந்தேன். அதற்கு விதிக்கப்பட்ட கட்டணம் எனக்குப் பெரிய இழப்பாகிவிட்டது. மேலும், பொருட்களை விற்பவருக்கு நேரடியாகப் பணத்தைக் கையில் வாங்குவதில்தான் விருப்பமிருக்கிறது. எதிர்காலத்தில் முழுமையான பணமில்லாப் பரிமாற்றம் சிறிது பாதுகாப்பா யிருக்கலாம். அப்போது பணம் பொருளற்றதாகிவிடும். அது எப்போது வேண்டுமானாலும் காணாமல்போய்விடலாமென்ற பீதியிருக்கும். இந்தக் கணினிகளின் உலகில் காசில்லாமல் கணினிகளைப் பெற முடியாது. அவை யாரையும் நம்புவதில்லை. அதற்குக் கடுமையான உத்திரவாதங்கள் வேண்டும்.

என்னையறியாமல் அரைத்தூக்கத்தில் ஆழ்ந்துவிட்டிருந்தேன். “வண்டி பத்து நிமிஷம் நிற்கும்” என்ற அறிவிப்பு குரல் அசரீரி போல் கேட்டது. அத்துவான வெளியில் ஓர் உணவுவிடுதி யின் எதிரில் பேருந்து நின்றிருந்தது. நான் பையைக் கவனமாக எடுத்துக்கொண்டு இறங்கினேன். அங்கிருந்த பேருந்துகளெல் லாம் ஒரே தோற்றத்திலிருந்தன. நான் பயணித்த பேருந்தின் எண்ணை ஞாபகம் வைத்துக்கொள்ள முயன்றேன். தூரத்தில் சிறைக்கொட்டடியைப் போலிருந்த சிறுநீர்க் கழிப்பிடத்தை நோக்கிச் சென்றேன். அதனுள்ளே அரையிருட்டு சூழ்ந்திருந்தது. எல்லாத் தடுப்புகளிலும் ஆட்கள் சிறுநீர் கழித்துக்கொண்டும் பின்னால் காத்துக்கொண்டுமிருந்தார்கள். சிறிது நேரத்தில் ஒருவர் நகர்ந்ததும் அந்த இடத்தில் வேகமாக நுழைந்தேன். எனக்கு முன்பு நின்றிருந்தவர் கோபமாக முறைத்தார். அவர் கன்னத்தில் கருப்பு மருவுடன் பழைய திரைப்பட வில்லனைப் போலிருந்தார். நான் மன்னிப்பு கோருவதைப்போல் தலையசைத்தேன். அங்கு பேருந்துகளின் பயணிகள் ஒன்றாகக் கலந்திருந்தார்கள். ஒருவரையொருவர் இடித்துக்கொள்ளுமளவு நெரிசல். என் பணம் இழக்கப்படுவதாயிருந்தால் அது பாதுகாப்பற்ற இந்த இடத்தில்தானிருக்க வேண்டும். மிகவும் பதற்றத்துடன் பையை மார்போடு அணைத்துக்கொண்டேன். சிரமத்துடன் சிறுநீர் கழித்து முடித்தேன். அங்கிருந்து வெளியேறுகையில் சிறிது ஆசுவாசமாயிருந்தது.

என் பக்கத்திருக்கைக்காரர்கள் கடையில் ஒன்றாக தேநீர் குடித்தபடி பேசிக்கொண்டிருந்தார்கள். அவர்களுக்குள்

பழக்கமில்லை என்று கருதியது தவறு. நான் அவர்களுக்கு எட்டாத தூரத்தில் மறைவாக நின்றேன். இருவரும் என் பணத்தைக் கொள்ளையடிக்கத்தான் திட்டமிடுகிறார்கள். அதை ஒரு கணமும் தாமதிக்காமல் செய்ய விரும்புவதாகத் தோன்றியது. பிறகு அவர்களுக்குத் தப்பிக்க வேறு நல்ல சந்தர்ப்பம் கிடைக்காமல் போய்விடலாம். பேருந்து கிளம்பும்வரை ஓரிடத்திலும் நிற்காமல் பயணிகள் கூட்டத்தில் சுற்றினேன். நான் வெற்றியடைந்துவிட்டதாக எண்ணிச் சிரிப்புகூட வந்தது. வேண்டுமென்றே பேருந்தில் கடைசி ஆளாக ஏறினேன். பேருந்தின் படியில் காத்து நின்றிருந்த நடத்துநர் கதவைத் திடுக்கிடும்படி அறைந்து சாத்தினார். என்னுடைய நடவடிக்கைகளில் பக்கத்திருக்கைக்காரர்கள் திகைப்படைந்திருந்தார்கள். வேறு காலியிருக்கைக்காகப் பேருந்து முழுவதும் நோட்டமிட்டேன். அதிர்ஷ்டவசமாகக் கடைசியில் நீண்டிருந்த அறுவர் இருக்கையில் ஐந்து பேர் பரவி உட்கார்ந்திருந்தார்கள். நான் அருகில் சென்று நின்றதும் நகர்ந்து நடுவில் இடம்விட்டார்கள். கிடைத்த இடைவெளியில் புன்னகையுடன் அமர்ந்தேன். முன்பு பக்கத்து இருக்கைக்காரர்களாக இருந்தவர்களை நினைக்கப் பாவமாயிருந்தது.

இப்போது பக்கத்திலிருந்தவர்கள் குனிந்து தங்களுக்குள் மெதுவாகப் பேசிக்கொண்டார்கள். நெருங்கிய உறவு முறை வார்த்தைகள் அடிபட்டன. அவர்கள் மூவரும் உறவினர்களாக அல்லது நண்பர்களாயிருக்கலாம். நான் புகுந்து பிரித்துவிட்டிருக்கிறேன். விலகி இடம் கொடுத்தது அவர்கள் தவறு. இருக்கையின் கடைசியில் இருபுறமுமிருந்த பதின்வயது சிறுவர்கள் வேறு மாநிலத்தவர்கள். இருவரும் ஒரே போல் நீண்ட தலைமயிர்களுடனும் வாயில் எதையோ மென்றும்கொண்டிருந்தார்கள். அவர்கள் ஆவலுடன் வெளியில் வேடிக்கை பார்த்துக்கொண்டிருந்தார்கள். இவர்களைப் போன்றவர்கள் நூதனக் கொள்ளைகளில் கை தேர்ந்தவர்களென்று வதந்தி உலவுகிறது. நாம் மிகவும் எச்சரிக்கையாயிருக்க வேண்டும். எனக்கு நாடக அரங்கின் கடைசி வரிசையில் அமர்ந்து பார்த்துக்கொண்டிருப்பதைப் போலிருந்தது. நான் இருக்கையில் சலிப்புடன் சாய்ந்தேன். உண்மையில் இங்குதான் வசமாக சிக்குண்டிருக்கிறேன். மீண்டும் பழைய இருக்கைக்குத் திரும்பிப் போய்விட விரும்பினேன். ஆனால் அது அகௌரவம் என்று பட்டது.

எனக்குள் மானசீகமான மற்றொரு போட்டி ஆரம்பமானது. கணினி வாங்கிவர முழுத்தொகையையும் தந்த முகம் எனக்குள் எழுந்தது. நான் மிகவும் தன்னுணர்வோடிருக்கிறேன். என்னை

ஏமாற்றுவது கடினம் என்று எண்ணியபடி வெளியில் வேடிக்கை பார்க்கத் தொடங்கினேன். கீழே விழுந்துவிடலாம் போல் மடிமேல் பணப்பையை வைத்துக்கொண்டேன். அதற்கும் எனக்கும் தொடர்பில்லை என்பதைப் போலவும், முடிந்தால் எடுத்துக்கொள்ளுங்கள் என சவால் விடுப்பதைப் போலவும், அமைதியாய்க் கைகளைக் கட்டி உட்கார்ந்திருந்தேன். பணம் ஒரு தூண்டில் புழுவைப் போல. கள்வர்கள் நீங்கள் அதைக் காவ வருகையில் நான் அம்பலப்படுத்துவேன். என் நிம்மதியைக் குலைக்கும் உங்களைக் கையும் களவுமாகப் பிடித்துச் சக பயணிகள் முன்னால் நிறுத்துவேன். அவர்கள் ஒத்த மனதுடன் விரும்பினால் காவல்துறையிடம் ஒப்படைப்பேன். இல்லையெனில் பெருந்தன்மையுடன் மன்னித்துவிட்டு விடுவேன்.

இருக்கையின் இருபுறமுமிருந்த சிறுவர்கள் அவ்வப்போது கண்களால் பேசிக்கொண்டிருந்தார்கள். அவர்கள் நீண்டநாள் கூட்டாளிகளாயிருக்கலாம். என் பணப்பையை அபகரித்துச் செல்ல விரும்புகிறார்கள். நான் சன்னலில் வேடிக்கை பார்த்தேன். தூரத்தில் தாழ்ந்த மா மரத்தடியில் ஒருவர் கயிற்றுக் கட்டிலில் படுத்திருந்தார். அவர் இயற்கையை அனுபவித்து உறங்கிக்கொண் டிருப்பதாகத் தோன்றியது. ஒரு கணம் பொறாமை எழுந்தது. எனக்குப் பக்கத்திலிருந்தவர்களை உற்றுப் பார்த்தேன். அவர்கள் என் கண்களைச் சந்திக்க விரும்பாமல் திரும்பிக்கொண்டார்கள். இடது புறமிருந்தவர் கை இருக்கைப்பிடியில் படாமல் அந்தரத்தில் உயர்ந்திருந்தது. அது அவருடைய கட்டுப்பாட்டையிழந்தது போல் தானாகத் துடித்துக்கொண்டிருந்தது. அவரால் ஒரு மழுப்பலான புன்னகையைக்கூட என்னை நோக்கி வீச முடியவில்லை. அவர் மீது இரக்கம் எழுந்தது. மீண்டும் பையைப் பாதுகாப்பாகப் பற்றிக்கொண்டு வெளியில் பார்க்கத் தொடங்கினேன். இந்தப் பணம் என்னுடையதல்ல என்று எல்லோருக்கும் கேட்கும்வண்ணம் கத்த வேண்டும் போலிருந்தது.

சட்டைப்பையிலிருந்த கைபேசியை எடுத்து உயிர்ப்பித்தேன். அதில் கொட்டிக்கிடந்த தகவல்களிலும் கேளிக்கைகளிலும் எனக்கு எதுவும் சுவாரசியமில்லை. ஆனாலும் அதைக் கொஞ்ச நேரம் நோக்கிக்கொண்டிருந்ததில் ஆறுதலாயிருந்தது. இந்த நேரத்தில் ஏதாவது ஒரு நிறுவனத்தின் விளம்பர அழைப்பாவது வந்தால் எனக்குப் பேச்சுத் துணையிருக்கும் என்று நினைத்தேன். மிகப் பழைய வாடிக்கையாளர் ஒருவரைத் தேடிக் கூப்பிட்டேன். நானாக, “எல்லாம் நல்லாப் போவுதா? எந்தப் பிரச்சினையானாலும் சொல்லுங்க, உடனே வந்து பாக்குறேன் . . .” என்றேன். அந்த வாடிக்கையாளர் மிகவும் மகிழ்ச்சியடைந்தார். இன்னும் நிறையப் பேருக்குக் கணினி மீதான

பயம் நீங்கவில்லை. அதை மிகவும் மதிப்புக்குரிய பொருளாகவும் எட்டாக்கனியாகவும் கருதுகிறார்கள். அதுதான் என்னைப் போன்றவர்களுக்குப் பலம். நான் மற்றொருவருடன் பேசிவிட்டதில் என் அக்கம்பக்கத்திருக்கைக்காரர்கள் சங்கடத்தில் நெளிந்தார்கள். இப்போது எங்கள் நடுவில் வேறொருவர் பிரசன்னமாகிவிட்டார். நான் போகுமிடத்தை அடைய இன்னும் நீண்ட தூரமிருந்தது. அதுவரை கைபேசியில் பேசிய மனிதரின் மறைமுக இருப்பில் கொஞ்சம் பாதுகாப்பு கிடைக்கும். நான் நிம்மதியுடன் கண்களை மூடிக் கொண்டேன். பேருந்திலிருந்து இறங்கியதும் விரைவாகக் கணினியை வாங்கிக்கொண்டு திரும்பிட வேண்டும் என்று தீர்மானித்துக்கொண்டேன்.

யாரோ கூப்பிட்டதைப் போல் தோன்றியதால் விழித்துக் கொண்டேன். நான் யார், எங்கிருக்கிறேனென்று ஒரு கணம் புரியவில்லை. என்னைப் பயணக்களைப்பும் தூக்க மயக்கமும் அழுத்தியிருந்தன. திடீரென்று காய்ச்சல் வந்துவிட்டது போலிருந்தது. நாக்கு வறண்டு நெஞ்சடைத்தது. எனக்கு ஏதோ நடந்துவிட்டிருக்கிறது. நான் உட்கார்ந்திருந்த பேருந்து பரந்த பேருந்து நிலையத்துக்குள் நுழைந்துகொண்டிருந்தது. எங்கோ அலைகள் குமுறும் மெல்லிய ஓசை எழுந்தது. தலைநகரின் எந்த மூலையிலிருந்து உற்றுக் கேட்டாலும் கடல் ஓயாது ஒலிக்கும். அதற்கு மேல் மூடியிருக்கும் பல விதமான சப்தங்களைக் களைய வேண்டும். எல்லோரும் பரபரப்பாகப் பேருந்திலிருந்து இறங்கிக்கொண்டிருந்தார்கள். சக பயணிகளை என்னால் அடையாளம் காண முடியவில்லை. நான் இருக்கையிலிருந்து எழ முடியாமல் திணறினேன். எண்ணங்கள் ஒன்றோடொன்று குழம்பித் தவித்துக்கொண்டிருந்தன. பேருந்து முழுவதும் வெறுமையாகிவிட்டது. நான் சிரமத்துடன் எழுந்து ஒவ்வொரு இருக்கையாகப் பிடித்தபடி மெதுவாக நடந்தேன். கவனமாகப் படிகளில் அடியெடுத்துவைத்துக் கீழே இறங்கினேன்.

பேருந்து நிலையத்தில் தட்டுத்தடுமாறியபடி சிறிது தூரம் சென்றேன். அதற்குள் தாள முடியாத சோர்வேற்பட்டது. வாகனங்களும் மனித உருவங்களும் என் மேல் மோதுவதைப் போல் நெருங்கி வந்தன. நான் அவற்றிலிருந்து தப்பிக்க நடைபாதை மேடையிலேறி உட்கார்ந்தேன். பக்கத்திலிருந்த கால்வாயில் சாக்கடை நீர் அமைதியாக ஓடிக்கொண்டிருந்தது. இறந்த உடல்களைப் போல் பிளாஸ்டிக் பொருட்கள் மேலே மிதந்துகொண்டிருந்தன. அருகில் பாலித்தின் விரிப்புகளாலும் தகரங்களாலுமான சிறு வீடுகள் நிறைந்திருந்தன. அவை குகைகளைப் போல் இருண்டிருந்தன. சுற்றிலும் பலர் நடமாடிக்கொண்டிருந்தார்கள். வெளியே அடுப்புகள் கரிந்து

புலி உலவும் தடம்

புகைந்துகொண்டிருந்தன. அங்கு பூக்களும் மீன்களும் வேர்வையும் ஒன்றாகக் கலந்த வாசனை வீசியது. இது தலைநகரத்தினுடைய பிரத்யேக மணம். என் பயணம் முடிந்துவிட்டிருக்கிறது. நான் கனவு கண்டுகொண்டிருக்கவில்லை. எப்போதோ மையப் பேருந்து நிலையத்தை அடைந்துவிட்டிருக்கிறேன். உடனே எழுந்துகொள்ள நினைத்தேன். என்னுடைய கை கால்கள் அசைக்கவியலாமல் மரத்திருந்தன. என்னால் யாரையும் அழைக்க முடியவில்லை.

நான் சிறிது ஓய்வெடுக்கலாமென்று நடைபாதையில் கண்களை மூடி படுத்தேன். என் பக்கத்தில் பெரியவர் ஒருவர் வந்து உட்கார்ந்து தொட்டுப் பார்த்து “என்னாச்சுப்பா ஓடம்புக்கு?” என்றார். இரண்டு மூன்று பேர் சுற்றி நின்று என்னை வேடிக்கை பார்த்தார்கள். “கொஞ்சம் குடிக்கத் தண்ணி குடு” என்றார் ஒரு பெண்மணி. நசுங்கிய பிளாஸ்டிக் பாட்டிலிலிருந்து புகட்டப் பட்ட நீரை இரண்டு மூன்று வாய் பருகினேன். ஒவ்வொரு மிடறும் உயிரோடையைப் போல் உடலெங்கும் பரவியது. எனக்கு அப்போதுதான் என்னுடைய தோள் பையின் ஞாபகம் வந்தது. அதிலிருந்தது நான் வாழ்க்கை முழுவதும் முயன்றாலும் சம்பாதிக்க முடியாத பெருந்தொகை. எழுந்து சுற்றும் முற்றும் பார்த்தேன். தொலைவில் சமிக்ஞை விளக்கின் கீழ் வாகனப் போக்குவரத்து சுழித்துச் சென்றுகொண்டிருந்தது. வெளியூர்ப் பேருந்துகள் ஒன்றன் பின்னொன்றாக இரயில் பெட்டிகளைப்போல் நிலையத்துக்குள் நுழைந்துகொண்டிருந்தன. அவற்றிலிருந்து கொட்டப்பட்டுக்கொண்டிருந்த வெளியூர் ஜனங்கள். பின்னால் நெடிதுயர்ந்த மூடுண்ட கட்டடங்கள். சன்னல் கண்ணாடி களில் மிதக்கும் வெண்மேகங்களின் பிம்பங்கள். பாதைகளில் தனித்தனியாக நின்றிருந்த மரங்கள் காற்றில் மெதுவாகத் தலையசைத்தன.

முதலில் நான் கீழே குனிந்து உட்கார்ந்திருந்த இடத்தில் தேடினேன். பிறகு அர்த்தமில்லாமல் என் மேல் சட்டை, கால் சட்டைப்பைகளில் துழாவினேன். சில முகவரி அட்டைகளும் விற்பனைச் சீட்டுகளும் தேவையில்லாத துண்டுக் காகிதங்களும் கிடைத்தன. நடுவில் ஒரு பத்து ரூபாய் நோட்டிருந்தது. கருணை யாலும் கண்டுபிடிக்க முடியாததாலும் அது மட்டும் மீந்து நின்றிருக்கலாம். அணைந்திருந்த கைபேசியை எடுத்து அழுத்திப் பார்த்தும் வேலை செய்யவில்லை. நான் தோற்றுப் போயிருக்கிறேன். என் கையில் வைத்திருந்த பை காணாமல் போய்விட்டிருக்கிறது. நடுவில் மாயத்தைப் போல் ஏதோ நிகழ்ந்தேறியிருக்கிறது. என் பயணத்தில் பாத்திரங்களாகி யிருந்த முகங்கள் ஒவ்வொன்றும் நினைவில் எழுந்தன. தேநீர்க் கடைக்காரர், நடத்துநர், வெவ்வேறு பக்கத்திருக்கைக்காரர்கள்,

நடைபாதை பெரியவர் என்று வரிசையாகத் தோன்றி மறைந்தார்கள். அவர்கள் மேல் எவ்விதக் குற்றமுமில்லை. பணம் தொலைந்து போனதற்கு நான் மட்டும்தான் காரணம். உண்மையில் காணாமலாகிவிட்டது வாழ்வதற்கான என் தகுதிதான்.

என்னைப் பெரியவர் தொடர்ந்து பார்த்துக்கொண்டிருந்தார். அவருடைய பழுத்த கண்கள் எதையும் அறிய முடியாதவாறு வெறுமையாயிருந்தன. அவர் என்னுடைய பணப் பையைக் களவாடியிருக்கலாம். அதை வெளியில் சொல்ல முடியாது. என்னால் தேடிக் கண்டுபிடிக்கவும் இயலாது. நான் பெரியவரிடம் பணம் தொலைந்துவிட்டதை முழுமையாகச் சொன்னேன். பெரியவர் நிதானமாக பீடி ஒன்றைப் பற்ற வைத்துக்கொண்டார். "இது அப்படியொன்னும் பெரிய பணம் இல்லப்பா..." என்றார். நான் வெட்கித் தலைகுனிந்து அமர்ந்திருந்தேன். எனக்கு இது பெரும்தொகைதான். அதைத் திரும்ப அடைவதைப் பற்றி என்னால் கற்பனையும் செய்ய முடியவில்லை. அதற்காக ஆயிரக்கணக்கில் கணினிகளைக் கையாள வேண்டும். எண்ணற்ற வாடிக்கையாளர்களைத் தேட வேண்டும். மறுபடியும் முதலிலிருந்து தொடங்க வேண்டும்.

நான் பெரியவருடைய முகத்தை உற்றுப் பார்த்தபடி "எப்படிப் பணம் காணாம போயிருக்கும்?" என்றேன். "அதெல்லாம் எனக்குத் தெரியாது. தினமும் உன்ன மாதிரி எத்தனையோ பேரு வர்றாங்க. என்னென்னவோ தொலைஞ்சி போனதா சொல்றாங்க..." என்றார் பெரியவர் சாதாரணமாக. அவருடைய பெரும் வாழ்க்கையில் நான் வெறும் குமிழி. நான் எழுந்து நின்று அவரிடம் விடைபெற்றேன். தூரத்தில் பரபரத்துக்கொண்டிருந்த பெரிய சாலையை நோக்கி மெல்ல நடந்தேன். எனக்குத் தலை சுற்றியதால் தலைநகரமும் சுழன்றுகொண்டிருந்தது போலிருந்தது. ஒரு சிறிய கடையில் தேநீர் குடித்தேன். அங்கு இதற்கு முன்னால் கணினி வாங்க பேருந்துக்காகக் காத்திருக்கையில் ஓரிரு முறை வந்திருக்கிறேன். பழகிய முகம் ஏதாவது தட்டுப்படுகிறதா என்று வீணாக ஆராய்ந்தேன். எல்லோரும் தேநீர் குடிப்பதில் முனைந்திருந்தார்கள். தேநீர்க்கடைக்காரர் தலையுயர்த்தாமல் மீதிச் சில்லறையை எண்ணித் தந்தார். அவரிடம் கொஞ்சம் பணத்தைக் கடனாகக் கேட்க நினைத்தேன். எனக்கு நிகழ்ந்தவற்றை யெல்லாம் விவரிக்க வேண்டும். நான் பேசாமல் கணினி விற்கும் கடை முகவரி அட்டையை நீட்டினேன். அவர் "இப்படியே நேராப் போகணும்..." என்று எதிர்ப்புறம் கையைக் காட்டினார்.

மாநகரப் பேருந்துகள் பயணிகள் வழிய சென்றுகொண் டிருந்தன. சிறிதும் இடைவெளியில்லாமல் பல தரப்பட்ட வாகனங்கள் ஓடிக்கொண்டிருந்தன. சுற்றிலும் பாதசாரிகள்

அவசரமாக நடந்துகொண்டிருந்தார்கள். எனக்கு நேர்ந்ததை அவர்களில் ஒருவரையாவது நிறுத்தி சொல்லிவிட நினைத்தேன். அவரால் முழுமையாகக் கேட்க முடியாவிட்டாலும் பரவாயில்லை. இந்தப் பெரும் கூட்டத்தில் எனக்குத் தெரிந்த ஒருவர் கூட இல்லை. நான் வெறுமனே வேடிக்கை பார்க்கத் தொடங்கினேன். வணிக நிலையங்களின் பெயர்ப்பலகைகள் பல வண்ணங்களில் பளபளத்தன. கண்ணாடிகளுக்குள் ஜவுளிக்கடைப் பொம்மைகள் அணிந்திருந்த விலையுயர்ந்த ஆடைகள் மின்னின. தங்க நகைக்கடைகள் சொர்க்கங்களைப் போல் தோன்றின. பல வித உணவுகளின் படங்களுடன் பரந்திருந்த உணவுவிடுதிகள். என்னுடைய பசியும் களைப்பும் மெல்ல மறைந்துகொண்டிருந்தன. சாலையோரங்களில் உயர்ந்து நின்றிருந்த கம்பங்களில் விளக்குகள் சுடரத் தொடங்கின. கீழே நிழல்கள் நீக்க முடியாதவை போல் தேங்கியிருந்தன. அவற்றில் பலர் அடையாளங்கள் தெரியாமல் நடமாடிக்கொண்டிருந்தார்கள். பணத்தைத் திருடியவர்கள் என்னைக் கண்காணித்துக்கொண்டிருக்கலாம். ஒரே சாட்சியான என்னைத் திட்டமிட்டு அழித்துவிடுவார்களென்று பயந்தேன். இனிமேல் என்னிடம் இழப்பதற்கு எதுவுமில்லை என்றும் தோன்றியது.

நீண்ட நடையில் தாள முடியாமல் கால்கள் நோவெடுத்தன. நான் நடைபாதை நடுவில் குத்துக்கால்களிட்டு உட்கார்ந்தேன். என்னைச் சுற்றி வளைத்துப் பலர் சென்றுகொண்டிருந்தார்கள். அவர்கள் என்னைப் பொருட்படுத்தவில்லை. நான் சற்று ஓய்வெடுத்துக்கொண்டேன். எப்படியாவது தொலைந்ததைக் கண்டுபிடித்து விடலாமென்ற நம்பிக்கையுடன் மீண்டும் எழுந்தேன். கணினிக்கடைகளின் வளாகத்தை அடைகையில் மூடுகிற நேரம் நெருங்கிக்கொண்டிருந்தது. இரண்டு பக்கமுமிருந்த கடைகள் ஒரே மாதிரியாகத் தோற்றமளித்தன. ஒவ்வொன்றையும் வாடிக்கையாளர்கள் சூழ்ந்து நின்றிருந்தார்கள். கணினிப் பெட்டிகளும் திரைகளும் உதிரிப் பாகங்களும் பொருட்களும் பாதைகளை அடைத்திருந்தன. மின்னணுச் சாதனங்களால் மட்டுமான ஓர் உலகில் பிரவேசித்ததைப் போலிருந்தது. விற்பனையாளர்களும் கணினிகளால் இயக்கப்படுபவர்களைப் போலிருந்தார்கள்.

எனக்குப் பழக்கமான விற்பனைக் கடையில் நாலைந்து பேர் நின்றிருந்தார்கள். அங்கும் கணினிப் பொருட்கள் நிரம்பியிருந்ததால் நாற்காலிகளுக்கு இடமில்லை. உரிமையாளர் நின்றவாறு கணினிகளை எடுத்துக் காட்டிக்கொண்டிருந்தார். அந்த இடத்தை நெருங்கியதும் என் கால்களின் வலி மிகவும் அதிகமாகியது. அப்படியே ஒரு கணினியின் மேல் உட்கார்ந்துவிடத்

தோன்றியது. உரிமையாளர் என்மேல் லேசான புன்சிரிப்பை வீசினார். நான் பதிலுக்குப் புன்னகைக்க முயன்றேன். அழுகை முட்டி வர பித்துப் பிடித்தவனைப் போல் கூற ஆரம்பித்தேன். மற்றவர்களைப் பற்றிக் கவலைப்படவில்லை. முதலிலிருந்து கடைசி வரை முழுமையாக விளக்கி முடித்தேன். "எப்படிப் பணம் தொலைஞ்சதுன்னு தெரியலை..." என்றேன். பிற வாடிக்கையாளர்கள் சற்று அனுதாபம் காட்டுவதைப் போல் மௌனமாயிருந்தார்கள். உரிமையாளர் சம்பந்தமில்லாதவரைப் போல் நின்றிருந்தார். அந்த முகத்திலிருந்து எதையும் கண்டு பிடிக்க முடியவில்லை. அவரிடம் "வீட்டுக்குப் போறதுக்குக் கொஞ்சம் பணம் கொடுங்க. அப்புறமா வந்து திருப்பித் தந்திடறேன்" என்றேன். அவர் கணினியையும் கடனாகத் தருவார் என்று எதிர்பார்த்தேன். உரிமையாளர் தயக்கத்துடன் மற்றவர்களைத் திரும்பிப் பார்த்தார். பிறகு மேசை இழுப்பறையிலிருந்து சில ரூபாய்த் தாள்களை எடுத்துத் தந்தார். அவருக்குக் கடன் கொடுப்பதை தவிர வேறு வழியிருக்கவில்லை.

நான் மீண்டும் மையப்பேருந்து நிலையத்துக்குச் சென்றேன். எதிர்ப்பட்ட ஒரு பேருந்திலேறி இறக்கி விடப்பட்டேன். அது பணிமனைக்குச் செல்கிற பேருந்து என்று சொல்லப்பட்டது. அப்போதுதான் கிளம்பிக் கொண்டிருந்த பேருந்தில் ஓடி ஏறிக் கொண்டேன். அங்கங்கே இருக்கைகளில் பயணிகள் தூக்கக் கலக்கத்துடனிருந்தார்கள். ஒருவர் கால் நீட்டிப் படுத்திருந்தார். நடத்துநர் சீட்டைக் கொடுத்துவிட்டு முன்புறம் சென்றார். பேருந்து முழுவதும் அரையிருட்டு சூழ்ந்திருந்தது. நான் தனியாக ஓர் இருக்கையில் உட்கார்ந்திருந்தேன். முன்புற, பின்புற இருக்கைகளிலும் யாருமில்லை. வெளியே முழுவதுமாக இருண்டிருந்தது. ஓரிரு விளக்குகள் கூட கண்ணில்படவில்லை. என்னிடமிருந்து பெரும் பணம் எவ்விதத் தடயமுமில்லாமல் களவாடப்படிருக்கிறது. ஒருவேளை அதை என்னை அறியாமல் தொலைத்திருக்கலாம். நான் வெறும் பையுடனும் கிளம்பி யிருக்கலாம். அப்போது எனக்கு நானே பேசிக்கொண்டிருந்ததை உணர்ந்தேன். என் வார்த்தைகள் திரும்பவும் காதில் ஒலித்தன. அவற்றைப் பேருந்து ஓடும் சப்தத்தில் யாரும் கேட்டிருக்க மாட்டார்கள். என்னைப் பசியிலும் சோர்விலும் மறுபடியும் தூக்கம் ஆட்கொண்டது.

நான் ஆரம்பத்தில் ஏறிய பேருந்து நிலையத்தை மீண்டும் வந்தடைந்தேன். ஒரு முழு வட்டத்தைச் சுற்றியது போலிருந்தது. இன்னும் புறப்படாமல் அதே இடத்திலும் காலத்திலும் நிற்பதைப் போலவும் தோன்றியது. நான் ஒரு கணத்தையும் தாமதிக்க விரும்பவில்லை. முதலில் கணினி வாங்குவதற்காக

முன் பணம் தந்திருந்த வாடிக்கையாளரிடம் சென்றேன். நேராகப் பேருந்திலிருந்து வந்தது தெரிய வேண்டும். அவர் கேட்டிருந்த கணினியின் விலை முழுதாக நினைவிலில்லை. அவர் கொடுத்த தொகையும் தெளிவாக ஞாபகமுமில்லை. அனைத்தையும் அவரிடம் விசாரித்துத் தெரிந்துகொள்ளலாம். அந்த வாடிக்கையாளர் யார் என்பதைப் போல் என்னைப் பார்த்தார். அவர் கேட்கும் முன்னால் நடந்தவற்றை முழுவது மாக சொன்னேன். எனக்கு எல்லாமும் மனப்பாடமாகி விட்டிருந்தது. அவர் குறுக்கிடாமல் பொறுமையுடன் கேட்டுக் கொண்டிருந்தார். பிறகு சற்று நேரம் ஆழ்ந்து யோசித்தார். எண்ணெய்க் குவளைகளும் மசகுப் பொட்டலங்களும் நிறைய கோப்புகளுமிருந்த அலமாரியை நோட்டமிட்டார். அவர் தொழிலுக்குக் கணினி மிகவும் அவசியமான ஒன்று. அது அந்தஸ்துக்காகவாவது வேண்டும். மீண்டும் என் பக்கம் திரும்பினார். “நான் உங்களைச் சந்திக்கவேயில்லை, உங்ககிட்ட எதையும் கேட்கலை. அதுக்கு முன் பணம் கொஞ்சமும் கொடுக்கலை” என்றார்.

நான் திடீரென்று ஏற்பட்ட திருப்பத்தால் திகைத்தேன். என் தலைமயிரைப் பிய்த்துக்கொள்ளலாம் போல் தோன்றியது. தெருவில் இறங்கி கண் காணாத இடத்துக்கு ஓடிவிடலாம் என்று நினைத்தேன். அவர் கூறியதற்கு உரிய பதிலைத் தேடினேன். “நீங்க தந்த பணம்தான் எங்கிட்டேயிருந்து திருடு போனது. அதனால தொலைச்சவன் நானாயிட்டேன் ...” என்றேன். அவர் “அது உங்க சொந்த பணமா கூட இருக்கலாம் இல்லியா . . .” என்றார். அவர் என்மேல் இரக்கப்பட்டுதான் தான் பணம் கொடுக்கவில்லை என்று சொல்கிறார் என்றுபட்டது. அவர் என்னைத் திட்டியிருந்தால் கூட பரவாயில்லை. நான் மிகுந்த அவமானத்தால் குன்றியபடி எழுந்து நின்றேன். “நான் தொலைச்ச பணத்தைத் தேடப்போறேன். அது நிச்சயமா திரும்பக் கிடைக்கும். அப்ப நீங்க கேட்ட பொருளை வாங்கித் தந்திடுவேன்” என்றேன் உறுதியாக. அவர் மேலும் பேசுவதற்கு சிறிதும் இடம் தராமல் வெளியில் வந்தேன். நான் தொலைத்துவிட்ட பணத்தை ஓயாமல் தேடிக்கொண்டிருப்பேன். அதைப்பற்றி எல்லோருக்கும் சொல்லப் போகிறேன். அது எப்படியாவது கண்டுபிடிக்கப்படலாம்.

கடைசி விதைப்பாடு

தங்கவேலுவின் கொல்லைக்கு எதிரில் சாலையோரம் நாலைந்து வாகனங்கள் வரிசை யாக வந்து நின்றன. சரக்கு வண்டி ஒன்றின் பின்புறத்தில் சுண்ணாம்பு பூசப்பட்ட சிறிய கருங்கல் தூண்கள் அடுக்கப்பட்டிருந்தன. அவற்றின் மேல் கூலியாட்கள் துக்கம் காப்பதைப் போல் குத்துக்கால்களிட்டு மௌனமாக அமர்ந்திருந்தார்கள். மற்றொரு வாகனத்தில் அரசு ஊழியர்கள் ஒருவரை யொருவர் இடித்துக்கொண்டு நெருக்கமாக உட்கார்ந்திருந்தார்கள். கம்பி சன்னல்களிட்டு கூண்டைப்போன்றிருந்த வாகனத்தில் இரும்புத் தொப்பியணிந்த காவலர்கள் நீண்ட தடிகளுடன் காத்திருந்தார்கள். குளிர்சாதனம் பொருத்தப்பட்ட முன்னாலிருந்த வாகனத்தின் முன் இருக்கை யிலிருந்து கால் சட்டையை இழுத்து மேலேற்றியபடி உயரதிகாரி ஒருவர் இறங்கினார். இருபக்கங்களிலு முள்ள விவசாய நிலங்களை உணர்ச்சியற்ற பாவத்துடன் பார்வையிட்டார். பிறகு வாகனத்தின் மேல் சாய்ந்து நின்றுகொண்டு கையிலிருந்த கனத்த கோப்பைப் புரட்டத் தொடங்கினார். நீண்ட காலத்துக்கு முன்பே பக்கத்திலிருந்த கிராமம் வரை சாலையைப் பெரிதாக்க அளவெடுத்தாகிவிட்டது. அந்த ஊர் பெரிய பாதிப்புகளில்லாமல் தப்பித்துக் கொண்டது. சாலையோரமிருந்த சிறிய மாரியம்மன் கோயில், ஒரு தேவாலயத்தின் சுற்றுச்சுவர், குடிநீர் மேனிலைத் தொட்டி, ஓரிரு பெட்டிக் கடைகள் மட்டும்தான் அடிபடுகின்றன. மேற்கொண்டு எதுவும் நடக்காததால் எல்லோரும் சாலை

பெரிதாக்கப்படுவதை மறந்துவிட்டார்கள். இப்போது இங்கிருந்து மீண்டும் வேலைகளைத் தொடங்கப்போகிறார்கள். இரண்டு வழிச் சாலையை இன்னும் அகலமாக்கதுல்லியமாக அளவெடுப்பார்கள். சாலையின் வளைவு சுளிவுகளுக்கேற்ப இரண்டு பக்கங்களிலும் தேவையான அளவு இடங்களை எடுத்துக்கொள்ளும் அதிகாரம் அவர்களுக்கு வழங்கப்பட்டிருந்தது.

முக்கிய ஆவணங்கள் குவிந்திருந்த வாகனத்தின் பின்பக்க மிருந்து அளவு நாடாச்சுருளை மூத்த அலுவலர் தேடியெடுத்தார். உயரதிகாரி சைகை செய்ததும், முதலில் சாலை நடுவிலிருந்து விளிம்பு வரை அளந்தார். பிறகு நாடாவின் முனையைத் தரையில் அழுத்தமாக ஊன்றிப் பிடித்தார். அங்கிருந்து கடைநிலை ஊழியர் கோடிழுப்பதைப் போல் பெரிய அளவு நாடா சுருளை இழுத்தவாறு பின்பக்கமாகத் திரும்பி நடந்தார். அவரைத் தொடர்ந்து இள அலுவலர் சென்றார். வட்டப் பெட்டியிலிருந்து மாயாஜாலத்தைப்போல அளவு நாடா தானாகச் சுழன்று வெளிப்பட்டுக்கொண்டிருந்தது. இருவரும் சாலையோரப் புறம்போக்கு நிலமான திடீர் பள்ளத்தில் இறங்கி மேட்டில் ஏறினார்கள். ஊழியர் திரும்பி நிலத்துக்கு வேலியாயிருந்த ஊமத்தை, நொச்சி, உண்ணிப் புதர்களுக் கிடையில் புகுந்தார். சுருக்குக் கயிற்றைப்போல் பின்னி யிருந்த கெட்டியான ஓணான் கொடியில் அலுவலரின் கால் சிக்கிக்கொண்டது. அவர் காலைப் பதற்றமுடன் உதறி தன்னை விடுவித்துக்கொண்டார். கரம்பில் வண்ணப் பூக்களுடன் பல வகையான களைகள் முளைத்திருந்தன. அவற்றிலும் பூச்சிகள் தேன் குடிக்கச் சுற்றிக்கொண்டிருந்தன. தென்னைமர நிழல்கள் பச்சையாகக் கவிந்திருந்த தோப்பில் நுழைந்தார்கள். மேடும் பள்ளமுமாயிருந்த ஏரோட்டிய தடங்களில் தடுமாறியபடி சென்றார்கள். அங்கங்கே தென்னை ஓலைகள் பழுத்து விழுந்திருந்தன. ஓட்டைத் தேங்காய்கள் மண்டையோடுகளைப்போல் கண்களை விழித்து சிதறிக் கிடந்தன. அவற்றையெல்லாம் கடந்து தோப்பில் பாதி வரை போய் நின்றார்கள்.

களத்து மேட்டிலிருந்து தங்கவேலு கையைக் கண் களுக்குக் குடையாக வைத்துப் பார்த்துக்கொண்டிருந்தார். கொல்லையிலிருந்து சற்று தூரத்தில் கறுத்த சாலை பட்டையாக நீண்டிருந்தது. இரண்டு வழிகளிலும் எதிரும் புதிருமாகத் தலைதெறிக்கும் வேகத்தில் வாகனங்கள் ஓடிக்கொண்டிருந்தன. அந்தச் சாலையைத்தான் நாலு வழிகளுடையதாக மாற்றப் போகிறார்கள். இரண்டு புறமும் நடைபாதைகளுக்கான இடம் வேறு. அவற்றுக்கு தன் கரம்பிலும் சிறு தென்னந்தோப்பிலும் பாதி

வரை எடுத்துக்கொள்வார்கள். அந்த இடத்தின் உண்மையான விலை யாருக்கும் தெரியாது. அரசாங்கம் தன் விருப்பத்துக்கேற்ப கணக்கிட்டு கொஞ்சம் பணம் தரும். அது செலவாகும் முன்னால் வாங்கிய கடன்களை அடைக்க வேண்டும். கடைசியில் சிறிது நிலம் மட்டும்தான் மிஞ்சும். ஊரைத் தாண்டி அவர் கொல்லைக்கு எதிரில் சாலை வளைந்து செல்கிறது. அதனால் அவருக்குப் பாதிப்பு சற்றுக் குறைவாயிருக்கலாம். பிறகு கண்ணுக்கெட்டியவரை சாலை நேராக நீள்கிறது. அது போகுமிடமெல்லாம் நிலங்களை விழுங்கிக்கொண் டிருக்கும். பக்கத்துக் கொல்லைக்காரர்களுக்கு இன்னும் அதிக இழப்புண்டாகும். அவர்களை ஆறுதலுக்காகவாவது போய்ப் பார்த்து வர வேண்டும்.

ஆரம்பத்தில் இந்தச் சாலையை சீருடையும் கழுத்துப் பட்டியும் அணிந்த தனியார் நிறுவன ஆட்கள் நிறைய நாட்களாக நுணுக்கமாக ஆராய்ந்துகொண்டிருந்தார்கள். அவர்கள் சிரிப்பதையும் ஒருவருக்கொருவர் பேசிக்கொள்வதையும் மறந்திருந்தார்கள். ஒருவர் நீண்ட கைப்பிடியுள்ள தூரம் அளக்கும் வண்டியை முன்னும் பின்னுமாக உருட்டிக்கொண்டிருப்பார். மற்றொருவர் உயரமான தாங்கியில் ரசமட்டமானியைப் பொருத்தி ஒற்றைக்கண்ணால் பூமியை வெகு நேரம் உற்று நோக்குவார். இன்னொருவர் பழைய கனத்த நோட்டுப்புத்தகத்தைப் புரட்டி அதில் பதிந்துள்ள வரைபடங்களைக் கண்ணெதிரிலுள்ள இடங்களுடன் ஒப்பிட்டுக்கொண்டிருப்பார். அவர் கடைசிவரை அவற்றைப் பொருத்த முடியாமல் திணறிக்கொண்டிருந்தார். வேறொருவர் சுற்றிலும் பயிர்களையும் வயல்களையும் வீட்டையும் கிணறுகளையும் நீர் மட்டத்தையும் மரங்களையும் கணக்கெடுத் தார். கொல்லை வேலைகளை விட்டு வந்து விவசாயிகள் எல்லாவற்றையும் வேடிக்கை பார்த்துகொண்டிருந்தார்கள். புறம்போக்கு இடம் வரை மட்டும்தான் சாலை அகலப்படுத்தப் படப் போகிறது. அது நீண்டு தங்களுடைய நிலங்களைத் தொடாது என்றும் அவர்கள் எண்ணிக்கொண்டிருந்தார்கள்.

சிறிது காலம் கழித்து பத்திரிகைகளில் சிறிய அதிகாரப்பூர்வ அறிவிப்பு ஒன்று வெளியானது. “இந்த இரு வழிச் சாலை நாட்டின் முக்கிய நகரங்களை இணைக்கும் தங்க நாற்கரச் சாலையாக மாற்றப்படுகிறது. அது நாலு வழிகளுடையதாகப்போகிறது. அதற்காக இரு புறமும் தேவையான அளவு இடம் எடுத்துக் கொள்ளப்படும். யாரும் மறுப்பு தெரிவிக்கக் கூடாது.” பொடி எழுத்துகளில் மூலையில் அச்சிடப்பட்டிருந்த இதைப் பொழுதுபோகாத வாசகர்கள் கூட படித்திருக்க மாட்டார்கள். சுற்றியுள்ள எல்லா நிலங்களையும் சாலைக்காகப் பிடுங்கிக்

கொள்ளப்போகிறார்களென்று சிலர் கற்பனையாகச் சொல்லத் தொடங்கினார்கள். அதைப் பெரிய ஒப்பந்த நிறுவனம் எதைப்பற்றியும் கவலைப்படாமல் செய்யவிருக்கிறது. விவசாயிகள் அவற்றை வழக்கம்போல் பொருட்படுத்தவில்லை. நீர் வற்றாமல் ஓடுவதற்காக எல்லா ஆறுகளும் இணைக்கப்படப்போகின்றன என்பதைப்போன்ற வதந்தி என்று நினைத்தார்கள். பல தலைமுறைகளாக சொந்தமாயிருந்து வரும் பூமியை யாராலும் பறிக்க முடியாது என்று நம்பினார்கள்.

இந்த சாலை முதலில் ஊர்கள் தோன்றுகையில் உருவான ஒற்றையடி வழியாயிருந்தது. தங்கவேலுவுக்குத் தெரிந்து வண்டிகள் செல்லும் மண் பாதையாக மாறியது. பிறகு சரளைக் கற்களாலான சாலையாக வடிவம் பெற்றது. அவ்வப்போது மேலே சிறிது தார் போடப்பட்டுக்கொண்டிருந்தது. இரண்டு பக்கமும் அரச மரம், ஆல மரம், புளிய மரம், புன்னை மரங்கள் வளர்ந்துகொண்டிருந்தன. நீண்ட காலம் பழைய தார்ச் சாலையாகத் தொடர்ந்தது. கடைசியாக வழுவழுப்பான கனத்த இரண்டு வழிச் சாலையானது. ஓரங்களிலிருந்த பெரிய மரங்கள் வெட்டப்பட்டு வேர்கள் அடியோடு தோண்டியெடுக்கப்பட்டன. நாலைந்து வாகனங்கள் ஒன்றாகப் போகுமளவுக்கு சாலை அகலமானது. இப்போது ஒரேடியாக நாலு வழிச் சாலையாக மாறப்போகிறது. சற்றுத் தொலைவில் நீண்ட இரயில்கள் வேகமாக ஓடுகின்றன. வான் வழியாகப் பெரும் விமானங்கள் காற்றைப் போல் பறக்கின்றன. தேவைப்பட்டால் பிரம்மாண்ட கடலில் கப்பலிலும் போகலாம். மனிதர்களுக்கு இவை பயணம் செய்வதற்குப் போதவில்லை. இன்னும் சாலை எத்தனை வழியுடையதாக விரியும் என்றும் தெரியவில்லை. அதற்குப் பலியாக தன் நிலம் குறுக்கப்படுவதையும் தங்கவேலுவால் புரிந்துகொள்ள முடியவில்லை. அவர் தொடர்ந்து சாலை அளக்கப்படுவதை வெறுமனே பார்த்துக்கொண்டிருந்தார்.

அலுவலர் பளபளக்கும் பெரிய வரைபடச்சுருளை எடுத்து வாகனத்தின் முன்பக்கத்தின் மேல் விரித்தார். அதில் எண்ணற்ற சாலைகள் கறுப்புக் கோடுகளாகக் குறுக்கிலும் நெடுக்கிலும் ஓடிக்கொண்டிருந்தன. விளை நிலங்கள் அடர்ந்த பச்சை வண்ணத்தால் நிரப்பப்பட்டிருந்தன. நான்கு புள்ளிகளை இணைக்கும் நாற்கர சாலை மட்டும் தங்க நிறத்திலிருந்தது. வரைபடம் அதிநவீன ஓவியம்போலிருந்தது. அசப்பில் ஏணிகளும் பாம்புகளும் ஓடும் பரமபத படம் போலவுமிருந்தது. உயரதிகாரி அபாய அறிவிப்புகளைப்போல் படத்தில் அங்கங்கே சிவப்புக் குறிகளை வரைந்தார். அலுவலர்கள் அவற்றை ரசித்துப் பார்த்துக்கொண்டிருந்தார்கள். கடைசியில் உயரதிகாரி

பெருமிதத்துடன் ஓவியத்தின் கீழ் முழுக் கையெழுத்தையுமிட்டார். அலுவலர் தவறுகள் நேராதவாறு வரைபடத்தின்படி மறுபடியும் சாலை நடுவிலிருந்து அளந்து ஓரத்தில் அடையாளமிட்டார். அங்கிருந்து நீண்ட இரும்புச்சங்கிலி நிலத்தில் புழுதி கிளம்ப இழுத்துச்செல்லப்பட்டது. தேய்ந்த சங்கிலி வளையங்கள் சூரிய ஒளியில் வெள்ளியாக மின்னின. எதிர்பார்த்ததுபோல் சங்கிலி அளவும் நாடாச்சுருள் அளவும் கச்சிதமாக ஒத்திருந்தன. உயரதிகாரியும் அலுவலர்களும் முழுத் திருப்தியுடன் தலையாட்டி னார்கள். தயாராகக் காத்திருந்த கூலியாட்கள், கடப்பாரை, மண்வெட்டிகளுடன் கம்பங்களைத் தூக்கிக்கொண்டு தங்கவேலுவின் நிலத்தில் பாய்ந்தார்கள். நாடாவாலும் சங்கிலி யாலும் துல்லியமாகக் குறிக்கப்பட்ட இடத்தில் ஆழமாகத் தோண்டினார்கள். குழியில் கருங்கல் தூணை நட்டு யாராலும் பிடுங்க முடியாதபடி கெட்டியாக அழுத்திப் புதைத்தார்கள். இரண்டு, மூன்றடி உயரத்துக்குக் கம்பம் மைல் கல்லைப்போல் வெளியில் தலை நீட்டியிருந்தது. அது இறந்தவர்களுக்குப் பழங்காலத்தில் வைக்கும் நினைவுச் சின்னத்தைப்போலிருந்தது.

அந்த வெண்மை பூசிய கல்லை உற்றுப் பார்த்தார் தங்கவேலு. சுற்றியுள்ளவற்றை தனக்கு சொந்தமாக்கிக்கொண்டதைப்போல் அது அசையாமல் கம்பீரமாக நின்றிருந்தது. மேலே கறுப்பு வெள்ளைப் புள்ளிகளையிட்ட சட்டியைக் கவிழ்த்தால் காக்கை குருவிகளைத் துரத்தும் சோளக்கொல்லை பொம்மையைப் போலிருக்கும். அவர்கள் தன் கொல்லையில் கேட்காமல் நுழையலாமா? அதில் சாலையை எப்படிப் போட முடியும்? சிறிய தூண் எதைக் குறிக்கிறது? அவர் தீவிரமாக யோசித்துக் கொண்டிருக்கையில் கல்லை நட்டவர்கள் கிளம்பி விட்டார்கள். அவர்கள் வாகனங்கள் ஒன்றன் பின் ஒன்றாக சவ ஊர்வலத்தைப்போல் சாலையில் ஊர்ந்துகொண்டிருந்தன. அவர்கள் வழியெல்லாம் கம்பங்களை நட்டுக்கொண்டு முடிவில்லாமல் செல்வார்கள். அளவுக் கல்லைப் பிடுங்கி எறிந்துவிடலாம் என்று ஆத்திரம் எழுந்தது தங்கவேலுவுக்கு. ஒருவேளை அதற்கு ஏதேனும் கெடுதல் செய்தால் தன் மேல் சட்டப்படி தண்டனை பாயலாம். தங்கவேலு தலையைத் திருப்பிக்கொண்டார். அப்பா அடிக்கடி இந்த நிலம் பாட்டன், முப்பாட்டன் வழியாக வந்தது என்பார். அதை உயிர் போனாலும் விடக் கூடாது என்றும் சொல்வார்.

அப்போது தபால்காரர் நிதானமாக மிதிவண்டியில் வந்துகொண்டிருந்தார். தங்கவேலுவுக்குத் தொலைதூர சொந்தக்காரர்களிடமிருந்தும் கடிதம் வருவதில்லை. அவரும் ஆளை வைத்து யாருக்கும் எழுதுவதில்லை. கூட்டுறவு

சங்கத்திலிருந்து பழைய கடனுக்கான பதிவுத்தபால்கள்தான் தொடர்ந்து வரும். அவரருகில் தபால்காரர் காலை ஊன்றி மிதிவண்டியை நிறுத்தினார். இதுவும் வெள்ளையட்டை இணைந்த பதிவுத்தபால்தான். பேனாவைத் தந்து தங்கவேலுவின் கோணல்மாணலான கையெழுத்தைப் பெற்றுக்கொண்டார் தபால்காரர். தங்கவேலு கேட்டதால் உறையைக் கிழித்துக் கற்றைக் காகிதங்களை எடுத்துப் பார்த்து தனக்குத் தெரிந்ததை சுருக்கமாகத் தெரிவித்தார். “அரசாங்கம் சாலை விரிவாக்கம் செய்யப்போகிறது. அதற்காக உங்களிடமிருந்து தேவைப்படுகிற இடம் எடுத்துக்கொள்ளப்படுகிறது. எனவே நீங்கள் அங்கிருந்து உடனே வெளியேற உத்திரவிடப்படுகிறது.” பல பக்கங்களுக்கு சிறிய எழுத்துகளில் விவரங்கள் அச்சிட்டிருந்தன. அந்தக் கூட்டத்தில் அவருடைய பெயரும் நிலமும் கலந்திருக்கும். தங்கவேலுவுக்குக் கோபத்தில் கை, கால்கள் நடுங்கின. கண்ணுக்குத் தெரியாத எதிரியை நினைத்து பயமுமேற்பட்டது. இப்போதுதான் முறையாக அளந்து முடிக்கப்பட்டாலும், உடனே கடிதமும் வந்துள்ளது. இவையெல்லாம் நன்றாகத் திட்டமிடப்பட்ட நாடகம் என்று தோன்றியது. நமக்கு நம்புவதைத் தவிர வேறு வழியில்லை. அவர் கீழே மண்ணில் சரிந்து உட்கார்ந்தார். தன் நிலத்தில் விழுந்து இறந்துவிட்டால் இந்த சூழ்நிலைக்குப் பொருத்தமாயிருக்கும் என்று நினைத்துக் கொண்டார். “இதே மாதிரி நிறைய பேத்துக்குத் தபால் வந்திருக்குது, பயப்படாமிரு” என்று ஆறுதலாகக் கூறிவிட்டு தபால்காரர் நகர்ந்தார். தங்கவேலு கடிதத்தை எச்சில் தொட்டு ஒவ்வொரு பக்கமாகப் புரட்டினார். அவருடைய பெயரை எங்கும் கண்டுபிடிக்க முடியவில்லை. அதை மீண்டும் உறையில் போட்டு மூடி மடியில் வைத்துக்கொண்டார். அவருக்கு அக்கம்பக்கத்துக் கொல்லைக்காரர்களைச் சென்று சந்திக்கத் தோன்றியது. அவர்களிடம் உத்திரவுக் கடிதத்தைப் பற்றி விசாரிக்கலாம். அடுத்ததாக என்ன செய்வது என்று யோசனை கேட்கலாம். அவர்களைக் கடைசி கணம் வரை நிலத்தோடிருக்க சொல்ல வேண்டும். நாம் சுலபத்தில் மண்ணை விட்டுத் தரக்கூடாது. அவர் எழுந்து சாலையோரமாக நடக்கத் தொடங்கினார்.

தங்கவேலுவின் கண்களில் பக்கத்துக் கொல்லையில் நட்டிருந்த வெண்மையான கருங்கல் விழுந்தது. அதற்கு முன்புறத்திலுள்ள ஓட்டு வீடும் சிறிது நிலமும் யோவானிட மிருந்து பறிபோய்விடும் என்று நினைத்துக்கொண்டார். யோவான் சற்றுத் தள்ளி பாத்தி கட்டி மண்ணையும் நீரை யும் கலக்க மிதித்துக்கொண்டிருந்தார். அது பழங்குடிகளின்

நடனத்தைப்போல் இசைவாயிருந்தது. தங்கவேலுவைப் பார்த்து "வா . . . வா . . ." என்றார் யோவான். தூரத்தில் அவருடைய மனைவியும் மகளும் முன்னும் பின்னும் அசைந்தபடி உட்கார்ந்து ஓலை பின்னிக்கொண்டிருந்தார்கள். யோவானின் மகன் செவ்வக வடிவமான பள்ளத்தை வெட்டிக்கொண்டிருந்தான். தங்கவேலு கேட்காமலேயே "நாங்க புதுவீடு கட்டப் போறோம் . . ." என்றார் யோவான். தங்கவேலு குழம்பினார். நிலத்துடன் வீட்டையும் சேர்த்து இழக்கப் போவதால் ஒருவேளை யோவானுக்குப் புத்தி பேதலித்திருக்கலாம் என்று எண்ணிக்கொண்டார். சாலையை விரிவாக்க ராட்சத இயந்திரம் வந்து இடிப்பதற்குள் யோவான் பழைய வீட்டைப் பிரித்திருக்கவேண்டும். அதிலிருக்கும் ஓடுகள், கதவுகள், உத்திரங்களை எடுத்து புது வீட்டைக் கட்டியிருக்கலாம். இல்லாவிட்டால் சமமாக்கும் இயந்திரம் அவற்றைச் சிதைத்து சின்னாபின்னமாகிவிடும். யோவான் தொடர்ந்து குழியில் மிதித்துக்கொண்டிருந்தார். கொஞ்ச நேரம் கழித்து குனிந்து மண்ணைத் தொட்டுப் பதம் பார்த்தார். பிறகு பாத்தியிலிருந்து இறங்கி சேற்றை உருட்டியெடுத்து பள்ளத்தில் வரிசையாக அடுக்கினார். அவருடன் மகனும் சேர்ந்து கொண்டான். கண்ணெதிரில் மண் சுவர் எழத்தொடங்கியது. அதில் அவர்களுடைய கை அடையாளங்கள் அழுத்தமாகப் பதிந்திருந்தன. மனைவியும் மகளும் வேகமாகக் கீற்றுகளை முடைந்துகொண்டிருந்தார்கள்.

யோவானுக்குத் தன் வீட்டை இடிக்க மனமிருந்திருக்காது. அவர் எப்போதும் களைகளைப் பிடுங்கிக்கொண்டும் நீர் பாய்ச்சிக்கொண்டும் நிலத்தில்தான் இருப்பார். ஊர் தேவாலயத்துக்கும் போகமாட்டார். அவர் பழைய வீட்டை இடித்துவிட்டால் புது வீட்டைக் கட்டும்வரையில் வெளியில் குடியிருக்கமுடியாது. சிலர் சொன்னதைப்போல் நீதிமன்றம் தடைபோட்டால் சாலையை விரிவாக்கும் திட்டம் தள்ளிப் போய்விடும். அதனால் யோவான் கடைசி வரை காத்திருக்க முடிவுசெய்திருப்பார். புதிய வீட்டைக் கட்டி முடித்தாலும் இடிந்த வீடு அவர் கண்ணில் பட்டுக்கொண்டிருக்கும். பழைய நினைவுகள் வந்து சுற்றும். சாலையைக் கனமாகப் போட்டாலும் அதற்கு அடியில் அவருடைய வீடு உயிரோடிருக்கும். அதன் மேல் வாகனங்கள் போய் வருவதைப் பார்த்து அவர் பொழுது போக்கிக்கொண்டிருக்கலாம். யோவானிடம் பதிவுத் தபாலைப்பற்றி கேட்காமல் தங்கவேலு அங்கிருந்து நகர்ந்தார். தனக்குக் கிடைத்ததைப்போல் யோவானுக்கும் கண்டிப்பாக அறிவிப்பு வந்திருக்கும். அவர் கிளம்புவதைக் கவனிக்காமல் யோவான் வேலையில் மூழ்கியிருந்தார்.

யோவானின் தம்பி தாசனுடைய கொல்லை அடுத்ததாயிருந்தது. அவர்கள் தங்களுடைய தந்தையின் நிலத்தை சரிசமமாகப் பங்கிட்டுக்கொண்டிருந்தார்கள். இப்போது இருவருக்கும் பொதுவான கிணறுடன் கால் பாக நிலமும் தாசனிடமிருந்து போய்விடும். அதற்கான அடையாளக் கம்பம் முன்னால் நடப்பட்டிருந்தது. கிணற்றில் கமலையைத் தொங்கவிட்டு மாடுகளை நுகத்தடியில் பூட்டிக்கொண் டிருந்தார் தாசன். கமலையில் நீரிறைக்கும் வேலை நீண்ட காலமாகியும் அவருக்கு மறந்திருக்காது. மின்சார மோட்டாரின் பயன்பாடு வந்த பிறகு கமலையின் இரும்புக் குடம் துருவேறித் தொங்கிக்கொண்டிருந்திருக்கும். இறக்கி பழுது பார்த்ததும் புத்தம்புதிதாக அது உருமாறியிருக்கிறது. கடைசியாக ஒருமுறை கமலையில் நீரிறைத்துவிட தாசன் ஆசைப்பட்டிருக்கிறார். நிலத்துடன் கிணற்றையும் சேர்த்து அவர் இழக்கப்போவதை நினைத்துக்கூட பார்க்க முடியவில்லை.

கமலை மாடுகள் இறங்கும் பள்ளம் உபயோகத்திலில் லாமல் கொஞ்சம் தூர்ந்திருந்தது. புங்க நிழல் பரவிய கரையில் உட்கார்ந்து தங்கவேலு பார்த்துக்கொண்டிருந்தார். தாசன் புன்னகைத்துவிட்டு மாடுகளை மெதுவாகப் பின்பக்கம் நடத்தி கமலையைக் கிணற்றில் இறக்கினார். குடத்தில் நீர் நிறைந்ததும் வடக்கயிற்றில் உட்கார்ந்து சப்தமெழுப்பி மாடுகளை சரிவில் ஓட்டினார். சகடை சப்தமுடன் சுழன்றது. மேலே கமலை வந்தவுடன் கயிற்றை விடுவித்ததும் நீர் நுரைத்துக் கொட்டியது. பெரிய அலைபோல் கல்தொட்டியில் பாய்ந்தது. கால்வாயில் புரண்டு கூழாங்கற்கள் தெரிய ஓடியது. வெளுத்த தொடைக்கு மேல் புடவையைத் தூக்கிச் சொருகி தாசன் மனைவி கரும்புக்கு நீர்பாய்ச்சிக்கொண்டிருந்தாள். கரும்புக்கு அடிக்கடி மடை மாற்றிக்கொண்டிருக்கவேண்டும். முழு வயலுக்கும் பாய விட்டால் நீர் பரவ நெடு நேரமாகும். மாடுகள் முன்னும் பின்னுமாக சரிவில் நகர்ந்துகொண்டிருந்தன. தேர்ந்த இயந்திரத்தைப்போல் கமலை நீரிறைத்துக்கொண் டிருந்தது. மாடுகளுடன் தாசன் ஒன்றிவிட்டிருந்தார். அவரை இப்போதைக்குப் பிரிக்க முடியாது. தங்கவேலு பெருமூச்சுடன் எழுந்தார். கமலை நீர் இறைத்தபோது முகம் கழுவி கைகளில் அள்ளிக்குடித்தார். இனி இந்த இளநீர் ருசி கிடைக்காது. தங்கவேலு மீண்டும் சாலையில் ஏறி நடந்தார்.

சாலைக்கு மறுபுறத்தில் சின்னதம்பியின் கொல்லைக்கு நடுவில் மற்றொரு அளவுக் கல்லிருந்தது. அந்த இடம் சாலைக்கும் இரயில்பாதைக்கும் இடையில் அகப்பட்டுக்கொண்டிருந்தது. சாலைக்கு அதிலிருந்து பெரும்பகுதி நிலம் பிடுங்கப்பட்டுவிடும்.

எதிர்காலத்தில் இன்னும் இரயில்பாதைகள் போடப்பட்டு இடம் மேலும் குறுகும். சின்னதம்பியின் கொல்லைக்கு முன்னால் அலரி, அரளி, சாமந்திச் செடிகள் வளர்ந்து சிறிய நந்தவனம் போலிருந்தது. மஞ்சள் குங்குமம் பூசிய அகலமான கல் நடுவிலிருந்தது. அதில் ஒரு மனிதன் புலியைக் குத்திக் கொல்லும் காட்சி செதுக்கப்பட்டிருந்தது. புலியின் நெஞ்சில் குத்திய குறுவாளின் கூர்முனை வெளியில் நீட்டியிருந்தது. புலியின் திறந்த வாய்க்குள் அவனின் தலை நுழைந்திருந்தது. நடுகல் பக்கத்தில் சின்னதம்பியினுடைய அப்பாவின் சமாதி துளசிமாடத்துடன் கட்டப்பட்டிருந்தது. அவருடைய அப்பாவின் கடைசி ஆசை தன் சொந்தமண்ணில் புதைக்கப்படவேண்டும் என்பதா யிருந்திருக்கும். சாலையை விரிவாக்கினால் அந்த சமாதியும் முழுதாகப் புதையப்போகிறது. சமாதியில் காயம்பட்டதைப் போல் காரை உதிர்ந்திருந்தது. துளசிச்செடி வாடி இலைகள் காய்ந்து சருகாகியிருந்தன. கடப்பாரை மண்வெட்டியுடன் சமாதியைச் சுற்றி சின்னதம்பி தோண்டிக்கொண்டிருந்தார். தங்கவேலு "இங்க என்ன பண்ணிட்டிருக்கிற?" என்றார். சின்னதம்பி ஒருமுறை நிமிர்ந்து பார்த்துவிட்டு "ஒண்ணுமில்ல, சமாதிய பேத்து உள்ள வைக்கலாம்னு நினைக்கறேன்" என்றார். அவருடைய நிலத்தின் மீது தங்கவேலு மீண்டும் கண்களையோட்டினார். சமாதியை அகழ்ந்து கொல்லைக்குள் வைத்தால் மீதிக் கொஞ்சம் இடத்தில் தாராளமாக விவசாயம் பண்ணமுடியாது. நீரைப் பாய்ச்சி ஏரோட்டுவதற்கும் கூட துளசி மாடம் இடிக்கும்.

    சின்னதம்பி தொடர்ந்து மண்ணை வெட்டியெடுத்துக் கொண்டிருந்தார். அவரின் அப்பா இறந்து இரண்டு வருடங்களுக்கு மேலாகியிருக்கிறது. வழக்கம்போல் அந்த உடலுடன் உப்பும், சுருட்டும், கை காப்பும் வைத்துப் புதைக்கப்பட்டிருக்கும். இப்போது அவை மட்கி மண்ணாகியிருக்கும். உள்ளே சிறு எலும்புத்துண்டுகள் கூட மிச்சமிருக்காது. பழைய ஞாபகங்களுக் காக அந்த மண்ணைக் கொஞ்சம் எடுத்து வைத்துக்கொள்ள சின்னதம்பி நினைத்திருப்பார். தன் அப்பாவின் சமாதியை இடித்துக் கிடைக்கும் கற்களைக் கொண்டு அதைப்போல வேறொன்றை அவர் கட்டப் போகிறார். சமாதியை ஒட்டிப் புலியிடமிருந்து காப்பாற்றியதற்காக உருவாக்கப்பட்ட நடு கல்லையும் வைக்கலாம். இரண்டையும் பூசை செய்து கும்பிட அருகில் அலரிச் செடியிருக்கும். பக்கத்தில் தன் தந்தையைப் போல் தனக்காகவும் ஆறடி இடத்தை சின்னதம்பி ஒதுக்கிக் கொண்டிருப்பார் என்று தங்கவேலு எண்ணிக்கொண்டார். அந்த விருப்பத்தை சின்னதம்பி ரகசியமாக வைத்திருப்பார்.

அவரும் இறந்து அங்கு புதைக்கப்பட்டால் அந்தக் கொல்லை முழுவதும் மயான பூமியாகிவிடும். நிலத்தைக் காலி செய்வதற்கான உத்தரவுக் கடிதத்தைப்பற்றி அவரிடமும் தங்கவேலு கேட்க விரும்பவில்லை.

அதற்குப் பக்கத்திலிருந்த கொல்லையில் தங்கவேலு இறங்கினார். அங்கு அளவுக் கம்பத்தைத் தாண்டிக் குறுக்காகக் கயிறுகளைக் கட்டி சதுரக் குழிகளை வெட்டிக்கொண்டிருந்தார் முருகன். தென்னம்பிள்ளைகள் வைப்பதில் அவர் கைராசிக்காரர் என்று பெயரெடுத்தவர். நிறையப்பேருக்குத் தென்னங்கன்றுகள் கொடுத்து வளர்ந்து குலைகள் தள்ளிக்கொண்டிருக்கின்றன. அவருடைய நிலத்தில் ஆறு வழிச் சாலைக்கு எடுக்கப்படப் போகும் இடத்தில் வயதான தென்னைமரங்களிருந்தன. சில மரங்கள் மூப்படைந்துவிட்டதால் ஓலைகள் உதிர்ந்து காய்கள் விடுவதில்லை. பல மரங்களில் ஏற முடியாதவாறு தண்டுகள் முறுகி வளைந்திருந்தன. பட்டுப்போன ஒரு தென்னை மரத்தின் பொந்தில் கிளிகள் வசித்தன. சில பையன்கள் அவற்றைப் பிடிக்க உயரத்தில் ஏற முயன்றுத் தோற்றிருந்தார்கள். அந்த மரத்தை வெட்டாமல் முருகன் அப்படியே விட்டுவிட்டார். நாலைந்து மரங்களின் தேங்காய்கள் தண்ணீர் இல்லாமல் சிறுத்து முற்றிய நெற்றுகளைப்போலிருந்தன. உயரமான ஒரு தென்னைமரத்தில் கழுகுகள் கூடுகட்டி குஞ்சுகள் பொரித்திருந்தன. அவை யாரையும் மரத்தில் தேங்காய் தள்ள விடுவதில்லை. தைரியமாக ஏறிய ஒரு மரமேறியைக் கழுகுகள் சுற்றிப்பறந்து தாக்கிப் பாதியிலேயே இறங்கவைத்துவிட்டன. அவை கொத்தாமல் பறந்து முகத்தில் இறக்கைகளை வீசி அடித்தன. அந்த மரத்திலிருந்து தானாக முற்றி விழுபவற்றை முருகன் விதைக்காய்களாக்கிக்கொள்வார். மணலில் நட்டு நீருற்றிக் கன்றுகளை வளர்ப்பார். நாலைந்து மாதங்கள் முன்னால்தான் பழைய மரங்களுக்கு ஊடாக அவற்றைக் குழி பறித்து நட்டிருந்தார். இப்போது சாலையைப் பெரிதாக்கும் இரும்பு சக்கரங்களின் அடியில் முதிர்ந்த மரங்களுடன் சேர்ந்து கன்றுகள் நசுங்கப்போகின்றன. அதற்குள் தென்னஞ்செடிகளைப் பிடுங்கி மீதிக் கொல்லையில் நட வேண்டும். செடிகளில் நூல்களைப்போல் வெண்மையான சல்லிவேர்கள் அரும்பியிருக்கும். அவை துண்டு துண்டாக அறுந்தாலும் கவலைப்படாமல் வேரடி மண்ணுடன் நட்டால் தென்னம்பிள்ளைகள் பற்றும். அதுவும் நிறையப் பிள்ளைகளைப் பெற்ற தாயின் கையால் வைத்தால் சீக்கிரம் முளைக்கும். அதனால் முருகனின் மனைவிதான் வழக்கமாக தென்னம்பிள்ளைகளை எடுத்துக்கொடுப்பாள் என்பதை நினைத்துக்கொண்டார் தங்கவேலு.

அவரிடம் முருகனும் மற்றவர்களைப்போல் எதையும் சொல்லவில்லை. அனைவருக்கும் வேறு வழியில்லை என்று தெரிந்திருக்கும். காலி செய்யும் உத்தரவுக்குப் பணிந்தாக வேண்டும். கடைசியில் சிறிய எதிர்ப்பு கூட இல்லாமல் நிலம் பறிபோகப் போகிறது. முருகனிடம் சொல்லிக்கொண்டு தன் கொல்லைக்குத் திரும்பினார் தங்கவேலு. அவருடைய கரம்பு மயானம்போல் வெறிச்சிட்டிருந்தது. குற்றுச் செடிகளும் புற்களும் ஈரமில்லாமல் காய்ந்திருந்தன. சாலை பெரிதாக்கப்படப்போகிறதென்ற பேச்சு நீண்டகாலமாக உலவிக்கொண்டிருந்தது. அந்த சந்தேகம் உறுத்தியதால் அவர் கொல்லையை அப்படியே தரிசாக விட்டிருந்தார். பின் புறம் இரண்டு மூன்று வாய்க்கால்களில் மட்டும் நெல் பயிரிட்டிருந்தார். கூடவே நாற்பது, ஐம்பது தென்னை மரங்கள் நின்றிருந்தன. பாய்ச்சலுக்குக் கிணற்றில் நீரில்லை. எங்கும் விவசாயம் நடக்காததால்தான் அரசாங்கம் பெரிய சாலைகளைப் போடுகிறது. எடுத்துக்கொள்ளும் காலியான கொல்லைகளுக்குக் குறைந்த இழப்பீட்டைத் தருகிறது. அதில் பயிரும் வீடுமிருந்தால்தான் அதிக மதிப்பீடு செய்யும். தொழில் புரியும் இடமாயிருந்தால் நிறைய நஷ்ட ஈட்டைக் கொடுக்கும். சாலையோரத்தில் முன்பு உணவு விடுதியாயிருந்து சிதைந்து போன ஒரு கட்டடம் தங்கவேலுவுக்கு ஞாபகம் வந்தது. இப்போது அதற்கு விவசாய நிலத்தை விடவும் நிறைய இழப்பீடு கிடைக்கும். அதை நினைக்க அவருக்குக் கசந்தது. உடனே தன் கரம்பை உழுது விவசாய பூமியாக மாற்ற வேண்டும். உழும் ஏர் கிடைப்பதற்கு இன்னும் இரண்டு மூன்று நாட்களாகும். அதற்குக் கொடுக்கவும் கூலிப் பணம் கையில் இல்லை.

கண்முன்னால் விரிந்த கொல்லையை உற்றுப்பார்த்துக் கொண்டிருந்தார் தங்கவேலு. அதிலிருந்து வெளியேறுவதற்கான உத்தரவுக் கடிதம் மடிக்குள் உறுத்தியது. அவர் வீட்டை நோக்கி நடக்கத்தொடங்கினார். வீட்டுத்தாழ்வாரத்தில் மனைவியும் மகளும் ஊதுவத்தி தேய்த்துக்கொண்டிருந்தார்கள். ஒரு நாளைக்கு உருட்டும் ஊதுவத்திகளின் எண்ணிக்கை நிர்ணயிக்கப்பட்டிருந்தது. அவர்கள் கைகளில் நீண்ட நேரம் தேய்த்துக் கழுவினாலும் போகாத களிம்பு அப்பியிருந்தது. அதில் ஊதுவத்தி வாசனை சிறிதுமில்லை. ஒரேயடியாக சாப்பிடாமல் மாலை வரையில் வேலை செய்வார்கள். உருட்டிய ஊதுவத்திகள் காய்வதற்காக முறங்களில் கருகிய குச்சிகளைப்போல் அடுக்கப்பட்டிருந்தன. தங்கவேலு மடியிலிருந்த கடிதத்தை எடுத்து அவர்களிடம் காண்பித்தார். மனைவி முணுமுணுப்புடன் எழுந்துகொண்டாள். இருவரும் ஊதுவத்தி மனைகளை ஒதுக்கிவிட்டு அரைகுறையாகக் கை கழுவினார்கள். கொல்லையில் விதைப்பதற்காக நிலக் கடலை

விதைகளைப் பானையில் மூடிப் பத்திரப்படுத்தியிருந்தார்கள். நீண்ட காலமாக அந்த விதைப்பு தள்ளிப் போய்க்கொண்டே யிருந்தது. தங்கவேலுவின் மனைவி கடலைக் கொட்டைகளை எடுத்துக் கூடையில்போட்டுக்கொண்டாள். அவற்றில் சில வெடித்து முளை விடத் தொடங்கியிருந்தன. மிகச் சிறிய புள்ளிகள் போன்ற இளம் பச்சை இலை துளிர்கள் வெளிப்பட்டிருந்தன. அவர்கள் கொல்லையை நோக்கி நடக்கத் தொடங்கினார்கள்.

தங்கவேலு வழக்கமாக ஏரோட்டத் தொடங்கும் கொல்லையின் வடக்கு மூலைக்குச் சென்றார். நீண்ட காலம் நீரில்லாமல் கரம்பு கெட்டிப்பட்டிருந்தது. அவர் மனைவி நிலக் கடலைக் கூடையுடன் தயங்கி நின்றாள். காய்ந்த மண் மேல் விதைத்தால் கடலை கருகிப்போகும். எதுவும் முளைத்து வராது. ஒன்றிரண்டு வேர் பிடித்தாலும் அதிசயம். அப்படியும் பசும் இலைகள் வெளிப்பட்டால் உக்கிரமான வெயிலில் தீய்ந்துவிடும். இப்படி வெறுமையாக நிலத்தில் விதைப்பது பாவம். தங்கவேலு பூமியைத் தொட்டு உளமார வணங்கினார். சாலை போடப்படும் முன்னால் கொஞ்சம் விதைகளாவது முளைத்து வர வேண்டும். முதலில் ஒரு கைப்பிடி நிலக் கடலைகளை எடுத்து வரிசையாக விதையிடத் தொடங்கினார். பக்கத்தில் அவர் மனைவியும் மகளும் கூடவே சமமாகப் போட்டுக்கொண்டு வந்தார்கள். அங்கங்கே களைகளும் கற்களும் கால்களில் குத்தின. அவற்றினூடாக கரம்பு முழுவதும் பரவலாக விதைத்து முடித்தார்கள். வேலை முடிந்ததும் அவருடைய மனைவியும் மகளும் அவசரமாக வீட்டுக்குத் திரும்பிவிட்டார்கள். தங்கவேலு ஓய்ந்து மூலையில் நின்றார். தன் கொல்லை முழுவதும் பார்வையையோட்டினார். தன்னுடன் கூடவே யோவானும் தாசனும் சின்னதம்பியும் சேர்ந்து கவனித்துக்கொண்டிருப்பது போலிருந்தது. விதைத்திருந்த நிலக்கடலைகளில் அங்கங்கே அரும்பியிருந்த சிறிய துளிர்கள் கண்களில்பட்டன. அவை வளர்ந்து செடிகளாகி விட்டவை போல் தோன்றின. இப்போது தன்னுடைய நிலம் முழுவதும் பசுமையாகிவிட்டது. இனி மேல் அதில் சாலை போடுவதற்காகப் பெரிய மண் வெட்டும் இயந்திரம் வந்தாலும் தளிர்கள் நீண்டு நிற்கும். அவை தங்களுடைய கொல்லை என்பதைக் காட்டும்.

வெளியில் பூட்டிய வீடு

தன் சொந்த ஊரில் கொல்லைக்குப் போகும் வழியில், தேனிலவுக்குச் சென்ற குளிர் பிரதேசத்தின் நடைப் பயிற்சி பாதையில், முன்பு குடியிருந்த சிறிய நகரின் வீட்டுக்குப் போகும் வீதியில், அவள் எதிலொன்றிலோ என்ன தேடுகிறோம் என்று தெரியாமல் சென்றுகொண்டிருக்கையில், திடீரென பாம்பு ஒன்று தோன்றி தன்னைப் பின் தொடர்வதைத் திரும்பிப் பார்க்காமலேயே அறிந்துகொண்டு, அதனுடைய மெல்லிய சீறலிலிருந்தும் தழல் போன்ற நாக்கிலிருந்தும் கூரிய கண்களிலிருந்தும் தப்பிப்பதற்காக விரைவாக நடந்துகொண்டிருந்து, பின் மெல்ல ஓடத் தொடங்கி, ஓட்டத்தின் வேகத்தைக் கூட்டி, கால்கள் தரையில் படாமல் தாவியபடி, நீண்ட தொலைவைக் கடந்ததும் உடல் வலுவை இழந்து, வேகம் குறைய நடையிட்டு, பின் ஓர் அடியும் எடுத்து வைக்க முடியாமல் மூச்சிரைத்தபடி அப்படியே கீழே விழுந்து, பிறகு பாம்பு நெருங்கிவிட்டதை உணர்ந்து, அதை வேறுவழியில்லாமல் ஏற்றுக்கொள்வதைப்போல் கண்களை மூடிக்கொண்டு, மாதவிடாய்க் குருதி வெம்மையாகக் கால்களில் வழிந்துகொண்டிருக்க மண்ணில் கிடக்கையில், அருகில் வந்த பாம்பு படமெடுத்து நின்று குறி பார்த்து அவள் தொடையில் கொத்த குனிந்தது.

அவள் பதற்றத்துடன் தூக்கத்திலிருந்து எழுந்து உட்கார்ந்தாள். தன் வீட்டின் படுக்கையில் பத்திர மாகப் படுத்துக்கொண்டிருப்பதை உணர்ந்தாள். மின்சாரம் நின்று மேலே மின்விசிறி இறக்கைகள்

மெதுவாக சுழன்று ஓய்ந்தன. வியர்வையில் உடைகள் நனைந்து ஈரமாக உடலில் ஒட்டிக்கொண்டிருந்தன. மேலே யாரோ உட்கார்ந்து அழுத்திக்கொண்டிருப்பதைப்போல் பாரமாயிருந்தது. இன்றோ அல்லது நாளையோ தான் வீட்டுக்கு விலக்காகி விடுவோம் என்று நினைத்தாள். ஒழுங்கான சுழற்சியில்லாத தால் ரத்தப் போக்கு ஊற்றெனப் பெருகி ஓடப்போகிறது. தான் நீண்ட காலமாக உறங்கிக்கொண்டிருந்துவிட்டதைப் போல் அவளுக்குத் தோன்றியது. மேலும் ஒரு கணம் தாமதித்திருந் தாலும் தன்னைப் பாம்பு தீண்டியிருக்கும். தலைக்கு விஷமேறி நீலம் பாரித்து இறந்துபோயிருப்பாள். யாராவது கண்டு மருத்துவமனைக்கு எடுத்துச் சென்று தீவிர சிகிச்சை அளித்திருந்தாலும் காப்பாற்றியிருக்க முடியாது. அதை நினைத்ததும் அவளுக்கு சுயவிரக்கத்தில் தானாகக் கண்ணீர் கசிந்தது. அம்மாவினுடைய கணவனுடைய கலங்கிய முகங்கள் நினைவில் எழுந்தன. அவர்கள் அவள் சடலத்தின் அருகில் நின்று ஓயாமல் அழுதுகொண்டிருந்தார்கள். அவர்களால் அவள் மறைவைத் தாங்கிக்கொள்ள முடியவில்லை. அவளுக்கு அடக்க முடியாத துக்கம் பீறிட்டது. வீட்டின் ஆழ்ந்த அமைதியில் தான் தனித்துத் தேம்பிக்கொண்டிருந்த ஓசை தெளிவாகக் காதில் விழுந்தது. கண்ணீரையும் வியர்வையையும் சேர்த்து அழுத்தித் துடைத்துக்கொண்டாள். அவளைத் தேடி வந்த பாம்பு வெறும் புற்றுகளின் அடியில் வாழ்ந்துகொண்டிருந்திருக்காது. எங்கோ காட்டில் தன்னிச்சையாக சுதந்திரமுடன் அலைந்து திரிந்து கொண்டிருப்பதாயிருக்கும். தன்னையறியாமல் பாம்பின் போக்கைத் தொந்தரவு செய்துவிட்டதால் அவளை வழியிலிருந்து வெளியேற்றுவதற்காக அது பயமுறுத்தியிருக்கிறது. வேலை முடிந்து இரவு வீட்டுக்குக் கணவன் அலுப்புடன் வந்து காலணிகளைக் கழற்றிக் கொண்டிருக்கையில் கண்ட கனவைச் சொல்லிவிட வேண்டும். அதற்கப்புறம் நேரம் கிடைக்காமலும் போய்விடும். அவன் வழக்கம்போல் தினமும் இரவு சாப்பிட்டதும் தூங்குகிற வரை புத்தகங்களைப் படித்துக்கொண்டிருப்பான். அப்போது அவனைத் தொந்தரவு செய்வதை விரும்பமாட்டான். அவன் தட்டில் உணவைப் பிசைந்துகொண்டே "கனவில பாம்பு வந்ததுக்குக் காரணம் உனக்கிருக்கிற ஏதாவது மறைமுக ஆசையா யிருக்கும். தனிமையிலிருந்து தப்பிக்கிறதுக்கு ஒரு துணையை நீயா தேடிக்கிட்டிருக்கிற. ஒருவேளை பிறந்து பல தலைமுறையா உன்னை விடாம துரத்துற எண்ணங்களாவுமிருக்கும்" என்பான். "நீ ஏதேதோ விளக்கம் தர்ற. நான் வழக்கமா பகல்ல பொழுது போகாம தூங்கறப்ப நெறையக் கனவுங்க வரும். அதில ஒண்ணுத்துல பாம்பு தானா நுழைஞ்சிருக்குது" என்று பதில் சொல்வாள். சாப்பிட்டுக்கொண்டே "பாம்பு வர்றதெல்லாம்

சாதாரணமானது. நீ வீட்டில தேவையில்லாத குப்பை கூளங்களை சேர்க்காமயிருந்தா போதும். அதுக்காக ரொம்ப பயந்துபோயிடாதே" என்பான். அவை புத்தகங்களிலிருந்து மேற்கோள்கள் காட்டுவதைப் போலிருக்கும். "நீ தினம் தவறாம மாத்திரை போட்டுகிட்டு வா" என்றபடி அவன் புத்தகத்தை எடுத்து நேற்று விட்ட இடத்திலிருந்து வாசிக்கத் தொடங்குவான்.

அவள் அழுகை மெதுவாகத் தேய்ந்து விசும்பலாகி நின்றது. மனம் கழுவிய வீட்டின் வெறும் தரையைப் போலாகிவிட்டது. கடைசியில் பாம்பிடமிருந்து தான் தப்பித்ததைக் கொஞ்சமும் நம்ப முடியவில்லை. உயிர் பிழைத்து வீட்டில் உட்கார்ந் திருந்ததை நினைத்து சந்தேகமாயிருந்தது. சுற்றியிருந்த வீடு இருட்டினுள் மெல்ல அமிழத் தொடங்கியது. அவள் எழுந்து மூடியிருந்த கனத்த சன்னல் திரைகளை ஓரமாக ஒதுக்கினாள். வழக்கம்போல் சிகரத்தின் உச்சியில் தனியே நின்றிருப்பதைப்போல் உணர்ந்தாள். குளிர்ந்த காற்றுடன் மாலை வெளிச்சம் உள்ளே பரவியது. சுவர்களிலும் கதவுகளிலும் கட்டிலிலும் பொன்னைப் போல் மஞ்சள் வண்ணம் படர்ந்தது. அந்த மாடி வீட்டில் மாயாஜாலம் நிகழ்ந்துகொண்டிருப்பது போலிருந்தது. இதற்காக எவ்வளவு உயரமுள்ள இடத்தில் வேண்டுமானாலும் வசிக்கலாம். அவள் கழிப்பறைக்குச் சென்று முகம் கைகால் களைக் கழுவிக்கொண்டாள். முன்பு நின்றுவிட்டிருந்த மின்சாரம் இன்னும் வந்திருக்கவில்லை. வீட்டின் மூலைகளில் தேங்கியிருந்த நிழல்களில் கருமை கூடிக்கொண்டிருந்தது. மேசையின் அடி, தொலைக்காட்சிப் பெட்டியின் சந்து, வாயுஅடுப்பின் இடுக்கு என்று அவள் ஒவ்வொரு இடமாகத் தேடினாள். கடைசியில் அலமாரிக்குள் தன் துணிக் குவியலில் எப்போதோ போட்டு வைத்திருந்த மெழுகுவர்த்தியைக் கண்டுபிடித்தாள். அதை உணவு மேசையில் வைத்து நாலைந்து தீக்குச்சிகளைச் செலவழித்து ஏற்றினாள். அதன் ஒற்றைச் சுடர் எரிந்து வெளிச்சம் வீசி சுற்றியிருந்த இருளை இன்னும் அதிகப்படுத்தியது. பொருட்களில் பட்டுக் கருமையான பெரிய நிழல்கள் சுவர்களில் விழுந்து அசைந்தன. அவள் அவற்றின் வினோதமாக உருமாறும் வடிவங்களைப் பார்த்துக்கொண்டிருந்தாள். எப்போதாவது வேலை காரணமாக கணவன் வராமல் போய் விட்டால் தைரியமாக இரவுகளைக் கழித்திருந்திருக்கிறாள். பேய், பிசாசு, திருடர்களின் பயம் என்று எதுவும் எழுவதில்லை. வீட்டின் கதவு, சன்னல்களை இறுகச் சாத்தித் தாழிட்டுவிட்டால் காலத்துக்கும் நிம்மதியாயிருக்கலாம்.

அவள் வீட்டின் பின்னாலிருந்த கதவைத் திறந்துகொண்டு மாடி முகப்புக்கு வந்தாள். அது பத்துப் பதினைந்தாவது மாடி

அல்லது இன்னும் அதிகமானதாகவுமிருக்கலாம். அதனால் சில சமயம் அவள் வீடு அந்தரத்தில் நின்றிருப்பதைப் போலிருக்கும். இதற்கும் மேல் அடுக்ககக் குடியிருப்பு வளர்ந்து உயர்ந்த மலையைப் போலிருந்தது. மேகங்கள் புகையைப் போல் அருகாமையில் மெல்ல நகரும். அவற்றைக் கையால் தொட்டு உணர முடியாது. இங்கிருந்து பார்க்கையில் வானம் பல மடங்கு பெரிதாக விரிந்திருக்கும். அதன் கீழ் பிரம்மாண்டமான கட்டடங்கள் விளையாட்டுப் பொம்மைகளைப் போல் தோன்றும். இப்போதும் வானை உற்றுப் பார்க்கையில் பூமி வேகமாக சுழல்வது போலிருந்தது. அவளுக்கு விழுந்து விடுவதைப் போல் பயமேற்பட்டது. அதைத் தவிர்க்க குனிந்து பார்த்தாள். கீழே பெரும் ஆழத்தைக் கண்டு தலை சுற்றத் தொடங்கியது. இங்கு வந்து சில மாதங்களாகி விட்ட போதிலும் இன்னும் இவை பழகவில்லை. தரையில் சிறிய உருவங்களாக ஆட்கள் உலவிக் கொண்டிருந்தார்கள். வளாகத்தின் குறுகிய மைதானத்தில் சிறுவர்கள் பந்தைத் துரத்தி விளையாடிக்கொண்டிருந்தார்கள். அவர்கள் கூச்சல் கிணற்றுக்குள்ளிருந்து கேட்பதைப் போலிருந்தாலும் ஆறுதலாயிருந்தது. எதிர்காலத்தில் அவளுக்குக் குழந்தை பிறந்து வளர்ந்து அங்கு விளையாடத் துவங்கும். பெரிய வண்டைப் போலிருந்த ஒரு கார் சத்தமில்லாமல் வெளியேறிச் சென்றது. சுற்றிலும் வீடுகள் ஒரே அச்சில் வார்த்தவை போல் நின்றிருந்தன. புதிதாக வருபவர்களிடம் சரியான முகவரி மட்டும் இல்லையென்றால் வீட்டைக் கண்டுபிடிக்க முடியாமல் சுற்றிக்கொண்டிருக்க வேண்டும். சில சமயம் அவளுக்கு யாரிடமாவது பேச ஆசையாயிருக்கும். அக்கம்பக்கத்து மாடி வீட்டாருடன் கையை நீட்டிக் குலுக்க வேண்டும். வீடுகள் அருகிலிருப்பவை போல் தோன்றினாலும் தொட முடியாத தொலைவுகளிலிருந்தன. அவற்றில் மனிதர்கள் வசிக்கும் அடையாளங்களில்லை. வாயில்களிலும் சன்னல்களிலும் கனத்த திரைகள் தொங்கிக்கொண்டிருக்கும். பெரும்பாலும் எல்லாக் கதவுகளும் மூடியிருக்கும். வெளியில் எப்போதாவது நிழலுருவங்கள் தோன்றி மறையும். விளக்குகள் எரிந்தால் யாராவது இருக்கிறார்களென்று அர்த்தம்.

திடீரென்று தலை மயிர்களைப் பிய்த்தெடுத்துவிடுவதைப் போல் காற்று வேகமாக வீசியது. அதனுள் தொலைவிலுள்ள ஆழ்கடலின் குளிர்ச்சி தெரிந்தது. வீட்டிலிருந்து எந்தப் பக்கம் பார்த்தாலும் உயரமான அடுக்கக கட்டடங்கள் நின்றிருந்தன. அவையெல்லாம் ஒரே மாதிரியான தோற்றங்களுடையவை. அவற்றினிடையில் மிகச் சிறிய மாற்றங்கள் மட்டும்தானிருக்கும். அடுக்கக வளாகத்துக்குள் அடிக்கடி கத்தரித்துவிடப்படும் புல்வெளியில் நின்றிருந்த ஓரிரண்டு மரங்களை அவள் ஆசையுடன்

பார்ப்பாள். மரங்களில் வாழும் காகங்கள் அவ்வப்போது அவள் வீட்டு மாடி முகப்பை நாடி வரும். சில காகங்கள் கைப்பிடிச் சுவரில் உட்கார்ந்து கரையும். கட்டைக் குரல்களில் பதற்றம் தொனிக்கும். அவற்றை யாரோ துப்பாக்கியுடன் சுடத் துரத்திக் கொண்டிருப்பதைப் போல் தோன்றும். அவர்கள் குடியேறிய தினம் முதிர்ந்த ஒரு காகம் கூப்பிடுவதைப் போல் விடாமல் இரைந்துகொண்டிருந்தது. அருகில் சோற்றைப் பிசைந்து வைக்கை யிலும் நகராமல் தைரியமாக உட்கார்ந்திருந்தது. உணவைத் தின்னாமல் சற்று நேரம் கத்திக்கொண்டிருந்து பறந்துவிட்டது. இறந்துவிட்ட தன் தந்தை காக்கை வடிவத்தில் தேடி வந்திருக்கலாம் என்று அவளுக்குத் தோன்றியது. காணாமல் போன அண்ணன், தான் பிறப்பதற்கு முன்னால் செத்துப்போய்விட்ட தாத்தா, பைத்தியமாக இறந்த பாட்டியும் காக்கைகளாக மாறியிருக்கலாம். காகங்களுக்குத் தனித்து எந்த அடையாளங்களு மிருப்பதில்லை. ஒரு நாள் பெயர் தெரியாத பறவையொன்று திசை தவறிவிட்டதைப் போல் மாடியில் வந்து அமர்ந்தது. அங்குமிங்கும் பார்வை அலைபாய்ந்தது. அதன் உடல் வெண்மை யாகவும் கப்பறை போன்ற அலகு மஞ்சளாகவுமிருந்தன. அதுவும் எதையும் தின்னவில்லை. நீண்ட தூரம் பறந்ததில் ஓய்வெடுத்துக்கொள்ள விரும்புவதைப் போலிருந்தது. பிறகு விருட்டென கிளம்பி வான் நீலத்தில் மறைந்தது. இரவு பக்கத்தில் படுத்துக்கொண்டிருக்கையில் கணவனிடம் அதைப்பற்றி கூறினாள். அவன் தலையணையில் சாய்ந்தமர்ந்து கதைப் புத்தகத்தைப் படித்துக்கொண்டிருந்தான். படித்த பக்கத்தில் விரலை நுழைத்து அடையாளம் வைத்துக்கொண்டு மூடினான். "பழைய கதைங்களிலதான் பறவைகளைத் தூது அனுப்புறது வரும்" என்றான். "இப்போதைக்கு அது சாத்தியமில்ல. டாக்டர் கொடுத்த மாத்திரைய போட்டுகிட்டு எதுவும் கற்பனை செய்யாம தூங்கு." அவன் கையிலிருந்த புத்தகத்தில் வரையப்பட்டிருந்த வினோதமான விலங்குத் தலையும் சிறகுகளுமுள்ள உருவம் அவள் கண்ணில்பட்டது.

அடுக்ககத்தின் கீழே வயதான ஒருவர் கைகளை வீசியபடி வழக்கம் போல் மாலை நடை பயின்றுகொண்டிருந்தார். அவர் பிடித்திருந்த கயிற்றிலிருந்த உயர் ரக சடை நாய் வழி நடத்திக்கொண்டிருந்தது. அவள் அழைப்பதைப் போல் கைகளைத்தட்டினாள். அவர் தடுமாற்றத்துடன் மேலே அண்ணாந்து நோக்கினார். பிறகு சுற்றும் முற்றும் பார்த்துவிட்டு தன் பயணத்தைத் தொடர்ந்தார். அவர் ஒரு முறை கூட அவளைக் கண்டுபிடித்ததில்லை. அவள் மறுபடியும் கூப்பிட விரும்பினாள். முன்பொரு நாள் இதே போல் மாடியில் நிற்கையில் எதிர் சாலையில் யானை சென்றுகொண்டிருந்ததைப்

பார்த்தாள். அது இங்கிருந்து மிகவும் சிறிதாகத் தெரிந்தது. சிறுவர்கள் கூச்சலிட்டபடி பின்தொடர்ந்துகொண்டிருந்தார்கள். வழியிலிருந்தவர்கள் தந்த நாணயங்களை வாங்கிக்கொண்டு பதிலுக்கு யானை ஆசி வழங்கிக்கொண்டிருந்தது. யாரோ கொடுத்த வாழைப்பழம் ஒரே வாயில் நுழைந்து மறைந்தது. யானையின் மேல் பாகன் சிறிய பொம்மையைப் போல் உட்கார்ந்திருந்தான். யானை தும்பிக்கையை வளைத்து கிடைத்ததையெல்லாம் அவனிடம் திருப்பித் தந்துகொண் டிருந்தது. அதன் கழுத்தில் கட்டியிருந்த சிறிய வெண்கல மணி யின் ஒலி அவளுக்குத் துல்லியமாகக் கேட்டது. பிறந்து வளர்ந்த அடர்ந்த காட்டின் ஞாபகமில்லாததைப் போல் யானை தார்ச் சாலையில் சென்றுகொண்டிருந்தது. அவளுக்கு அதனருகில் சென்று தட்டிக்கொடுக்க வேண்டும் போலிருந்தது. கயிறு போன்ற வாலை, துதிக்கையின் சிவந்த நுனியை, ஆழ்ந்த சிறிய கண்களைக் கிட்டத்தில் காண வேண்டும். வெளிக் கதவையும் சாத்த மறந்து இரவு உடை பறக்க வீட்டிலிருந்து ஓடினாள். அடுப்பைக் கூட அணைக்கவில்லை. அப்போதுதான் அரிசியைக் களைந்து உலை வைத்திருந்தாள். அவள் மாடிப் படிகளை ஒன்றிரண்டாகக் கடந்து கீழே இறங்கிக்கொண்டிருந்தாள். அடுக்ககவாசிகள் வியப்புடன் அவளை பார்த்துக்கொண்டிருந்தார்கள். அவள் தரையை அடைவதற்குள் அடுக்கக வாயிலைத் தாண்டி யானை சென்றுவிட்டிருந்தது. அவள் மூச்சிரைக்க வளாகத்திலிருந்த கோயில் படியில் சென்று அமர்ந்தாள். உள்ளே கருவறை இருண்டிருந்தது. அடுக்கக வாயிற் கதவருகில் நின்றிருந்த காவலர் அவளை உற்றுப் பார்த்தார். அவள் எழுந்து நடக்கத் துவங்கி னாள். அடுக்ககத்தின் மின் தூக்கியில் நிறையப் பேர் ஏறியும் இறங்கியும்கொண்டிருந்தார்கள். அவள் மாடிப் படிகளின் வழியாக மெல்ல ஏறினாள். இரண்டு கால்களும் கடுமையாக வலித்தன. வீட்டில் நுழைகையில் அடுப்பில் சோறு பொங்கி வழிந்துகொண்டிருந்தது. தீ அணைந்து வாயு நாற்றம் பரவி யிருந்தது. அடுப்பை அணைத்துவிட்டுக் கதவுகளையும் சன்னல் களையும் திறந்து வைத்தாள். இரவு கணவன் சாப்பிடுகையில் அவள் ஒரு கணமும் தாமதிக்காமல் தான் இறங்கி யானையைப் பார்த்ததைச் சொன்னாள். அது தாண்டிச் சென்றுவிட்டதையும் கூடவே சாதம் பொங்கி அடுப்பு அணைந்துவிட்டதையும். அவன் தட்டிலிருந்த உணவில் கையைக் கழுவிக்கொண்டு எழுந்தான். “உன் கிராமத்திலிருக்க அம்மாவைப் பார்க்கணும்னு ரெண்டு மூணு மாசம் முன்னால நீ நடுராத்திரில எழுந்துகிட்டது ஞாபகமிருக்குதா? இங்க தொலைஞ்சிபோயிட்டா யாரும் வழி சொல்ல மாட்டாங்க. நாம முன்னயிருந்த சின்ன ஊருன்னா தானா கண்டுபிடிச்சு திரும்பிடலாம்...” அவன் தொடர்ந்து

சொல்லிக்கொண்டிருந்தான். அவள் கேட்காததைப் போல் பாத்திரங்களை எடுத்துக்கொண்டு சமையலறைக்குச் சென்றாள்.

அதற்கும் பிறகொரு நாள் மாடி முகப்பில் நின்றபடி அவள் வேடிக்கை பார்த்துக்கொண்டிருந்தாள். எங்கிருந்தோ "மியாவ் மியாவ்" என்ற சப்தம் கேட்டது. அவள் ஆவலுடன் சுற்றும் முற்றும் தேடினாள். மிக உயர்ந்த அடுக்ககங்களிலும் பூனைகள் சாதாரணமாகப் புழங்குகின்றன. அவற்றுக்குக் குடிசைகளுக்கும் பெரிய வீடுகளுக்கும் வேறுபாடுகளிருப்பதில்லை. கூரையிலிருந்து பூனை மெத்தென்று மாடியில் குதித்தது. அதன் வயிறு முதுகுடன் ஒட்டியிருந்தது. குடியேறிய சில நாட்களுக்குப் பிறகு அவள் மீன் குழம்பு வைத்திருந்தாள். வீடு முழுவதும் அயிரை மீன் வாசனை பரவியிருந்தது. தலையைக் குனிந்து மோப்பம் பிடித்தபடி பூனை வந்தது. அதன் வயிற்றுக்குள் பூனைக் குட்டிகளின் உருவங்கள் அசைந்தன. மணத்தைத் தாள முடியாமல் பூனை அல்லாடியது. தட்டில் மீன் தலைகளைப் போட்டு வைத்ததும் அமைதியுடன் உண்ணத் தொடங்கியது. அது அனைத்து வீடுகளையும் நன்கு அறியுமென்றுபட்டது. அவளுடைய கணவன் பூனையைக் கண்டால் ஆங்காரமாக விரட்டுவான். ஓடிச் சென்ற பின்னாலும் பூனையின் குரல் அசரீரி போல் ஒலித்துக்கொண்டிருக்கும்.

இப்போது அவளை அந்தப் பூனை சோம்பலாக உரசியது. மேலே வெதுவெதுப்பாகப் படுகையில் உடல் சிலிர்த்தது. கால்களுக்கிடையில் புகுந்து சுற்றிக்கொண்டிருந்தது. தெரியாமல் வாலை மிதித்துவிட்டால் கடித்துவிடும். பூனைக்குக் கடும் விஷமிருக்கிறது என்று யாரோ சொல்லியிருக்கிறார்கள். எதையோ கூறுவதைப் போல் பூனை தொடர்ந்து கத்தியது. அது அடுக்ககத்தில் எங்கோ ஓரிடத்தில் நிறையக் குட்டிகள் ஈன்றிருக் கிறது. அதற்கு மிகவும் பசியெடுத்திருக்கும். சமையலறையை நோக்கிப் பூனை சுவாதீனமாகச் சென்றது. சமையல் மேடையின் மேல் பாத்திரத்தில் பாலிருந்தது. அதில் வாய் வைத்துவிட்டால் அவர்களுக்கு இரவு குடிக்கவும் காலை காபிக்கும் வழியில்லை. அவள் பூனையைக் கவனித்துக்கொண்டிருந்தாள். அது பாலைக் குடிக்காது என்று நம்பினாள். ஒரே தாவில் பூனை சமையல் மேடைக்கு ஏறியது. வாயால் பால் பாத்திரத்தின் மூடியைத் தள்ளி, ரோஜா நிற நாக்கை நீட்டிப் பாலை நக்கிக் குடிக்கத் தொடங்கியது. அதற்கேற்ப வால் மெல்ல அசைந்தது. அவளுக்கு மிகவும் திருப்தியாயிருந்தது. பூனை குடித்து முடித்ததும் மீசை நுனிகளில் பால் துளிகள் அரும்பியிருக்க அவளைக் கடந்து சென்றது. கைப்பிடிச் சுவரின் மீதேறி கீழ் மாடியில் குதித்தது. கொஞ்சம் தவறினாலும் கீழே விழுந்து உயிர் போய்விடும். அது பிறவியிலிருந்து குதிக்கவும் தாவவும் அறிந்திருக்கும் என்று

நினைத்துக்கொண்டாள்... அவளுடைய கணவன் கூப்பிட்டதும் கதவைத் திறந்தாள். அவன் அழுக்காகியிருந்த காலணிகளை ஓரமாகக் கழற்றிப்போட்டான். அவள் பூனை வருகை தந்ததை சுவாரசியமாகச் சொல்லத் தொடங்கினாள். அவன் கைகால்களைக் கழுவிக்கொண்டு உட்கார்ந்தான். "யாராவது பூனைய அடுப்பிலிருக்க பாலைக் குடிக்கவிடுவாங்களா? அதனால மாடி வழியா ஏறி வரவும் முடியாது. நம்ம வீட்டுக் கதவு திறந்து கிடந்ததால நுழைஞ்சிருக்கும். பூனைங்க கிட்ட பேசிட்டிருக்கறது தனக்குத்தானே பேசிக்கிற மாதிரி. நீ வீட்டுக் கதவ, சன்னல மறக்காம மூடி வைக்கணும். இல்லாட்டி நானே வெளியே பூட்டிக்கிட்டுப் போயிடறேன்" என்றான். கடைசியில் அவன் அதைத்தான் எதிர்பார்த்தான் போலிருந்தது. அவன் இரவு உணவுக்குப் பிறகு புத்தகத்தைப் படிக்காமல் வெறுமனே பக்கங்களைப் புரட்டிக்கொண்டிருந்தான். அவள் காலையில் எழுந்ததும் "நீயே கதவை வெளியில பூட்டிக்கிட்டுப் போயிடு. அதனால எனக்கொண்ணுமில்ல" என்றாள்.

வீடு முழுவதும் இருட்டிவிட்டது. அது தனிமையை அதிகப்படுத்துவதைப் போலிருந்தது. வீட்டிலிருந்த பொருட்கள் மங்கித் தோன்றின. அவள் மின்சார இணைப்பில் பழுதேற்பட்டிருந்தால் நீக்கலாம் என்று எண்ணினாள். முன்பொரு முறை முழு நாளும் மின்சாரம் இல்லாமலிருந்தது. மற்றவர்களின் வீடுகளில் மட்டும் விளக்குகள் எரிந்துகொண்டிருந்தன. அவள் ஏதாவது மின்சாரப் பொருட்களைத் தவறாக உபயோகித்ததால் அணைந்திருக்கும் என்று அவன் சந்தேகப்பட்டான். மின்சார ஊழியர் வந்து வீட்டிலிருந்த மின்சாரப் பெட்டியை ஆராய்ந்து பார்த்தார். உள்ளே இணைப்புகளில் எந்தப் பழுதுமில்லை. கீழே சென்று பெரிய மின் இணைப்புப்பெட்டியைச் சோதித்தார். அங்கு சிறிய கம்பியிழையொன்று பிரிந்திருந்ததைக் கண்டுபிடித்தார். மின்சாரம் நின்றதற்கு தான் காரணமில்லை என்று அவனிடம் சொல்ல நினைத்தாள். அதற்குள் புத்தக அலமாரியைக் குடைய அவன் சென்றுவிட்டிருந்தான். இப்போதும் வீட்டில் கோளாறு ஏற்பட்டு மின் இணைப்பு தடைபட்டிருக்கலாம். அவள் வீட்டுச் சுவரில் பொருத்தப்பட்டிருந்த மின் இணைப்புப் பெட்டியை மெல்லத் திறந்தாள். உள்ளே நரம்புகளைப் போல் சிக்கலாக பல வண்ணங்களில் கம்பிகள் ஓடிக்கொண்டிருந்தன. எச்சரிக்கைக்காக நிற்கும் விசைகளும் பழைய நிலைகளிலிருந்தன. அவற்றில் எந்தத் தவறுமில்லை என்றுபட்டது. அவள் மின்சாரப் பெட்டியை முன்பு போல் மூடினாள். தன் வீட்டின் வெளிக்கதவு அடைக்கப்படாமலிருந்தால் அக்கம்பக்க வீடுகளில் மின்சாரம் இருப்பதைத் தெரிந்துகொள்ளலாம். பெரும்பாலான வீடுகளில் மின்சார

சேமிப்புக் கருவிகளிருப்பதால் மின்சாரம் தடைபடுவதை யாரும் தெரிந்துகொள்வதில்லை.

அவள் வீட்டின் கூடத்துக்குள் வந்தாள். மெழுகுவர்த்தி வெளிச்சத்தில் சமையலறை நிழலாகத் தோன்றியது. தரை வெள்ளம் ஓடுவது போல் பளபளத்துக்கொண்டிருந்தது. அவள் உள்ளே சென்றதும் திகைத்து நின்றாள். கீழே குளம் போல் நீர் தேங்கியிருந்தது. வெங்காய சருகுகளும் கறி வேப்பிலைகளும் முட்டை ஓடுகளும் மேலே மிதந்துகொண்டிருந்தன. ஓரத்தில் படகைப்போல் பிளாஸ்டிக் குடுவை அசைந்துகொண்டிருந்தது. அவள் காலை மெதுவாக நீரில் வைத்தாள். சிறிய வளையங்கள் எழுந்து மெல்ல விரிந்து சுவர்களில் மோதின. ஆழ்ந்த அமைதியில் எங்கிருந்தோ அலையோசை காதில் விழுந்தது. கூடவே கடிகாரம் ஓடுவதைப் போல் இறுக மூட மறந்த குழாயிலிருந்து துளிகள் சொட்டும் ஒலி. கீழேயிருந்த நீர் பனியைப் போல் சில்லிட்டிருந்தது. மூலையிலிருந்த கழிவு நீர் வெளியேறும் குழாய் அடைத்திருக்கலாம் என்று நினைத்தாள். மேலே பாத்திரங்கள் கழுவும் தொட்டியின் துவாரங்களின் வழியாக உணவுத் துணுக்குகளும் கசடுகளும் நுழைந்திருக்கும். அதன் வாய் ஒரு பிடி சோறு போட்டாலும் மூடிக்கொண்டுவிடும். கீழிறங்கும் கழிவு நீர்க் குழாயில் சிறிய கண்களுடைய பாதுகாப்பு தடுப்பிருந்தது. அங்கு கழிவுத்தொட்டியிலிருந்து வெளியேறும் கழிவுகள் தேங்கிவிடும். அவை தரையில் புதைந்திருக்கும் குழாய்களுக்குள் போகாது. இந்த சிக்கலான அமைப்புகளை நினைத்து அவளுக்குத் தலை சுற்றியது. அவற்றைத் தன்னால் ஒருபோதும் புரிந்துகொள்ள முடிவதில்லை.

அவள் கணவன் எவ்வளவு நேரம் கழித்து வந்தாலும் கழிவுகள் அடைத்துக்கொண்டதைக் கூற வேண்டும். அந்த குழாய்களை மாற்றி அகலமானதாக்க சொல்லுவாள். மிகவும் அபாயகரமான மின்சார இணைப்பை சோதித்ததைத் தெரிவிக்கப்போவதில்லை. அவன் “நாம இதுக்குப் போயி மொத்த குழாயையும் மாத்த முடியுமா? அதுவும் இது வாடகை வீடு ...” என்பான். “சரியான பைத்தியக்காரி ...” என்று அடித்தொண்டையில் முணுமுணுப்பான். அந்த வார்த்தை மன நல மருத்துவரால் உறுதியாக விலக்கப்பட்டிருந்தது. அப்படியும் அவனுக்குப் பழக்கத்தில் வந்துவிடுகிறது. அவள் இரவு உடையைத் தூக்கிச் செருகிக்கொண்டு மூலையிலிருந்த இரும்புக் கம்பியை எடுத்தாள். அந்த நீண்ட கம்பிக்கு சமையல் வேலைகளில் என்ன பங்கென்று தெரியாது. நீண்ட காலமாகக் கையெட்டும் தூரத்தில் சமையல் மேடை மூலையிலிருந்தது. முன்பொருமுறையும் கழிவுநீர் அடைப்புகளை நீக்க உதவியிருக்கிறது. ஆழத்திலுள்ள கசடுகளையும்

வெளியில் தோண்டியெடுக்கும். சமையல் மேடையின் அடியில் சாக்கடைக் குழியைக் குனிந்து பார்த்தாள். பக்கத்தில் குப்பைக் கூடை சரிந்து கொட்டியிருந்தது. அதை நிமிர்த்தி ஓரமாக வைத்துவிட்டு பள்ளத்தைக் கம்பியால் கிளறினாள். மூடிய நுண் துளைகளில் நீர் சுழிப்பேற்பட்டது. புதிய வெள்ளத்தைப் போல் கழிவு நீர் இறங்கியோடியது. அதில் மறுபடியும் தொலிகளும் துண்டங்களும் வந்து தேங்கின. அடியில் கையைவிட்டு அவற்றை அள்ளி குப்பையில் போட்டாள். சதைத்துண்டங்களை போன்ற காய்கள், கசங்கிய பாலித்தின் பை, புழுக்களைப் போன்ற சோற்றுப் பருக்கைகள் வெளிப்பட்டன. அழுகல் நாற்றம் மேலெழுந்து வந்து குமட்டியது. சற்று நேரத்தில் அருவெருப்பு மெதுவாக மறையத் தொடங்கியது. அவள் கழிவுகளைச் சேகரித்து குப்பைக் கூடையில் போட்டாள். சமையல் மேடை மூலையில் மறந்து வைத்திருந்த காலையுணவு ஊசிவிட்டிருந்தது. அதைப் பாத்திரத்துடன் எடுத்துக் கூடையில் கவிழ்த்தாள். அப்போது அவள் கணவனின் முகம் சுளிப்புடன் தோன்றியது. “நீ காலையில ஏன் சாப்பிடலை?” என்றது. அவள் சமையலறைக் கதவை அழுத்தி சாத்தினாள். இவ்வளவு நேரம் கழிவுகளைக் களைந்து கொண்டிருந்ததில் மனம் லேசாகிவிட்டிருந்தது.

கூடத்திலிருந்த மெழுகுவர்த்தி ஒளிவீசி மெல்லக் கரைந்து கொண்டிருந்தது. அழைப்பு வந்ததைக் காட்ட மேசை மேல் மின்னிக்கொண்டிருந்த அலைபேசியை எடுத்தாள். அந்த அழைப்போசை மாடி முகப்புக்கு எட்டியிருக்கவில்லை. அது அவளுடைய கணவனுமில்லை, தெரிந்த வேறு யாருமுமில்லை. பதிவு செய்யப்பட்ட ஒரு வணிக அழைப்பாயிருந்தது. அந்த வேளையில் அவளுடைய கணவன் புறப்பட்டுப் போக்குவரத்து நெரிசலில் திணறியபடி வந்துகொண்டிருப்பான். அவன் எப்போது வீடு திரும்புவான் என்று விசாரிக்க நினைத்தாள். அது அவனுக்கும் நிச்சயமாகத் தெரிந்திருக்காது. அவள் வருத்தமுடன் சிறிது நேரம் அலைபேசியைப் பார்த்துக்கொண்டிருந்துவிட்டுத் திரும்ப வைத்தாள். கழிப்பறைக்குச் சென்று முகம் கை கால் களைக் கழுவிக்கொண்டாள். மெழுகுவர்த்தியை எடுத்து வந்து அறைக்குள் வைத்தாள். ஒப்பனைக் கண்ணாடியில் வெளிச்சம்பட்டு அறையெங்கும் பிரதிபலித்தது. சுடரொளியுடன் திரைச் சீலை, சன்னல், கதவுகளின் நிழல்களும் சேர்ந்து அசைந்தன. தலையை வாரி பவுடர் பூசிக்கொள்ளத் தொடங்கினாள். சுற்றிலும் என்னவென்று தெரியாத பூ மணம் எழுந்தது.

அப்போது அறைக்குள் ஏதோ நுழைந்துகொண்டிருப் பதைக் கண்ணாடி வழியாகக் கவனித்தாள். அது வழக்கமாக வரும் பூனையாயிருக்கும். அவளுக்கு அடுத்த கணமே அது

பாம்பாயிருக்கலாம் என்று தோன்றியது. மின்னும் கண்கள், தீ சுவாலை நாக்கு, வளைந்து நெளியும் உடல். அது அவள் சற்று முன் கண்ட பாம்புதான். அதே நீளத்திலும் நிறத்திலுமிருந்தது. அந்த பிம்பம் கண்ணாடியிலிருந்து உடனே மறைந்தும்விட்டது. அவள் திகைப்புடன் பின்புறம் திரும்பிப் பார்த்தாள். மெலிதான வெளிச்சத்தில் எதுவும் புலப்படவில்லை. கணவன் கூறுவது போல் எல்லாம் வெறும் பிரமையாயிருக்கும். பாம்புக்கு ஆழ்ந்த ஞாபகசக்தி என்று எல்லோரும் சொல்வார்கள். தான் முன்பு தப்பித்துவிட்டிருந்ததால் அது தொடர்ந்து துரத்தி வந்து கொண்டிருக்கிறது. அந்தப் பாம்பு மிகுந்த பளபளப்புடன் வசீகரமாயிருந்தது. இந்த உயரமான இடத்தை எப்படியோ தேடி அடைந்திருக்கிறது. தொலைக்காட்சிச் செய்தியில் பார்த்திருந்ததைப் போல் குளிர்சாதனப் பெட்டி குழாய் வழியாக நுழைந்திருக்கலாம். கழிவுநீர்க் குழாய், மாடிப் படிக்கட்டுகளின் வழியாகவும் ஏறி வந்திருக்கலாம். வீட்டுக்குள் கண்ணுக்குத் தெரியாமல் நீண்டகாலமாக வசித்துக்கொண்டிருந்திருக்க லாம். அதைக் கண்டுபிடித்துக் காட்ட வேண்டும். எவ்வளவு துல்லியமாகச் சொன்னாலும் அவனை நம்ப வைக்க முடியாது.

அவள் சமையலறையிலிருந்து நீண்ட கம்பியை எடுத்து வந்தாள். அறைக்குள் நுழைந்து கவனமாகத் தேட ஆரம்பித்தாள். முதலில் கதவுக்குப் பின்னால் தேடினாள். அடுத்து ஒப்பனை மேசை, இருக்கை, கட்டில் அடிகளில் பார்த்தாள். அலமாரிக் கதவுகளையும் ஒவ்வொன்றாகத் திறந்தாள். குறுகிய இடத்திலும் தன்னை சுருக்கிக்கொண்டு பாம்பு மறைந்திருக்கும். அது எங்கும் கண்ணில்படவில்லை. பாம்பு மறைந்திருந்து திடீரென தாக்கலாம் என்ற பயம் எழத் தொடங்கியது. அவள் கட்டிலின் மேல் கால்களைத் தூக்கி வைத்துக்கொண்டு யோசித்தாள். முதலில் கண்ணாடியின் வழியாகத்தான் பாம்பைக் கண்டிருந்தாள். எனவே அது நுழைந்துகொண்டிருக்கும் பிம்பமாகத் தோன்றினால் உண்மையில் பருண்மையாக வெளியேறியுள்ளதாகத்தான் அர்த்தம். அவள் கூடத்திற்குச் சென்று தேடத் துவங்கினாள். உணவு மேசை, இருக்கைகள் கீழே மறைவதற்கு இடமில்லை. உயரமான மர அடுக்குகளின் மேல் ஏற முடியாது. கீழ்த் தட்டில் அவன் படித்துக்கொண்டிருந்த புத்தகமிருந்தது. அதன் பக்கங் களில் புகுந்து ஒளிந்துகொள்ள சாத்தியமில்லை. இரும்புக் கம்பியைத் தட்டியபடி சுவரோரங்களிலும் மூலைகளிலும் கவனமாகத் தேடினாள். வெளிப்புறமாகப் பூட்டிய வீட்டுக் கதவு வழியாக வெளியேறியிருக்காது. தான் வழக்கமாக நிற்கும் மாடி முகப்புக்குத்தான் ஓடியிருக்கும். அவளுக்கு அதைக் கண்டுபிடித்துவிடும் நம்பிக்கை வந்தது.

அவள் வீட்டின் மாடிக்குத் தயங்கியபடி சென்றாள். வெளியே சுற்றுப்புறமும் வானும் ஒரே இருண்ட பரப்பாயிருந்தது. நிலவும் நட்சத்திரங்களும் மங்கலாக ஒளிர்ந்துகொண்டிருந்தன. மின்சாரமில்லாததைப் பற்றிய கவலையில்லாமல் வெளியே வீடுகளில் விளக்குகள் எரிந்துகொண்டிருந்தன. மாடியில் போட்டு வைக்கப்பட்டிருந்த உடைந்த பிளாஸ்டிக் வாளியும் துடைப்பமும் மிதியடியும் தென்பட்டன. மூலையில் தொட்டியில் ரோஜா செடி காய்ந்து சருகாக நின்றிருந்தது. பக்கத்தில் காலி அட்டைப் பெட்டிகள் மடித்து வைக்கப்பட்டிருந்தன. அவற்றில் நீண்ட கால தூசு படிந்திருந்தது. அவளுக்கு மிகவும் ஏமாற்றமாயிருந்தது. பாம்பு முழுதாக ஒளிந்துகொள்ள ஏற்றதாக சிறந்த இடம் ஒன்றுமில்லை. இரும்புக் கம்பியால் ஒவ்வொரு பொருளையும் தட்டி விலக்கினாள். உடைந்த வாளிக்குள் வீடு துடைக்கும் அழுக்குத் துணி சுருண்டிருந்தது. அதைக் கம்பி நுனியில் மெல்ல தூக்கிப் பார்த்தாள். அரைகுறை வெளிச்சத்தில் பாம்பு உரித்துப்போட்ட சட்டை போலிருந்தது. அது காற்றில் மெதுவாக முன்னும் பின்னும் அசைந்துகொண்டிருந்தது. பாம்பு உயிர் பெற்று நெளிவதைப் போலிருந்தது. அதைத் திரும்பவும் கீழே போட்டாள். வீட்டுக்குள் வந்து அமர்ந்து கணவனின் வருகைக்காகக் காத்திருக்க ஆரம்பித்தாள். அதற்குள் மின்சாரமும் திரும்பி வந்துவிடும். அவள் ஒவ்வொன்றாக நடந்ததை நினைவுபடுத்திக்கொண்டாள். அவை எல்லாவற்றையும் மறந்துவிடாமல் கணவனிடம் சொல்ல வேண்டும். அவன் உள்ளுக்குள் மிகவும் பீதியடைந்து விடுவான். "இதெல்லாம் வெறுங் கற்பனையாத்தானிருக்கும். ஆனா நிஜமாயிருக்கவும் வாய்ப்பிருக்குது. நமக்குத் தேடிப் பாக்கிறத தவிர வேற வழியில்லை" என்பான். அதன் பிறகு அவனும் வீட்டிலுள்ள எல்லா இடங்களிலும் பாம்பைத் தேடத் தொடங்குவான்.

❖

மீண்டும் ஒரு முறை

இரயில் நாலைந்து மணி நேரத்துக்கும் மேல் தாமதமாக வந்து சேர்ந்திருந்தது. இரண்டு நாட்களாகத் தொடர்ந்து பயணம் செய்தததில் அது ஒன்றும் பெரிதாகத் தெரியவில்லை. அந்த இரயில் நிலையம் எதையும் பொருட்படுத்தாமல் தன்பாட்டில் பரபரப்பாக இயங்கிக்கொண்டிருந்தது. மனைவியுடன் இரயிலிலிருந்து இறங்கியதும் அவன் சித்தப்பாவை கைபேசியில் மீண்டும் அழைத்தான். இரண்டு மூன்று முறை அழைப்போசை போயும் அவர் எடுக்கவில்லை. அவராகக் கூப்பிடும் வரை காத்திருப்பதைத் தவிர வேறு வழியில்லை. தன் பையையும் மனைவியின் கனத்த ஒரு பையையும் சிரமப்பட்டுத் தூக்கிக்கொண்டான். உட்புற நடைமேடையின் இருக்கைக்குச் சென்று இருவரும் உட்கார்ந்தார்கள். தங்களை அழைத்துச் செல்ல யாராவது வந்திருக்கிறார்களா என்று அவன் சுற்றிலும் நோட்டமிட்டான். இரயில் நிலையம் பிரம்மாண்டமான கோட்டையின் நுழைவு வாயிலைப் போல் தோன்றியது. பல இடங்களைச் சேர்ந்த பயணிகள் ஓயாமல் போய் வந்துகொண் டிருந்தார்கள். அவர்கள் பேசிய மொழிகள் ஒன்றாகக் கூடி வெறும் இரைச்சலாகக் கேட்டன. அவன் திரும்பவும் ஒரு முறை சித்தப்பாவைக் கூப்பிட்டுத் தோற்றான். அவன் மனைவியின் கண்களினோரம் லேசான திருப்தி துளிர்த்தது போலிருந்தது. “எல்லாத்துக்கும் காரணம் நீங்கதான் . . .” என்றாள் மற்றவர்களுக்குக் கேட்காமல் மெதுவாக. அவனுக்கு ஏமாற்றம் இன்னும் கூடினாலும் சித்தப்பா ஆளனுப்பி அழைத்துச் செல்வார் என்று நம்பிக்கையும் ஒரு பக்கமிருந்தது. எதிர் மேடையில் பயணிகளை

ஏற்றிக்கொண்டு ஓர் இரயில் தயக்கமாகக் கிளம்பிச் சென்றது. பக்கத்துப் பாதையில் வேறொரு இரயில் பெருமூச்சுடன் வந்து நின்று இன்னும் ஆட்களைக் கொட்டியது. அருகிலிருந்த இருக்கைக்காரர்கள் எழுந்து சென்று புதிய ஆட்கள் வந்து உட்கார்ந்தார்கள். மேலே பெரிய கடிகாரத்தின் நீண்ட நொடி முள் நிற்காமல் சுற்றுவது பதற்றத்தைத் தந்தது.

முன் பின் தெரியாத இந்த ஊருக்கு வந்து சித்தப்பா பிரபலமான திரைப்பட வினியோகஸ்தராகியிருந்தார். அவர் தன்னுடைய ஒரே மகள் திருமணத்துக்கு நேரில் வந்து அவர்களை அழைத்தார். “ரொம்ப தூர இடத்துக்குப் போறதெல்லாம் சாதாரணம். அதக் காரணம் காட்டி வராம இருந்துடாதீங்க” என்றார். தன் பக்கத்தில் பிரபலமாயிருந்த புளிப்பு கலந்த இனிப்புகளையும் கொஞ்சம் பணத்தையும் திருமண அழைப்பிதழுடன் வைத்துக் கொடுத்தார். “என் மகள்கூட என்னை மாதிரியே காதலிச்சு கல்யாணம் பண்ணிக்கிறா” என்று அவர் சொன்னதில் பெருமையுடன் வருத்தமும் கலந்திருந்தது. பழைய வீட்டின் மூலையில் பழுப்பேறிய குடும்பப் புகைப்படத்தின் எதிரில் அஞ்சலி செலுத்துவதைப்போல் சிறிது நேரம் நின்றார். வீட்டைவிட்டு வெளியேறுவதற்கு முன்னால் எடுக்கப்பட்டிருந்த அதில் அவர் இளம் வயதிலிருந்தார். அப்பாவும் அவரும் வித்தியாசம் கண்டறிய முடியாதபடி ஒரே சாயலுடனிருந்தார்கள். அம்மா அந்தக் கால நடிகைகளைப் போல் தன் இரண்டு தோள்களையும் முந்தானையால் இழுத்துப் போர்த்தி மூடியிருந்தாள். “இந்த உறவே விட்டுப்போச்சு. இப்ப நீங்க மட்டும்தானிருக்கிங்க” என்று சொல்கையில் சித்தப்பாவின் குரல் கம்மியது. அவன் மனதிலிருப்பதை உணர்ந்தவரைப்போல் “இந்தக் கல்யாணத்துக்கு நடிகை ஸ்ரீதன்யாவும் இன்னும் நிறையப் பேரும் வருவாங்க” என்றார். அதை கைபேசியில் அவனுக்கு முன்பே சொல்லியுமிருந்தார். அவன் “எனக்கும் ஒரு முறையாவது ஸ்ரீதன்யாவை சந்திக்கணும் போலிருக்கு. அவங்க நம்ம மொழில நடிச்ச எல்லாப் படங்களையும் பாத்திருக்கேன். ஸ்ரீதன்யா இங்கயிருந்து போன பின்னால படம் பாக்கறதையே விட்டுட்டேன்” என்றான். “இவருக்கு இப்ப போயி வந்திருக்க ஆசைய பாருங்க . . .” என்றாள் மனைவி கேலிச் சிரிப்புடன். “அவங்க பெரிய நடிகையாச்சேம்மா, அவ்வள சுலபத்துல மறந்துட முடியுமா ?” என்றார் சித்தப்பா.

அவன் புகுமுக வகுப்பு பரீட்சையில் கணக்கிலும் வணிகத் திலும் கொஞ்சம் மதிப்பெண்களில் தோல்வியடைந்திருந்தான். வெறுமையான மனதுடன் ஆற்றிலும் தோப்பிலும் அலைந்து கொண்டிருந்த நாட்களில் ஸ்ரீதன்யா திரைப்படத்தில் கதாநாயகி யாக அறிமுகமானார். அந்த சினிமா மிகவும் பரபரப்பாகப்

பேசப்பட்டது. அவன் கல்லூரிக்காக தைத்த முழுக் கால் சட்டை அணிந்துகொண்டு தனியாக மத்தியானக் காட்சிக்குச் சென்றான். திரைப்படத்தில் ஸ்ரீதன்யா தன் காதலனுக்காக தினமும் இரயில் நிலையத்தில் ஏக்கத்தோடு காத்துக்கொண்டிருப்பார். திரையில் கிட்டத்தில் தெரிந்த ஸ்ரீதன்யாவின் கை, கால்கள், கண்கள், உதடுகளில் காதல் ஊறித் ததும்பியது. அகன்று விரிந்திருந்த நாசி அவருடைய அழுகையையும் சிரிப்பையும் சேர்த்து பிரதிபலித்தது. ஸ்ரீதன்யா அக்கம் பக்கத்தில் உடன் வாழ்ந்துகொண்டிருக்கும் பெண்ணைப் போலிருந்தார். அவர் கையைப் பற்றிக்கொள்ள வேண்டும், எதையாவது பேசிக்கொண்டிருக்க வேண்டும் போலிருக்கும். இரவு அவன் ஸ்ரீதன்யாவை நினைத்தபடி தூக்கம் வராமல் படுக்கையில் புரண்டுகொண்டிருந்தான். அதி காலையின் மங்கிய இருளில் அவர் தோன்றி அவனை ஆறுதலாக அணைத்துக்கொண்டார். உடலுடன் இறுக படிந்த அங்கங்கள் ஒவ்வொன்றின் உள்ளார்ந்த மென்மையையும் வெம்மையையும் துல்லியமாக அறிந்தான். புடைத்திருந்த மூக்கு அவன் நாக்கில் குளிர்ச்சியுடன் அழுத்தமாக உரசியது. அரைத் தூக்கத்தின் மயக்கத்தில் குறியிலிருந்து பிசுபிசுப்பான திரவம் தானாகப் பீறிட்டது. உள்ளாடை நனைந்து குளிரெடுத்தது. அதைக் கழுவுவதற்கும் எழுந்துகொள்ளாமல் சோர்வுடன் தூக்கத்தில் ஆழ்ந்துவிட்டான். முதல் முறையாக அடைந்த தன்னை மறந்த பரவசத்தை நினைத்து காலையில் எழுந்ததும் ஏங்கினான். ஸ்ரீதன்யா நடித்த படங்களை ஒன்றுவிடாமல் தேடிச் சென்று பார்க்கத் தொடங்கினான். அந்தப் புதுமையான இன்பம் மீண்டும் கிடைக்கவில்லை. அவற்றை தன் பழைய பாட நோட்டில் தேதியிட்டு வரி வரியாக சங்கேத மொழியில் எழுதி வைத்திருந்தான். எப்போதாவது எடுத்து வாசிக்கையில் ஏக்கம் மிஞ்சும். அவன் மனைவியும் இவ்வளவு நீண்ட காலத்தில் அதைக் கிளறி படித்துப் பார்த்திருப்பாள். அந்த நோட்டை இன்னமும் கிழித்துப்போடுவதற்கு மனம் வரவில்லை.

ஸ்ரீதன்யாவை இப்போது தொலைக்காட்சிகளில் கூட அவனால் காண முடிவதில்லை. அவர் நெடுந்தொடர்களின் பரபரப்பில் முழுதாக மறக்கடிக்கப்பட்டிருந்தார். அவனுக்கு சித்தப்பாவால் பழைய ஞாபகம் மீண்டும் துளிர்த்திருந்தது. "ஸ்ரீதன்யா கல்யாணத்துக்கு கண்டிப்பா வருவாங்களா?" என்றாள் அவன் மனைவி. அவள் குரலின் அடியில் சற்று பொறாமை தொனித்ததாகத் தோன்றியது. "அவங்க வீட்டுக்காரருக்கும் எனக்கும் நல்ல சினேகதம்மா. நிச்சயமா ரெண்டு பேரும் வந்து கலந்துக்குவாங்க" என்றார் சித்தப்பா. அவருடனான உறவைத் தொடர்வதற்கு கல்யாணத்துக்குப் போய்க் கலந்துகொள்ள வேண்டும். அப்படியே திரையில் நீண்ட நாட்களாகக் கண்டு

ரசித்திருந்த நட்சத்திரத்தை நிஜத்திலும் சந்திக்கலாம். மனைவியை முந்திக்கொண்டு "நாங்க வர்றோம்" என்று ஒத்துக்கொண்டான். "உங்க கூட பசங்களையும் கூப்பிட்டுனு வந்திடுங்க . . ." என்றார் சித்தப்பா. "அவங்க அவ்வள தூரத்துக்கு வர மாட்டாங்க, லீவு கூட கிடைக்காது . . ." என்றாள் அவன் மனைவி சட்டென்று. "அங்கல்லாம் ராத்திரிலதான் அழைப்பும் கூடவே கல்யாணமும் நடக்கும். அதனால நீங்க முன்னாலயே புறப்பட்டு வந்து தங்கிடுங்க" என்றார் சித்தப்பா. அவன் ஸ்ரீதன்யாவைக் காணப் போகும் ஆர்வத்துடன் உடனே தலையாட்டினான். மனைவி "நாங்க புது இடத்துக்கு வந்து எப்படித் தேடிக் கண்டு பிடிக்கறது . . . ?" என்றாள் மெதுவாக. அவர் "நீங்க இரயில்ல நேரா வந்திடலாம். அங்க வந்து சேர்றப்ப சொல்லுங்க. நான் ஆளனுப்பிவைக்கிறேன்" என்றார். சித்தப்பா அதை தேவையில்லாமல் சொல்லிவிட்டதாக அவன் எண்ணிக் கொண்டான். இந்தக் காலத்தில் சரியான முகவரி மட்டுமிருந்தால் போதும், எந்த இடத்துக்கும் சுலபமாக போய் சேர்ந்துவிடலாம். மறுநாள் அவர்களுக்கு இரயில் இருக்கைகள் காலியிருந்ததால் போக வர முன்பதிவு செய்தான்.

அவன் மீண்டும் முயற்சி செய்தும் சித்தப்பாவுடன் பேச முடியவில்லை. அவன் மனைவி சலிப்புடன் "நான் பண்ணிப் பாக்கறேன்" என்று கைபேசியை ஏறக்குறைய பிடுங்கினாள். அவன் கடைசியாக அழைத்திருந்த எண்ணை அழுத்தினாள். மறு முனையில் ஸ்ரீதன்யா நடித்த பழைய புகழ் பெற்ற பாடல் கேட்டது. அவனும் எப்போதாவது தன்னையறியாமல் அதை முணுமுணுத்துக்கொண்டிருப்பான். அவன் மனைவி கைபேசியை அழைப்பு முடிவதற்கு முன்னால் நிறுத்தி அவன் சட்டைப் பையில் போட்டாள். அவனுக்கு அடர்ந்த காட்டின் நடுவில் சிக்கிக்கொண்டு திசையறியாமல் தவிப்பதைப்போலிருந்தது. மேலும் காலம் தாழ்த்தாமல் இங்கிருந்து வெளியேறி அந்த திருமண மண்டபத்துக்குப் போயாக வேண்டும். இல்லை யென்றால் நாளை வரை காத்திருந்து முன்பதிவு செய்திருந்த இரயிலில் ஊர் திரும்பிவிடலாம். அவன் சித்தப்பா எந்த நேரத்திலும் கைபேசியில் அழைப்பாரென்று இன்னும் கொஞ்சம் நேரம் அங்கேயே காத்திருக்க நினைத்தான். கடக்கும் ஒவ்வொரு முகத்தையும் ஆவலுடன் கூர்ந்து பார்த்துக்கொண் டிருந்தான். சித்தப்பாவால் அழைத்து வர அனுப்பப்பட்டவர் அவர்களில் யாராவது ஒருவராயிருக்கலாம். அவரும் அவர்களைத் தேடி நடை பாதையில் அலைந்துகொண்டிருக்கலாம். அவன் மனைவி எந்தக் கவலையுமில்லாமல் இரயில் நிலையத்தை வேடிக்கை பார்த்துக்கொண்டிருந்தாள்.

அவன் கல்யாண நேரம் மெதுவாக நெருங்கிக்கொண்டிருந்ததை உணர்ந்தான். இந்த நீண்ட பயணம் ஸ்ரீதன்யாவைக் கண்ணால் பார்க்காமல் முடிந்துவிடக்கூடாது. அவன் சித்தப்பா யாருடனும் பேச முடியாத நெருக்கடியான சூழ்நிலைக்கு நடுவிலிருக்கலாம். அவர்களை நிராகரிக்க அவருக்குத் தேடினாலும் ஒரு காரணமும் கிடைக்கப் போவதில்லை. அவன் பைகளை இரு கைகளாலும் தூக்கிக்கொண்டு "வா போகலாம்..." என்று எழுந்தான். அவன் மனைவி மறுப்பெதுவும் காட்டாமல் கூடவே நடந்து வந்தாள். புறப்படத் தயாராயிருந்த இரயில்களில் பயணிகள் மிகுந்த பதற்றத்துடன் ஏறிக்கொண்டிருந்தார்கள். காத்திருப்போர் இடத்தில் நிறையப் பேர் சுற்றிலும் பல பைகளுடன் சாப்பிட்டுக் கொண்டும் உறங்கியும்கொண்டிருந்தார்கள். வாயிலில் நின்றிருந்த சீட்டு பரிசோதகர் அவர்கள் இருவரிடமும் பயணச் சீட்டைக் கேட்கவில்லை. பலகைகளிலும் சுவர்களிலும் அங்குள்ள மொழியில் மட்டும் எழுதப்பட்டிருந்த அறிவிப்புகளைப் புரிந்து கொள்ள முடியவில்லை. வெளிப்புறத்தை நோக்கிப் பெரிய கூட்டம் நெருக்கமாக நகர்ந்துகொண்டிருந்தது. யாரையும் வழி கேட்கவேண்டிய தேவையில்லை. அவர்களுடன் போய் நடுவில் நின்றால் போதும். தானாக உந்தப்பட்டு இரயில் நிலையத்துக்கு வெளியில் வந்துவிடலாம்.

இரயில் நிலையத்துக்கு நேரெதிரிலிருந்த சந்திப்பில் சாலைகள் நாற்புறமும் பரபரப்பாகப் பிரிந்து சென்று கொண் டிருந்தன. அவனுக்கு எந்தப் பக்கம் போவது என்று புரியாமல் திகைப்பாயிருந்தது. அங்கு வாகனங்கள் நின்று பயணிகளை ஏற்றிச் செல்லும் இடமும் இருக்கவில்லை. போக்குவரத்தை ஒழுங்குபடுத்திக்கொண்டிருந்த காவலரிடம் போய் வழி கேட்க நினைத்தான். அவர்கள் தேவையை எப்படியோ உணர்ந்ததைப்போல் ஓர் ஆட்டோ அருகில் வந்து நின்றது. அவன் திருமணப் பத்திரிகையில் அச்சிடப்பட்டிருந்த மண்டபத்தின் பெயரையும் இடத்தையும் கூறினான். ஆட்டோக்காரர் அவசரமாக உள்ளே ஏறுமாறு கையைக் காட்டினார். வாகனம் நேராகச் சென்று அரைவட்டமிட்டு வந்த வழியில் திரும்பியது. இரண்டு பக்கங்களிலும் வரிசையாகப் பெரும் வணிக வளாகங்கள் கண்ணாடிகளுக்குப் பின்னால் மௌனமாக இயங்கிக்கொண் டிருந்தன. இடையில் சிறிய கடைகள் அகப்பட்டு நசுங்கியவை போல் தோன்றின. நடைபாதையின் கையகலப் பகுதிகளிலும் சிறு வியாபாரிகள் மொய்த்திருந்தார்கள். எல்லா இடங்களிலும் மும்முரமாகப் பொருட்கள் விற்பனையாகிக்கொண்டிருந்தன. அவனுக்கு மிகவும் அன்னியமான இடத்துக்கு வந்து சேர்ந்து விட்டது போலிருந்தது.

கடைசியில் ஆட்டோ பிரம்மாண்டமான கல்யாண மண்டபத்தை அடைந்தது. வாயிலில் செயற்கைப் பூக்களாலான பெரிய வரவேற்பு வளையம் நின்றிருந்தது. அதில் மணமக்களின் பெயர்களும் புகைப்படங்களும் பளபளத்துக்கொண்டிருந்தன. மணப்பெண் அதிக ஒப்பனையையும் மீறி சித்தப்பாவின் சாயலைப் பூரணமாகக்கொண்டிருந்தாள். முடிவில் அவர்கள் மிகவும் சுலபத்தில் இடத்தை அடைந்தாகிவிட்டது. இதற்குப் பல முறை சித்தப்பாவைக் கைபேசியில் கூப்பிட்டிருக்க வேண்டிய தேவையில்லை. ஆட்டோக்காரர் கூறிய வாடகையை அவன் எதுவும் பேசாமல் கொடுத்தனுப்பினான். வாயிலில் நீலச் சீருடையணிந்த காவலர்கள் திருமண அழைப்பிதழைப் பரிசோதித்து அனுமதித்தார்கள். உள்ளே வாகனங்கள் நிறுத்தும் பெரிய மைதானம் காலியாயிருந்தது. மூலையில் சில வாகனங்கள் மட்டும் நின்றிருந்தன. கல்யாண மண்டப வாசலருகில் மின்னிக் கொண்டிருந்த வாகனத்தின் முன்புறம் மணமக்கள் பெயர்களுடன் ரோஜாக்கள் ஒட்டப்பட்டிருந்தன. அவர்கள் அங்கேயே சற்று நேரம் தயங்கி நின்றிருந்தார்கள். அவன் பைகளை எடுத்துக் கொண்டு மெத்தென்று சிவப்புக் கம்பளம் விரிந்த சாய் தளத்தில் நடக்கத்தொடங்கினான். வெள்ளித் தாம்பாளங்களிலும் கிண்ணங்களிலும் சந்தனமும் குங்குமும் ரோஜாக்களும் தொடப்படாமல் அப்படியேயிருந்தன. பெண் பொம்மைகள் புன்முறுவலுடன் காற்றில் வணங்கி வரவேற்றுக்கொண்டிருந்தன. கீழே உணவுக் கூடம் தூய வெள்ளை விரிப்புகளுடன் தயாரா யிருந்தது. அவர்கள் மேல் தளத்துக்கு ஏறிச் சென்றார்கள். இன்னும் காட்சி ஆரம்பிக்கப்படாத திரையரங்கைப்போல் திருமணக் கூடம் வெறுமையாயிருந்தது. மண மேடையின் நடுவில் இரண்டு உயர்ந்த ஆசனங்கள் காத்திருந்தன. எதிரில் ஆயிரக் கணக்கான நாற்காலிகள் வரிசை குலையாமலிருந்தன. அவற்றில் ஒருவர் கூட அமர்ந்திருக்கவில்லை. அவனுக்கு அங்கு உட்காரத் தயக்கமா யிருந்தது.

அப்போது பளபளப்பான அங்கி அணிந்திருந்த சித்தப்பா ஓர் உறவினருடன் அருகில் வந்தார். அவரை முதலில் அடையாளம் கண்டுபிடிக்க முடியவில்லை. "வாங்க, வாங்க ... ஏன் இவ்வள நேரம்?" என்றார். அவன் பதில் சொல்லவில்லை. அவர் மேல் மதுவின் புளித்த பழ வாசம் வீசியது. "கல்யாண வேலையில இருந்துட்டேன். யாருகிட்டயும் பேசக் கூட முடியல" என்றார் அவராக. அவன் மனைவி உடனே "நடிகை ஸ்ரீதன்யா வந்திட்டாங்களா?" என்றாள். அவன் ஆவலுடன் சித்தப்பாவை நோக்கினான். அவனுக்காகத்தான் அவள் இந்தக் கேள்வியைக் கேட்டிருக்கிறாள். அவர் சாதாரணமாக "அவங்க வர்றது சந்தேகம்தான் ..." என்றார். அவள் மீண்டும் "அவங்க வந்தா

எங்களுக்கு சொல்லுங்க" என்றாள். அவர் நடந்தபடி "ம் . . ." என்றார். அவன் முகத்தை ஆராய்வது போல் திரும்பிப் பார்த்தாள். அவன் ஏமாற்றத்தை அவளெதிரில் வெளிக்காட்டிக் கொள்ளாமலிருக்க முயன்றான்.

அவர்களை சித்தப்பா மேல் தளத்துக்கு அழைத்துச் சென்றார். நீண்ட வராந்தாக்களின் இரண்டு பக்கங்களிலும் அறைகள் ஒரே தோற்றத்திலிருந்தன. இரண்டு மூன்று வரிசைகளைக் கடந்ததும் ஓர் அறையைத் திறந்தார். "சீக்கிரமா ஒய்வெடுத்துட்டு தயாராயி கல்யாணத்துக்கு வந்துடுங்க" என்று சொல்லிவிட்டு அவசரமாகத் திரும்பிச் சென்றார். அவர்கள் பைகளை வைத்து விட்டு சோர்வுடன் படுக்கையில் விழுந்தார்கள். அவனுக்கு இன்னும் இரயிலில் பயணித்துக்கொண்டிருப்பதைப் போலிருந்தது. அது எங்கும் நிற்காமல் முடிவில்லாமல் சென்றுகொண்டிருந்தது. கடைசியில் மெல்லிய இசையைக் கேட்டுக் கண் விழித்தான். முதலில் எங்கிருக்கிறோம் என்று புரியவில்லை. அறையில் இருள் சூழத் தொடங்கியிருந்தது. கீழே இனிய இசை அலையலையாக எழுந்துகொண்டிருந்தது. அவனுடைய மார்பின் மேல் கையை வைத்து உறங்கிக்கொண்டிருந்த மனைவியை எழுப்பினான். இருவரும் குளித்து புதிய உடைகளை அணிந்துகொண்டார்கள். அவன் மனைவி தன் முகத்தில் களிம்பைத் தடவி மெருகேற்றியவாறு திடீரென "ஸ்ரீதன்யாவுக்கு ரொம்ப வயசாயிட்டது . . ." என்றாள். அவன் பதிலேதும் சொல்லவில்லை.

அவனுக்கு ஸ்ரீதன்யாவைப் பற்றி உலவும் நிறையக் கதைகள் ஞாபகம் வந்தன. ஸ்ரீதன்யா அழகாயிருப்பதற்காக தன் முழு உடலையும் அறுவைச்சிகிச்சைகளால் மாற்றியமைத்துக் கொண்டிருக்கிறார். ஏற்கெனவே திருமணமான ஒருவருடன் சேர்ந்து தன்னுடைய மகளுடன் வாழ்ந்துகொண்டிருக்கிறார். நிறைய பிரச்சினைகளை மறப்பதற்காக எப்போதும் அவர் குடியில் மூழ்கியிருக்கிறார். மனைவி தொடர்ந்து "அப்ப கூட உங்களுக்கு ஸ்ரீதன்யாவ ரொம்ப பிடிக்குமில்ல?" என்றாள். அவன் "ஆமா, ஆனா ஏன்னு தெரியாது . . ." என்றான். அவள் தன் நாட்குறிப்பைப் படித்தறிந்திருக்கலாம் என்ற சந்தேகம் வழக்கம் போல் எழுந்தது. அதில் அவன் எப்போதாவது எழுதிக்கொண்டிருப்பதையெல்லாம் வாசித்திருக்கலாம். இதே உரையாடல் பல முறை நடந்திருக்கிறது. அவள் ஸ்ரீதன்யாவின் முகச் சாயலுடனிருப்பதாக சில சமயங்களில் சொல்வான். அதனால்தான் அவளைப் பார்த்தவுடன் பிடித்து கல்யாணத்துக்கு ஒத்துக்கொண்டான் என்றும் கூறியிருக்கிறான். அவன் மனைவி அதை மிகவும் விரும்புவாள். "இங்க பாருங்க . . ." என்று அவனைத் தோளுடன் அணைத்து கண்ணாடியில் அழகு பார்த்தாள். அவள் ஒரு கோணத்தில் அறுவை சிகிச்சைகள் செய்துகொள்வதற்கு

முந்தைய பழைய ஸ்ரீதன்யாவைப் போலிருந்தாள். ஆனால் ஸ்ரீதன்யாவுக்கென்று நுட்பமான அவனுக்கு மட்டும் தெரிந்த அழகிய பாவனைகளிருக்கின்றன. அவற்றை யாராலும் கண்டு பிடிக்க முடியாது. "ரொம்ப நேரமாயிட்டது, கல்யாணத்துக்குப் போலாம்" என்று கண்ணாடியிலிருந்து நகர்ந்தான்.

அவர்கள் கீழிறங்குகையில் திருமண நிகழ்வு தொடங்கி விட்டிருந்தது. கூடம் முழுவதும் ஆட்கள் நிறைந்திருந்தார்கள். இருவரும் காலியான பின் வரிசை இருக்கைகளில் உட்கார்ந்தார்கள். அருகிலிருந்தவர்கள் அவர்களைப் பொருட்படுத்தாமல் மேடையைப் பார்த்துக்கொண்டிருந்தார்கள். மணமக்கள் கண்களைப் பறிக்கும் அலங்காரத்துடனிருந்தார்கள். புகைப்படங்களும் ஒளிப்படங்களும் தொடர்ந்து எடுக்கப்பட்டுக் கொண்டிருந்தன. மற்றொருபுறம் சிறிய மேடையில் கலைஞர்கள் லயிப்புடன் இசைத்துக்கொண்டிருந்தார்கள். அரங்கில் எழுந்த பேச்சொலியில் கலக்காமல் புல்லாங்குழல் தனித்து மிதந்து கொண்டிருந்தது. விருந்தினர்கள் வாழ்த்துகளைச் சொல்ல வரிசையில் நின்றிருந்தார்கள். அவன் அர்த்தமில்லாமல் மேடையிலிருந்தவர்களில் ஸ்ரீதன்யாவைத் தேடினான். ஸ்ரீதன்யாவின் அகன்ற கண்களில் வெளிப்படுவது அவர் ஆழ் மனம்தான். மழையில் நனைந்து புடவை ஒட்ட நடனமிடும் ஸ்ரீதன்யாவின் சிற்ப உடலை மறக்க முடியாது. அந்த எளிய மூக்கு அவரை அணுகக் கூடியவராகக் காட்டுகிறது.

அவன் மனைவி "அதோ ஸ்ரீதன்யா!" என்றாள். அவன் ஆர்வத்துடன் எழுந்து பார்த்தான். மணமேடையில் ஒரு பெண்மணி ஏறிச் சென்றுகொண்டிருந்தார். அவருடைய விலையுயர்ந்த உடை பின்னால் தோகையைப் போல் கீழே தவழ்ந்துகொண்டிருந்தது. அவர் தூரத்திலிருந்து காண்கையில் நடிகை ஸ்ரீதன்யாவைப் போலிருந்தார். அவன் ஏமாற்றத்துடன் இருக்கையில் உட்கார்ந்தான். அவன் மனைவி வேண்டுமென்றே பொய் சொல்லியிருக்கிறாள் என்று தோன்றியது. அவள் மன்னிப்பு கோருவதைப் போல் "எனக்கு இங்கிருந்து ஒண்ணும் தெரியலை" என்றாள். மேடையில் ஏறியவர்கள் சிரித்தபடி ஒருவரையொருவர் ஒட்டி நின்றார்கள். புகைப்படக்காரர்கள் எல்லாவற்றையும் விடாமல் பதிந்துகொண்டிருந்தார்கள். அவன் "நாம் மேல போய்ப் பரிசு தரலாம் ..." என்றான். தன் சட்டைப் பைக்குள்ளிருந்த சிறிய பரிசுப் பெட்டியை எடுப்பதற்காகக் கையைவிட்டான். அது அங்கு காணப்படவில்லை. கால் சட்டைப் பையில் கைக்குட்டையும் தங்கியிருந்த அறைச் சாவியும் மட்டுமிருந்தன. அவள் "அங்கயே நீங்க மறந்து வைச்சுட்டிங்க போலிருக்குது. உங்க பையிலதான் பத்திரமாயிருக்கும். போய் எடுத்துட்டு வாங்க" என்றாள். அவன் கூடத்திலிருந்து வேகமாக வெளியேறினான். மண்டபத்தின்

மூலையில் மின்தூக்கி நின்றிருந்தது. அதைத் தவிர்த்துவிட்டு அருகிலிருந்த படிக்கட்டுகளின் வழியாக ஏறினான். மிகவும் வழுவழுப்பாயிருந்த படிகளை ஒன்றிரண்டாகத் தாவினான். கீழே தவறி விழுந்தால் மண்டையுடைந்து மூளை சிதறிவிடும்.

அவன் மண்டபத்தின் மேல் தளத்துக்குப் போய் நின்றான். ஒரே மாதிரியான வழிகள் பிரிந்து சென்று கொண்டிருந்தன. எந்த வித்தியாசமுமில்லாமல் அறைகள் வரிசையாக மூடியிருந்தன. ஒன்றைப் போலவே கதவுகள், கைப்பிடிகள். ஒரே வகை மிதியடிகள். அந்த அறைத் தொகுதி எதுவென்று கண்டு பிடிக்க முடியவில்லை. அவன் முன்பு சித்தப்பாவுடன் மேலேறி செல்லும்போது கவனித்திருந்தான். ஒரு மூலையில் தனியாக சில அறைகள் இணைந்த பகுதியிருந்தது. அப்போது ஏதோ காரணத்தால் அதன் வெளிக்கதவு லேசாகத் திறந்திருந்தது. உள் அறை ஒன்றில் ஸ்ரீதன்யாவின் முகம் ஒரு கணம் கண்ணில்பட்டது. அதை அவனுக்கு நன்றாகத் தெரியும். நாணமும் வெட்கமும் கலந்த அகன்ற விழிகள். இதழோரங்களில் இன்னும் மறையாத வெகுளித்தனம். உயரமான மெலிந்த உருவம். அவரை சித்தப்பாவும் மனைவியும் பார்த்தார்களா என்று தெரியவில்லை. சித்தப்பா வேகமாக முன்னால் நடந்துகொண்டிருந்தார். ஒருவேளை ஸ்ரீதன்யா தங்கியிருப்பது மிகவும் ரகசியமாக வைக்கப்பட்டிருக்கலாம். அவன் மனைவிக்கும் அடையாளம் தெரிந்திருக்காது. ஸ்ரீதன்யாவைக் காண்பது அவனுக்கு மட்டும் நேர்ந்திருக்கிறது. இப்போதாவது அவரைச் சந்தித்துவிட வேண்டும். இனி ஒருபோதும் வேளை வராது. அவன் கடைசியிலிருந்த வழியாக நடந்தான்.

அந்த மூலை அறைப் பகுதியை அடைந்தான் அதன் கதவு இறுகச் சாத்தியிருந்தது. அவன் தைரியத்தை வரவழைத்துக் கொண்டு அழைப்பு மணியைத் தொட்டான். உள்ளிருந்து எந்தப் பதிலும் கிடைக்கவில்லை. மீண்டும் சில முறை அழுத்தினான். உட்புறம் ஏதோ பேச்சுக் குரல் கேட்டது. பிறகு கிளிக்கென்று விடுபடும் பூட்டின் சப்தம். கதவைத் திறந்து கைப்பிடியைப் பிடித்தபடி ஸ்ரீதன்யா நின்றிருந்தார். உடையும் தலையும் லேசாகக் கலைந்திருந்தன. கண்களுக்குக் கீழ் மையைப்போன்ற கரு வளையங்கள். அழுத்தமான உதட்டுச் சாயம் கரைந்திருந்தது. சிறிய கோணலுடன் வழக்கமான புன்னகை இதழ்களில் நெளிந்தது. ஓரத்தில் பழைய சிறு தயக்கம் கலந்திருந்தது. அவனுக்குள் அடக்கமாட்டாத பரவசம் பொங்கியது. அது நடிகை ஸ்ரீதன்யாதான். இன்னும் இளமைக் காலத்தை நழுவவிடாது பற்றிக்கொண்டிருப்பவர். அவன் தயங்கியபடி "உங்களைத்தான் தேடிட்டிருந்தேன்..." என்றான். "ஓ... நீ நம்ம ஊரா? எனக்கு இன்னும் நிறைய குடிக்கறதுக்கு வேணும்..." என்றார் குழறியபடி. ஸ்ரீதன்யாவுக்கு இந்த மொழி பேசி நீண்ட காலமாகியிருக்கும்.

புலி உலவும் தடம்

தன்னைப் பரிசாரகனாக அவர் எண்ணிக்கொண்டிருக்கிறார். அவன் "இதுவே போதும் விட்டுடுங்க . . ." என்றான். "நீ உடனே போய் எடுத்துட்டு வா . . ." என்றார். அவர் மறுபடியும் கேட்டால் எப்படியாவது வாங்கிக்கொண்டு வந்து தர வேண்டியதுதான். "நீங்க ஒரேயடியா இங்க வந்திட்டது தப்பு. நீங்க நடிக்கறதுக்காகப் பிறந்தவங்க. என்னால உங்களை மறக்க முடியாது . . ." என்றான். அவரிடம் மேலும் கூற நினைத்தவை மறந்துவிட்டிருந்தன. ஸ்ரீதன்யா கண்களை மூடி சற்று நேரம் செவி மடுப்பதைப்போல் அமைதியாயிருந்தார். பிறகு திடீரென்று மயக்கமடைந்தவரைப்போல் கீழே சரிந்தார். அவன் சட்டென்று அவரை நெருங்கிப் பிடித்துக்கொண்டான். அணைத்தபடி மெதுவாக உள்ளே அழைத்துச் சென்றான். சிறிய மேசையில் சில காலி மது பாட்டில்களும் குவளைகளுமிருந்தன. மரச் சட்டகத்தில் ஆணின் மேல் கோட்டு ஒன்று தொங்கிக்கொண்டிருந்தது.

அவன் ஸ்ரீதன்யாவைக் கட்டிலில் சாய்த்துப் படுக்கவைத்தான். அவர் விம்மிக்கொண்டிருந்ததால் உடல் மெதுவாகக் குலுங்கியது. நடுங்கும் கைகளால் பரந்திருந்த முதுகைத் தடவினான். சருமம் பூவிதழைப்போல் மென்மையாயிருந்தது. பகட்டான ஆடைகள் கைகளில் வழுவழுத்தன. நிழலைப்போல் கூந்தல் தலையணையில் பரவியிருந்தது. உயர்ந்த நறுமணம் மூச்சை அடைத்தது. அவன் சிறிது நீரை எடுத்து அவர் முகத்தில் தெளித்தான். ஸ்ரீதன்யா கண்களைத் திறந்து பார்த்தார். நாணம் கலந்த சிரிப்பு மறுபடியும் எழுந்தது. அது மட்டுமில்லையெனில் அவர் பிளாஸ்டிக் பொம்மையைப் போலிருப்பார். தன் சிறிய சுளைகள் போன்ற இதழ்களால் அவனைப் பற்றி முத்தமிட்டார். அவனால் நம்ப முடியவில்லை. அவனின் ஆழமான நேசிப்புக்கு அதைப் பரிசளித்திருக்கிறார். அவனும் தயக்கத்துடன் அணைத்துக் கொண்டான். கன்னங்கள், உதடுகளுடன் மார்பகமும் ரப்பரால் செய்யப்பட்டவை போலிருந்தன. சரியான அளவு களுடன் கச்சிதமாக அமைக்கப்பட்டிருந்த நாசி முகத்தில் உரசியது. அவையெல்லாம் செயற்கையாயிருந்தால் தன் பிரமையில் விளைந்தவையில்லை என்று தெரிந்தது. உள்ளே ஓடிக்கொண்டிருக்கும் உயிர்த்தன்மை தன்னிலும் ஊடுருவுவதை உணர்ந்தான். ஸ்ரீதன்யா மெல்ல உறங்கத் தொடங்கினார். முகம் ஆழ்ந்த அமைதியடைந்திருந்தது. அவரைத் தூக்கி ஒழுங்காகப் படுக்கவைத்தான். அவன் அறையிலிருந்து வெளியேறி பழையபடி கதவை சாத்தினான்.

அவர்கள் தங்கியிருந்த அறைக்குச் சென்று கதவைத் திறந்தான். அவன் தன் பையை வேகமாகத் திறந்து பார்த்தான். நெடுந்தூரம் கவனமாக எடுத்துவந்த பரிசுப் பொருள் துணிகளுக்கு அடியில் கிடந்தது. அதை தான் வேண்டுமென்றே மறந்து

வைத்துவிட்டிருக்கலாமென்று சந்தேகமேற்பட்டது. அவன் மனைவி ஆரம்பத்திலிருந்து அவன் அம்மாவின் மோதிரத்தைப் பரிசாகத் தரக் கூடாது என்றாள். ஏதாவது புதிய பொருளை வாங்கிக் கொடுக்க வேண்டும் என்பதில் பிடிவாதமாயிருந்தாள். அவன் உறவு விட்டுப்போகாத ஞாபகத்தோடிருப்பதற்காக அதைத் தரலாம் என்றான். அந்த சிறிய நகைப் பெட்டியை எடுத்து பத்திரமாக சட்டைப் பையில் வைத்துக்கொண்டான். அறையை பூட்டிக்கொண்டு வேகமாகத் திரும்பி நடந்தான். திருமணக் கூடத்தை அடைந்தபோது கூட்டம் ஏறக்குறைய கலைந்திருந்தது. கழுத்துகளில் மாலைகள் துவள மணமக்கள் காலந்தாழ்ந்து வருபவர்களின் வாழ்த்துகளை ஏற்றுக்கொண்டிருந்தார்கள். அப்போதும் இசை புத்துணர்ச்சியோடு எழுந்துகொண்டிருந்தது. பகலைப்போல் எங்கும் ஒளி வீசியது. ஓரிரு விருந்தினர்கள் மட்டும் இன்னும் மீதியிருந்தார்கள். அவன் மனைவி களைப்புடன் தனியாக மூலையில் அமர்ந்திருந்தாள். அவளிடம் ஸ்ரீதன்யாவைக் கண்டதை அவன் சொல்ல விரும்பவில்லை. அதை யாரும் நம்பவும் மாட்டார்கள். அந்த சந்திப்பு தன் வாழ்நாளெல்லாம் அந்தரங்கமாகயிருக்கட்டும் என்று நினைத்துக்கொண்டான். ஆனால் மனைவி படித்தாலும் பரவாயில்லையென்று மறக்காமல் அதை நாட்குறிப்பு நோட்டின் மூலையில் குறித்துவைக்க வேண்டும்.

அவன் மனைவியை அழைத்துக்கொண்டு மண மேடையில் ஏறினான். ஓரத்தில் நின்றிருந்த சித்தப்பா "இவ்வள நேரம் எங்க போயிருந்தீங்க? கல்யாணமே முடிஞ்சு போச்சே . . ." என்றார். அவன் நெருங்கி அவருக்கு மட்டும் கேட்கும்படி "நான் ஸ்ரீதன்யாவை சந்திச்சுட்டேன் . . ." என்றான். சித்தப்பா "அவங்க கல்யாணத்துக்கு வரவேயில்லை. நீ யாரையோ பாத்து தப்பா நினைச்சிருக்கே" என்றார். அவன் குழப்பமடைந்து "அப்ப அங்கிருந்தது யாரு?" என்றான். சித்தப்பா மேலும் பேச விரும்பாதவரைப்போல் நகர்ந்தார். அவர் ஸ்ரீதன்யாவைப் பற்றி தெரியக் கூடாதென்பதற்காகப் பொய் சொல்கிறார். அல்லது தான் கண்டது வேறொரு பெண்மணியாகவுமிருக்கலாம். அவர் அசலாக ஸ்ரீதன்யாவைப் போல் நடந்துகொண்டதைத்தான் புரிந்துகொள்ள முடியவில்லை. ஸ்ரீதன்யாவை நினைத்துக் கொண்டிருந்ததால் தனக்கு அப்படித் தோன்றியிருக்கும். ஆனால் ஸ்ரீதன்யாவை மீண்டும் தொட்டுணர்ந்தது மட்டும் நிஜம். அவன் சமாளித்துக்கொண்டு மனைவியுடன் சேர்ந்து மணமக்களை நெருங்கினான். இருவரும் கை குலுக்கி வாழ்த்துகளைத் தெரிவித்தார்கள். மணமகளுக்கு மோதிரமிருந்த பரிசுப் பொருள் பெட்டியை வழங்கினார்கள். அனைத்தையும் படக்கருவிகள் ஒன்றுவிடாமல் பதிவு செய்துகொண்டிருந்தன.

நெடு நாளைய புண்

நான் வீட்டைவிட்டு வெளியில் வந்து தெருக் கதவை சாத்திக்கொண்டேன். உள்ளே சிறிய இடத்துக்குள் பெண்ணும் பையனும் ஒளிந்து கண்டுபிடித்து விளையாடிக்கொண்டிருந்தார்கள். கிணற்றுக்குள்ளிருந்து கேட்பதைப் போல் "சீக்கிரமா திரும்பி வந்துடுங்க" என்ற மனைவியின் குரல் அடுக்களையிலிருந்து கேட்டது. அதில் இனம்தெரியாத பயம் தொனித்தது. என்னால் பதிலெதுவும் சொல்ல முடியவில்லை. கால் சட்டைப் பைக்குள் கைக்குட்டையைத் தேடியெடுத்து மூக்குக் கும் வாய்க்கும் சேர்த்துக் கட்டிக்கொண்டேன். பக்கத்து வீட்டுத் திண்ணையில் கூடியமர்ந்து அக்கம் பக்கத்துப் பெண்கள் அடிக்குரலில் பேசிக்கொண்டிருந்தார்கள். அவர்களுடைய பிள்ளைகள் தெருவில் உற்சாகமாக ஓடிப்பிடித்து விளையாடிக்கொண்டிருந்தன. கடைசி வீட்டில் கிழவி வாசப்படியில் கால்களை நீட்டித் தனியாக உட்கார்ந்திருந்தாள். நீண்ட ஊன்று கோல் மற்றொரு காலைப் போல் பக்கத்தில் கிடந்தது.

தெருவின் இரு பக்கங்களிலும் சீமை முட்களாலும் கிளைகளாலும் தற்காலிக வேலி அமைத்திருந்தார்கள். எதிர்ப்புற வேலியில் மிஞ்சி யிருந்த ஒன்றிரண்டு இலைகளை ஆடு கடித்துத் தின்றுகொண்டிருந்தது. தெருவின் நடுவில் தகரத்தாலான மற்றொரு தடுப்பு ஆளுயுரத்தில் நின்றிருந்தது. அவற்றைக் கடந்து வெளியாட்களின் வாகனங்கள் போக வர முடியாது. அனைத்து வேலிகளும் தடுப்புகளும் அந்தந்த தெருக்காரர்கள் சுயமாக உருவாக்கிக்கொண்டவை. இன்றோடு ஐம்பது அல்லது ஐம்பத்தைந்தாவது நாள் ஊரடங்கு

தொடர்கிறது. மிகவும் தேவைப்பட்டால் தவிர யாரும் வீட்டை விட்டு வெளியில் வரக்கூடாது என்ற சட்டம் அமலிலிருந்தது. போக்குவரத்து, கடைகள், தொழிற்சாலைகள் எதுவும் இயங்க வில்லை. நான் வேலை செய்யும் தோல் தொழிற்சாலையும் எந்த அறிவிப்புமில்லாமல் மூடப்பட்டிருந்தது. தொற்று நோய் மறையும் வரை ஊரடங்கு நீடிக்குமென்று தொலைக்காட்சிச் செய்திகள் தெரிவித்துக்கொண்டிருந்தன. அவற்றைப் பற்றி நிறைய பகடிகளும் சமூக ஊடகங்களில் வலம் வந்துகொண்டிருந்தன.

வேலியின் குறுக்கும் நெடுக்குமாகக் கிடந்த கிளைகளில் ஒன்றைப் பிடித்து இழுத்தேன். திட்டி வாசலைப்போல் சிறிய சந்து ஒன்று உருவானது. அதில் குனிந்து மறுபக்கம் சென்றேன். சாலையில் சில வாகனங்கள் முகப்பில் ஒட்டிய அனுமதிச் சீட்டுகளுடன் விரைந்துகொண்டிருந்தன. சிலர் கைலிகளுடன் மௌனமாக நடை பயின்றுகொண்டிருந்தார்கள். வெளியில் காணப்பட்ட சிறிய நடமாட்டமும் எனக்கு ஆசுவாசமாயிருந்தது. எதிரில் வந்த மளிகைக் கடைக்காரர் முகக் கவசத்துக்கு மேல் கண் களால் என்னைச் சந்தித்தார். நான் எதையாவது பேசலாமென வாயெடுக்கும் முன்னால் நகர்ந்தார். அவருக்கு என்னை அடையாளம் தெரிந்திருக்காது என்று எண்ணிக்கொண்டேன். முந்தானையை முகத்தில் பொத்திக்கொண்டு ஒரு பெண்மணி இடுப்பில் பாத்திரத்துடன் கடையில் மாவரைக்க பக்கத்துத் தெருவில் நுழைந்தார். அடுத்த தெரு சேருமிடத்தில் தேசத் தலைவரின் சிலை மறைவில் ஒரு கிழவர் வேகமாக பீடியை உறிஞ்சிக்கொண்டிருந்தார். அவர் முகத்திலும் என்ன நடக்குமோ வென்ற பீதியின் சாயல் படர்ந்திருந்தது.

தூரத்தில் இரண்டு சாலைகளின் சந்திப்பில் குறுக்கே வரிசையாக இரும்பு அரண்கள் அமைக்கப்பட்டிருந்தன. ஓரத்தில் போட்டிருந்த துணிப் பந்தலின் கீழ் காவல் துறையினர் ஓய்ந்து அமர்ந்திருந்தார்கள். பக்கத்திலும் மடிகளிலும் பளபளப்பான நீண்ட பிளாஸ்டிக் கழிகளிருந்தன. கரும் பச்சைச் சீருடையிலிருந்தவர் விசையில் விரலுடன் துப்பாக்கியைத் தயாராக ஏந்தியிருந்தார். காவல் துறை வாகனமும் இரு சக்கர வாகனங்களும் சாலையோரம் நின்றிருந்தன. காவல் அரண் களின் நடுவில் சிறிய இடைவெளி விடப்பட்டிருந்தது. அதில் இரு சக்கரவாகனங்கள் திரும்பி ஊர்ந்து சென்றன. ஒரு பால் வண்டி நுழைந்து செல்வதற்காகத் தடுப்பு இழுக்கப்பட்டு மறுபடியும் மூடப்பட்டது. ஒவ்வொரு வாகனத்தையும் காவல் துறையினர் நிறுத்தித் தீர விசாரித்து அனுமதித்துக்கொண்டிருந்தார்கள்.

சற்று முன்தான் மழை பெய்து ஓய்ந்திருந்தது. சிறு தூறல்கள் மட்டும் இன்னும் ஓயாமல் விழுந்துகொண்டிருந்தன. சூழலுக்குப்

பொருத்தமில்லாமல் மாலை ஒளிபட்டுச் சாலை மின்னியது. சில நாட்களுக்கு முன்னால் தெளிக்கப்பட்ட மருந்துக்கறை அங்கங்கே வெளுத்துத் தெரிந்தது. நான் சாலையோரமாக நடக்கத் தொடங்கினேன். பத்துப் பதினைந்து கட்டடங்கள் தள்ளி உட்புறமாக ஒரு சிறிய பொது மருத்துவமனையிருந்தது. அது திறந்திருப்பதற்கு அடையாளமாகத் தூரத்திலிருந்து பார்த்தாலும் தெரியுமாறு பகலிலும் சிவப்பு விளக்கு ஒளிரும். அந்த விளக்கு அணைந்து பெயர்ப்பலகைக்கு மேல் கறுப்பாகத் தொங்கிக்கொண்டிருந்தது. மருத்துவமனையை நோக்கித் தொடர்ந்து நடந்துகொண்டிருந்தேன். எதிரில் வந்த பக்கத்து வீட்டுக்காரர் நின்று முகமூடிக்கு உள்ளிருந்து "எங்க போறீங்க?" என்றார் அடங்கிய குரலில். "அப்பாவுக்கு உடம்பு சரியில்ல. இங்கயிருக்கிற ஆஸ்பத்திரிக்குதான் எப்பவும் அவர கூப்பிட்டுப் போறது. அது திறந்திருக்குதான்னு பாக்கணும்" என்றேன். "அத மூடி நிறைய நாளாச்சே. நீங்க முதல்ல கவர்ன்மெனட் ஆஸ்பத்திரிக்குப் போயி அப்பாவுக்குத் தொத்துநோயிருக்குதான்னு பாருங்க. அவர அவங்களே கவனிச்சுப்பாங்க"என்றார். "அவருக்கு ரொம்ப வயசாவுது. வழக்கமா சர்க்கரை, இரத்த அழுத்த அளவுங்களதான் பாக்கணும். அதனால வேற ஆஸ்பத்திரியாவது தேடிப் பாக்குறேன்" என்றேன். பக்கத்து வீட்டுக்காரர் நடக்கத் தொடங்கியபடி "பக்கத்து ஊரில டாக்டர் சாரங்கன்னு ஒருத்தர் இருக்காரு. வீட்டிலயே இருந்து வைத்தியம் செய்றாரு. போயி பாருங்க" என்றார். நானும் முன்பொரு தரம் தொழிற்சாலையில் கூட வேலை செய்பவர் சொல்லி டாக்டர் சாரங்கனிடம் சென்றிருக்கிறேன். இயந்திரத்தில் தோல்களை அளந்துகொண்டிருக்கையில் இரண்டு கால் முட்டிகளும் தாள முடியாமல் வலிக்கும். இரவுகளில் நோவு அதிகமாகித் தூக்கம் பிடிக்காது அழுவேன். டாக்டர் சாரங்கன் எண்ணெயையும் மாத்திரைகளையும் தந்தார். "இத தினம் காலுக்குத் தடவி வாங்க. அப்புறம் நல்லா வெயில்ல நடங்க" என்றார். நான் அவற்றை விடாமல் செய்துவந்தேன். மெதுவாக வலி குறையத் தொடங்கியது. அந்தக் கால் நோவு பழகிவிட்டது. அதுவும் ஊரடங்கில் கிடைத்த ஓய்வில் முழுதாக குணமானதாகத் தோன்றியது.

டாக்டர் சாரங்கனின் வீடு ஆற்றைத் தாண்டி வேறொரு ஊரிலிருந்தது. இரு சக்கர வாகனத்தில் என்றால் ஒரு மணி நேரத்தில் போய்விடலாம். எனக்கு சாலைகளிலுள்ள நிறைய காவலரண்களைத் தாண்டிச் செல்வதை நினைக்க பதற்றமாயிருந்தது. அதுவுமில்லாமல் வழியெல்லாம் தொற்றுநோயாளிகள் நிறைந்திருப்பதைப் போன்ற பிரமை. அவர்களைக் காண்பதன் மூலமாகவே எனக்குத் தொற்றலாம். காவலரண்களில் என் வண்டியைப் பறித்துக்கொண்டு ஊரடங்கை மீறியதாக வழக்கு

போடப்படலாம். அப்பாவின் உடல் நலத்தையும் தோண்டித்துருவி விசாரிப்பார்கள். அப்பாவுக்கு உண்மையில் தொற்று நோயிருப்பது உறுதியானால் என் முழுக் குடும்பமும் சிறை வைக்கப்படுவோம். சாரங்கனிருப்பதைத் தெரிந்து கொள்ள கைபேசியில் அவர் எண்ணைத் தேடினேன். அதை எந்தப் பெயரில் சேமித்திருந்தேன் என்று ஞாபகமில்லை. பக்கத்து வீட்டுக்காரரிடம் திரும்பச் சென்று கேட்க நினைத்தேன். அவர் நடைபயிற்சியை முடித்துக்கொண்டு தெருவில் மறைந்திருந்தார். டாக்டர் சாரங்கனை அப்பாவைப் பார்க்க எப்படியாவது அழைத்து வர வேண்டும். அவசர மருத்துவ உதவிக்குக் காவல் துறையினர் வழிவிடுவார்கள். டாக்டரைக் கண்டால் அப்பாவுக்கு ஆறுதலாயிருக்கும். அதுவே பாதி மருந்து கொடுப்பது போல். உடனே டாக்டரிடம் போக நினைத்தேன். சாலையில் இல்லாமல் ஊர்கள் வழியாகக் குறுக்குப் பாதைகளில் சென்றுவிடலாம். சுடுகாட்டு வழியாக நடந்து ஆற்றைக் கடந்து போவது கொஞ்சம் தூரம் குறைவானது.

ஊர் கோடியிலிருந்த தெருவில் நுழைந்தேன். முன் புறத்தில் தடிகளும் பலகைகளும் கொண்ட வேலி அடைத்திருந்தது. ஒரு வீட்டுச் சுவரையொட்டி சிறிய சந்து திறந்திருந்தது. அதனுள் கவனமாகப் புகுந்து மறுபுறம் சென்றேன். அந்தத் தெருவிலும் ஆட்களில்லை. மூடியிருந்த வீட்டின் காம்பவுண்டு சுவருக்குள் சிறுவர்கள் கைப் பந்து விளையாடிக்கொண்டிருந்தார்கள். ஒரு வீட்டுக்குள்ளிருந்து தொலைக்காட்சியில் பழைய திரைப்படப் பாடல் சன்னமாகக் கேட்டது. வேறொரு தொலைக்காட்சி யிலிருந்து அச்சமூட்டும் ஊரடங்கு அறிவிப்புச் செய்திகள் வெளியாகிக்கொண்டிருந்தன. குப்பைத் தொட்டியருகில் ஒரு மாடு தனித்து நின்று அசையிட்டுக்கொண்டிருந்தது. தெருக் கோடியில் வேப்ப மரத்தின் பக்கத்திலிருந்த மாரியம்மன் கோயிலிலும் ஒருவருமில்லை. அவற்றையொட்டிப் புதிய கூரைத் தகரங்களாலான தடுப்பு போடப்பட்டிருந்தது. அதில் சிறிதும் வழியில்லாததால் வேறு தெருவுக்குள் போக எண்ணினேன். தெரு மூலையில் ஆழ் துளைக் குழாயில் நீர் பிடிக்க வந்திருந்த பெண்மணி "நடுவுல வழி இருக்குது பாரு" என்று கையைக் காட்டினாள். தகரத்தை விலக்கி இரண்டு கழிகளுக்கிடையில் குனிந்து மறுபுறம் சென்றேன்.

இன்று காலை நீண்ட நேரமாகியும் எழாமல் அப்பா கூடத்தின் மூலையில் படுத்துக்கொண்டிருந்தார். என் மனைவி தட்டில் வைத்த உப்புமா பக்கத்திலிருந்தது. கட்டிலில் அப்பா சுருண்டு தலையிறங்கப் போர்த்தியிருந்தார். போர்வையையும் தலையணையையும் சுருட்டி மூட்டையாக வைக்கப்பட்டது போலிருந்தது. அங்கு மல மூத்திரத்தின் வீச்சமடித்தது. அவர்

புலி உலவும் தடம் 135

வழக்கம்போல் வெறுமனே படுத்துக்கொண்டிருந்தார் என்றுதான் நினைத்தேன். அம்மா இறந்த பின்னால் அவர் அதிகம் பேசுவதில்லை. அவரை அவ்வப்போது மருத்துவமனைக்கு அழைத்துச் சென்றுகொண்டிருந்தேன். ஒரு நாள் முன்பாகவே மருத்துவமனைக்குப் போகலாமென்று சொல்லிவிடுவேன். அவர் மறுநாள் காலையில் குளித்து, வேட்டி சட்டையணிந்து கையில் ஊன்று கோலுடன் காத்திருப்பார். மூக்கின் மேல் கண்ணாடி தொங்கிக்கொண்டிருக்கும். மருத்துவமனையில் ரத்த அழுத்தமும், சர்க்கரை அளவும் அவருக்கு சரியாயிருக்கிற தென்று பரிசோதனையில் தெரியவரும். பழக்கமாகிவிட்ட டாக்டரிடம் அப்பா கொஞ்ச நேரம் உட்கார்ந்து பேசுவார். "எனக்கு ஒண்ணுமில்ல, நான் நல்லாதானிருக்கேன் . . ." என்று பலவீனமான சிரிப்புடன் சொல்வார். டாக்டரும் கவனமாகப் பரிசோதித்து நிறைய மருந்து மாத்திரைகளை எழுதித் தருவார். அவற்றையெல்லாம் தவறாமல் வாங்கிக்கொடுப்பேன்.

அப்பாவை ஊரடங்கு ஆரம்பித்த பின்னால் மருத்துவமனைக்குக் கூட்டிட்டுப் போகவில்லை. எண்ணற்ற தடைகளையும் தடுப்புகளையும் தாண்டிச் செல்ல பயமாயிருந்தது. அவரருகில் குனிந்து "அப்பா, எழுந்து சாப்பிடு . . ." என்றேன். போர்வைக்குள்ளிருந்து "ம் . . ." என்ற குரல் வந்தது. மனைவியும் வந்து ஒரு முறை அழைத்தாள். அவரிடம் எந்த அசைவுகளு மில்லை. சந்தேகத்துடன் மேலேயிருந்த போர்வையை உருவினேன். அப்பா கால்களை மடக்கி குறுகிப் படுத்திருந்தார். கண்களின் மேல் கையை வைத்து மறைத்திருந்தார். அவர் தோளைத் தொட்டு "அப்பா . . ." என்று அசைத்தேன். அவர் கொஞ்ச நேரம் கழித்துக் கண்களைத் திறந்தார். அவருடைய பார்வை என்னைக் கடந்து சென்றது. "அப்பா உனக்கு என்னாச்சு?" என்றேன். அவர் எதையோ வாய்க்குள் முணுமுணுத்தார். உதடுகளின் அசைவுகளிலிருந்து "எனக்கு ஒண்ணுமில்ல . . ." என்று சொல்கிறார் என்று புரிந்துகொண்டேன். "அப்ப ஏன் இவ்வள நேரமாயும் எழலை?" என்றேன் எரிச்சலுடன். அப்படிச் சொன்னதும் வருத்தமுற்றேன். அவருடைய தோள்களைப் பிடித்துத் தூக்கினேன். அவர் கைகள் சூடாயிருப்பதுபோல்பட்டன. அவரை மெதுவாகக் கழிப்பறைக்குக் கூட்டிச் சென்றேன். வேட்டியைத் தூக்கிப் பிடித்ததும் சிறுநீர் கழித்தார். குறி கறுத்து தொங்கிக்கொண்டிருந்தது. கால்களிலும் வேட்டியிலும் துளிகள் தெறித்தன. இரண்டு மூன்று வாளிகள் நீரை தரையில் ஊற்றினேன். அவரைத் திரும்பவும் அழைத்து வந்து தலையணையில் சாய்த்து உட்கார வைத்து சிறிது பாலைப் புகட்டினேன். அவர் எதையோ சொல்ல முயன்றார். அவை "எனக்கு எந்த நோயுமில்ல . . ." என்ற வார்த்தைகள்தான். நான் முதன்முறையாக அவரிடம்

எங்கும் தொற்று நோய் பரவியிருப்பதையும் ஊரடங்கு போடப்பட்டிருப்பதையும் சொன்னேன். “நாம ரொம்ப கவனமாயிருக்கணும்” என்றேன். அவர் என்னை வினோத பிராணியைப் போல் பார்த்தார். நான் கூறியது புரியவில்லை என்று நினைத்தேன். அதை மீண்டும் சொன்னேன். அவர் மௌனமாக கேட்டுக்கொண்டிருந்தார். அந்த முகம் சலனமற்றிருந்தது. அதில் என்ன நினைப்போடுகிறதென்று தெரியவில்லை. என்னைக் கூர்மையாகப் பார்த்துக்கொண் டிருந்தார். பிறகு அவர் கண்களில் பயம் தோன்றியது. நான் அவரிடம் தொற்று நோயைப் பற்றி மறைத்திருக்கலாமென்று நினைத்தேன். அவர் எதையோ முனகினார். அவரால் புதிய நோயின் பெயரை உச்சரிக்க முடியவில்லை. “எனக்கு அதுவெல் லாம் இருக்காது” என்று மெதுவாக சொன்னது போலிருந்தது. “சரி, நாம எப்படியாவது டாக்டர்கிட்ட போய்ப் பாக்கலாம். நீ சாப்பிட்டு படு” என்றேன்.

பாதையில் தொடர்ந்து நடந்துகொண்டிருந்தேன். உதிரியான சில வீடுகளைக் கடந்ததும் பொட்டல்வெளி ஆரம்பமாகியது. சுடுகாட்டில் சீமைக் கருவேல மரங்கள் காடாக வளர்ந்திருந்தன. அங்கங்கே ஆட்கள் படுத்து உறங்குவதைப் போல் புதைமேடுகளிருந்தன. ஒன்றிரண்டு மட்டும் மஞ்சளும் பூ மாலைகளும் சூடி புதிதாயிருந்தன. நிறைய சமாதிகள் மேற் பூச்சும் கற்களும் உதிர்ந்து பழையதாகியிருந்தன. மயானக்கொட்டகை எரிந்து கரிந்ததுபோல் நின்றிருந்தது. காற்று வீசுகையில் தோகையைப் போல் சாம்பல் எழுந்து பறந்தது. சுடுகாட்டை சுற்றிப் பாதைகள் புதிர்களை போல் குறுக்கும் நெடுக்குமாக ஓடிக்கொண்டிருந்தன. ஒன்றில் நடந்து போய் மீண்டும் புறப்பட்ட இடத்துக்குத் திரும்பிவிட்டேன். கடைசியில் ஆற்றை நோக்கி மட்டும் குறியாகக்கொண்டு மரங்களினூடாகப் புகுந்து சென்றேன். கவிந்திருந்த கிளைகளும் முட்களும் கைகால் களைப் கீறின. சற்று நேரத்தில் சுடுகாட்டை விட்டு வெளியில் வந்தேன். ஆற்றங்கரையின் மேல் நடந்து கீழிறங்கினேன். படுகையில் மணலில்லாமல் வெறும் மண் தரையைப் போலிருந்தது. மணல் தோண்டியெடுக்கப்பட்ட பள்ளங்கள் பெரிய வாய்களைப்போல் திறந்திருந்தன. ஆற்றின் நடுவில் சாக்கடை கறுப்பாக சலனமில்லாமல் சென்றுகொண்டிருந்தது. சுற்றிலும் ஊமத்தைகளும் கோரைகளும் வளர்ந்திருந்தன. அவற்றை மிதித்துக்கொண்டு வேகமாக நடந்தேன். மேலே பாலத்தில் இரயில் பாதை காலியாகச் சென்றுகொண்டிருந்தது. நான் மேட்டில் ஏறி அதனுடன் சற்று தூரம் நடந்தேன். அப்படித் தனியாக செல்ல அச்சமாயிருந்தது. நான் தொடர்ந்து கண்காணிக்கப்படுவ தாகத் தோன்றியது. எந்தக் கட்டுப்பாடுகளையாவது மீறினால்

நிச்சயமாக அகப்பட்டுக்கொள்வேன். அப்பாவுக்கு மருந்து வாங்கிக்கொண்டு திரும்பியாக வேண்டும்.

ஓர் ஒற்றையடிப் பாதையில் இறங்கினேன். முதலில் அது இருப்பது கவிந்த புதர்களால் தெரியவில்லை. எனக்கு சிறு வயதில் இந்த வழிகளெல்லாம் அத்துப்படியாகியிருந்தன. கூட்டாளி களுடன் பல தரம் சுற்றித் திரிந்திருக்கிறேன். இப்போது பாதைகள் பூர்வ ஜென்ம ஞாபகம்போல் தோன்றின. இருட்டிவிட்டால் இந்த வழிகளில் திரும்புவது கடினம். கிளைத்திருந்த தடமொன்றைத் தேர்ந்தெடுத்து மனம்போன போக்கில் நடந்தேன். அரையும் குறையுமாகக் கைவிடப்பட்ட செங்கற் சூளைகள் இடிந்த வீடுகளைப் போலிருந்தன. கடைசியாக ஒரு மேட்டில் ஏறினேன். நீண்ட சாலையை அடைந்து ஓரத்தில் நின்று பார்த்தேன். இருசக்கர வாகனத்தில் வந்திருந்தால் அதன் வழியாகத்தான் பயணித்திருக்க வேண்டும். சாலையின் உயர்ந்த கம்பங்களில் விளக்குகள் மின்னி எரியத் தொடங்கின. மூன்று சாலைகள் சந்திக்கும் இடத்தில் ஒரு காவலரண் அமைந்திருந்தது. நாற்காலிகளில் காவலர்கள் களைப்புடன் அவர்களும் நோயுற்றவர்களைப்போல் அமர்ந்திருந்தார்கள். சாலை முழுவதுமாக அடைக்கப்பட்டு வெறிச்சோடியிருந்தது. அதன் நடுவில் கிழிந்த அழுக்கு உடையில் ஒருவர் தனக்குத்தானே பேசியபடி எதைப் பற்றியும் கவலைப்படாமல் நடந்துகொண்டிருந்தார். நான் இரு புறமும் நோக்கியபடி கவனமாக சாலையைக் கடந்தேன்.

சாலைக்கு மறுபக்கம் வரிசையாகக் கடைகளும் வீடுகளும் மூடியிருந்தன. நான்கு வழிகள் பிரியுமிடத்தில் பொதுவுடைமைக் கட்சித் தலைவரின் மார்பளவு சிறிய சிலை ஒன்று எனக்கு எப்போதும் அடையாளமாயிருந்தது. அடைக்கப்பட்ட கடையின் சாய்வான கீற்று முகப்பில் மறைவாக நாலைந்து பேர் வாய் மூக்குகளை மூடாமல் உட்கார்ந்திருந்தார்கள். பக்கத்தில் குளிர்பானப் பாட்டில்களின் காலி பிளாஸ்டிக் பெட்டிகள் உயரமாக அடுக்கப்பட்டிருந்தன. கீழே நசுங்கிய பீடி, சிகரெட் துண்டுகளின் குப்பை. தெருவின் உட்புறத்தில் முன்பு ஒரு மது விற்பனைக் கடையிருந்தது ஞாபகம் வந்தது. அவர்களை நெருங்கிச் சென்றேன். அவர்கள் பயத்துடன் எழ முயன்றார்கள். "டாக்டர் சாரங்கன் வீடு எங்கிருக்குது?" என்றேன். அவர்கள் சமாளித்துக்கொண்டு மீண்டும் உட்கார்ந்தார்கள். "நேராப் போனா ஒரு தியேட்டர் வரும் பாருங்க. அதுக்குப் பக்கத்துத் தெருவுல ஏழோ எட்டாவதோ வீடு" என்றார் ஒருவர். "என்ன நோவு? அங்க டாக்டருங்க ஒருத்தரும் இல்லியா? எல்லா வழியும் மூடி கிடக்குதே?" என்றார் கேள்விகளாகப் பக்கத்திலிருந்தவர்.

"நான் ஆத்து வழியா இறங்கி வந்திட்டேன்" என்று சொல்லிவிட்டு நடந்தேன்.

திரையரங்கம் பெரிய இரும்புக் கதவுகளால் மூடப்பட்டிருந்தது. முன்னாலிருந்த வாகனங்களின் நிறுத்துமிடம் மேலும் விரிந்து காணப்பட்டது. மேலே சுவரில் கடைசியாக ஓடிய பேய்ப் படச் சுவரொட்டி பிய்ந்து தொங்கிக்கொண்டிருந்தது. நான் நன்றாக வழி தெரிந்தது போல் தெருவில் நுழைந்தேன். இங்கும் தகரத்தால் தடுப்பு வேலி கட்டப்பட்டிருந்தது. ஓரத்தில் குறுகிய இடைவெளியும் உருவாகியிருந்தது. உள்ளே நுழைந்ததும் எனக்குத் துல்லியமாக ஞாபகம் வந்துவிட்டது. இடப்புறமாக சிறிய கைப்பிடிச் சுவருள்ள மல்லிகைக் கொடி படர்ந்த வீடு. அதன் உலர்ந்த தண்டுகள் பாம்புகளைப் போல் ஒன்றையொன்று பிணைந்திருந்தன. மேலே கூரைபோல் பசுமையான இலைகள் கவிந்திருந்தன. வீட்டுக்கு வெளியில் மருத்துவமனைக்கான எந்த அடையாளமுமில்லை. எதிர் அறையில் மட்டும் மங்கிய குழல் விளக்கெரிய உள்ளே இருள் சூழ்ந்திருந்தது. கேட்டைத் திறந்து அழைப்புமணியை அழுத்தினேன். ஜன்னலில் டாக்டர் சாரங்கனின் தலை தெரிந்தது. கதவைத் திறந்து உள்ளே சென்றேன். நடையில் படுத்திருந்த கிழவி திரும்பி என்னை வெறித்துப் பார்த்தார். எதிர் அறைக் கதவைத் திறந்து சாரங்கன் எரிச்சலான குரலில் "என்ன வேணும்?" என்றார். பிறகு என் ஞாபகம் வந்து "கால் வலி எப்படியிருக்குது?" என்றார். "பரவாயில்லை டாக்டர், அப்பாவுக்கு . . ." என்றேன். "உள்ள வாங்க" என்று சகஜ நிலைக்குத் திரும்பினார். அவர் அந்த வேளையிலும் கால் சட்டைக்குள் மேற் சட்டையைவிட்டு அணிந்திருந்தார். பழைய பெல்ட், இறங்கிய பேண்ட். அவரும் நீல நிற முகக் கவசம் மாட்டியிருந்தார். நாற்காலியில் அமர்ந்து நிமிர்ந்து கண் கண்ணாடியின் வழியாக என்னைப் பார்த்தார். அப்பாவுக்கு உடல் நலமில்லாததைச் சொன்னேன். "அவருக்கு இந்தத் தொத்து நோய் வந்திருக்குமான்னு சந்தேகமாயிருக்கு . . ." என்றேன். அவர் "அந்த நோய் யாருக்கு வேணுமானாலும் வரலாம். நாம தைரியமாயிருக்கறத தவிர வேற வழியில்ல" என்றார். "நீங்க நேரில வந்து பாத்தா அவருக்கு ஆறுதலாயிருக்கும் . . ." என்றேன். "நா எப்படி வர்றது? வழியெல்லாம் நிறைய தடையாயிருக்குது. நா வந்தும் ஒண்ணும் பண்ண முடியாது . . ." என்றார். "சரி, ஏதாவது மருந்து கொடுங்க. நான் வந்து உங்களைப் பாத்தது அவருக்கு நம்பிக்கையாயிருக்கும்" என்றேன். எதிரிலிருந்த மேசையில் மருந்துக் குடுவைகளும் அட்டைப் பெட்டிகளும் அடுக்கப்பட்டிருந்தன. பக்கத்தில் கத்திரிக்கோலும் கட்டுத் துணிகளுமிருந்தன. அவர் பெருமூச்சுவிட்டபடி குடுவைகளைத்

திறந்து மாத்திரைகளை எடுத்து உறையில் போட்டுத் தந்தார். மிகக் குறைந்த தொகையைக் கேட்டு வாங்கிக்கொண்டார்.

டாக்டரின் வீட்டிலிருந்து வேகமாகத் தெருவுக்கு வந்தேன். இரவு கனமாகக் கவியத் தொடங்கிவிட்டிருந்தது. நிலவும் நட்சத்திரங்களும் மங்கலாயிருந்தன. முன்பு சென்ற வழியை ஞாபகப்படுத்திக்கொண்டு நடந்தேன். அது ஆற்றின் கரையை அடைந்தது. மேட்டின் மேல் ஏறியதும் பயத்தில் நின்றுவிட்டேன். கண்கள் துலங்கியதும் ஆற்றின் நடுவில் பேய்களைப் போல் நடமாடிக்கொண்டிருந்த நிழலுருவங்கள் தெரிந்தன. நான் இறங்கி ஆற்றில் நடந்தேன். மணல் அள்ளுவதற்கு வெட்டப்பட்டிருந்த ஒரு பள்ளத்தில் நாலைந்து பேர் அமர்ந்திருந்தார்கள். அவர்கள் எதிரில் வாழையிலைகளில் வறுத்த கறித் துண்டுகளும், பாட்டிலில் சாராயமும் மிச்சமிருந்தன. அவற்றின் நெடி காற்றில் மிதந்துகொண்டிருந்தது. மற்றொரு குழியில் சிலர் வரிசையாக உட்கார்ந்து சோற்றை அள்ளிச் சாப்பிட்டுக்கொண்டிருந்தார்கள். என்னை யாரும் எதுவும் கேட்கவில்லை. பெரிய கருவேல மரத்தடியில் எண்ணெய் விளக்கு வெளிச்சத்தில் மும்முரமாகத் துணி வியாபாரம் நடந்துகொண்டிருந்தது. சிறிய மேட்டில் அப்போதுதான் பறித்தெடுத்தவை போல் காய்கறிகள் குவிந்திருந்தன. கையில் பைகளுடன் தக்காளிகளையும் வெங்காயங்களையும் பெண்கள் பொறுக்கிப் பார்த்து வாங்கிக் கொண்டிருந்தார்கள். கொஞ்சம் தக்காளியும் கத்தரிக்காயும் வாங்கும் எண்ணம் எனக்குள் எழுந்து மறைந்தது. பையனொருவன் காலையில் வெளியான நாளிதழ்களை விற்றுக்கொண்டிருந்தான். ஓரிடத்தில் கீழே ஆளை அமர வைத்து விரைவாக முடி வெட்டிக்கொண்டிருந்தார் ஒருவர். பக்கத்தில் பரட்டைத் தலைகளுடனும் தாடி மீசைகளுடனும் சிலர் காத்திருந்தார்கள். ஓரிருவர் மட்டும் வாய்களில் துணிகளைக் கட்டியிருந்தார்கள். யாரும் ஒருவருடனொருவர் பேசிக்கொள்ளவில்லை. அங்கு வேறொரு உலகம் உயிர்த்துடிப்புடன் நம்பிக்கையோடு இயங்கிக் கொண்டிருந்தது.

அவசரமாக எல்லாவற்றையும் கடந்து சென்றுகொண்டிருந்தேன். ஒருவர் வெளிப்புறமிருந்த குழியிலிருந்து மிதிவண்டியை எடுத்து உருட்டி வந்தார். அதில் அமர்ந்து மிதிக்கத் தொடங்கியவர் கால்களை ஊன்றி நின்றார். என்னைப் பார்த்து பின்னால் ஏறிக்கொள்ளுமாறு சைகை காட்டினார். நான் மறுக்காமல் பின்னிருக்கையில் உட்கார்ந்தேன். அவர் மணல் குழிகளினூடே கவனமாக மிதிவண்டியை ஓட்டிச் சென்றார். அந்த இடத்தை நன்கு அறிந்திருப்பார் போலிருந்தது. மாரியம்மன் கோயில் தடுப்பு வந்ததும் மிதிவண்டி தானாக நின்றது. இறங்கிக்கொண்டு

நன்றி தலையாட்டித் தெரிவித்தேன். அவர் திரும்பிச் சென்றார். தெருக்களில் புகுந்து வரிசையாயிருந்த தடுப்புகளில் நுழைந்து நடந்தேன். எங்கும் ஒருவரும் தென்படவில்லை. ஓரிரு வீடுகளில் மட்டும் விளக்குகள் எரிந்துகொண்டிருந்தன. அனைத்திலும் நோய்க்களை படர்ந்துவிட்டிருந்தது. கடைசியாக சாலைக்கு வந்துசேர்ந்தேன். தூரத்தில் காவலரணில் சக்தி வாய்ந்த விளக்குகள் ஒளி வீசிக்கொண்டிருந்தன. நான் சாலையைக் கடந்து வீட்டுக்கு வந்தேன்.

தெருக்கதவைத் தட்டியதும் தூக்க கலக்கத்துடன் மனைவி வந்து திறந்தாள். சிறிய இரவு விளக்கைத் தவிர வீடு முழுக்க இருட்டாயிருந்தது. கூடத்தினுள் பிள்ளைகள் சுருண்டு ஒருக்களித்து உறங்கிக்கொண்டிருந்தார்கள். மனைவி "ஏன் இவ்வள நேரம்? சாப்பிடறிங்களா?" என்றாள். "எனக்குப் பசியில்ல"என்றுவிட்டு கூடத்தின் மூலைக்குச் சென்றேன். அப்பா சுவரோரமாகக் குறுகிப்படுத்திருந்தார், பிள்ளைகள் படுத்திருந்ததைப் போலவே. அவருடைய சுவாசம் மெல்லிய சீறலைப் போலிருந்தது. மிகுந்த பாரத்தால் பெருமூச்சுவிடுவது போல. அது சுவர்களில் மோதி எதிரொலித்தது. பக்கத்து வீடுகளுக்கும் தெருவுக்கும் காவலரணுக்கும்கூடக் கேட்டிருக்கும். அவரை நெருங்கி "அப்பா . . ." என்று அழைத்தேன். அவர் திடுக்கிட்டு விழித்து என்னை யாரோ என்பது போல் பார்த்தார். "மாத்திரை வாங்கியாந்திருக்கேன். எழுந்து போட்டுக்கோ, உடம்பு சரியாயிடும்"என்றேன். அவரைத் தலையணை மேல் சாய்த்துப் படுக்க வைத்தேன். ஆழமான குழி போலிருந்த வாய்க்குள் மாத்திரைகளைப் போட்டு நீரைப் புகட்டினேன். அவர் துளித் துளியாக நீரைப் பருகியபடி என்னைக் கூர்ந்து பார்த்தார். "நா நல்லாயிடுவேனா . . ." என்று கூறுவது போலிருந்தது. எனக்கு பதில் சொல்ல சலிப்பாயிருந்தது. என்னை மறந்து தூக்கத்தில் மூழ்கினேன். அப்படி நிம்மதியாக உறங்கி வெகுநாட்களாயிற்று.

சற்று நேரத்தில் வெளியில் ஏதோ சப்தம் கேட்டது. சாரங்கன் தன் பழைய ஸ்கூட்டரிலிருந்து இறங்கி வந்துகொண்டிருந்தார். கையில் கனத்த தோல்பை. என்னால் அவர் வருகையை நம்பமுடியவில்லை. ஆகாய மார்க்கமாக வந்தவரைப் போல் தோன்றினார். நான் கதவைத் திறந்தபடி "டாக்டர், நீங்க எப்படி?" என்றேன் ஆச்சரியத்துடன். சாரங்கன் "உங்கப்பாவைப் பாத்துட்டுப்போகணும்னு தோணுச்சு" என்றார். அவர் அப்பாவை நெருங்கி போர்வையை விலக்கி கையைத் தொட்டார். அப்பாவின் அந்தப் பகுதியின் சருமம் சிலிர்த்தது. நான் "அப்பா, டாக்டர் வந்திருக்காரு பாரு" என்றேன். அப்பா சலனமில்லாமல் படுத்திருந்தார். சாரங்கன் குனிந்து "உங்களுக்கு என்னன்னு

சொல்லுங்க” என்றார். போர்வைக்குள்ளிருந்த அப்பாவின் மார்பு மெல்ல எழுந்து தாழ்ந்துகொண்டிருந்தது. அவரிடமிருந்து எந்த பதிலுமில்லை. அவரை மருத்துவமனைக்குப் போகக் கூப்பிட்டிருந்தாலும் மறுத்திருப்பார். சாரங்கன் மருந்துப் பையை எடுத்துக்கொண்டார். நான் அவருடன் தெருவுக்கு வந்தேன். “அவரோட காலம் முடிஞ்சு போச்சு” என்று சொல்லிவிட்டு வாகனத்தைக் கிளப்பினார். தெருத் தடுப்பின் நடுவிலிருந்த சந்து முன்பு போல் சிறிதாயிருந்தது. அதன் வழியாக யாராலும் போக வர முடியாது. சாரங்கன் மிக லாவகமாக அதில் வாகனத்துடன் புகுந்து மறைந்தார்.

திடீரென்று எங்கோ தூரத்தில் அவசர கால ஊர்தியின் ஓலம் எழுந்தது. அது மட்டும் தனித்து மிகவும் சப்தமாக ஒலித்தது. நான் திடுக்கிட்டு விழித்துக்கொண்டேன். ஓசை மெதுவாக சாலையில் தேய்ந்து மறைந்தது. அப்பா கண்களை மெல்லத் திறந்தார். உதடுகள் எதையோ தெளிவில்லாமல் முணுமுணுத்தன. “என்ன விட்டுட்ட ...” என குற்றம்சாட்டுவது போல் தோன்றியது. நான் “உன்ன டாக்டர் நேரில வந்து பாத்தாரு” என்றேன். அதை நம்பாதது போல் வெறித்து நோக்கினார். “நீ பொய் சொல்ற” என்பதைப் போலிருந்தது. அவர் டாக்டர் சாரங்கன் வந்ததையும் பேசியதையும் மறந்துவிட்டார் என்று நினைத்துக்கொண்டேன். “அவர் வந்து போனாரு”என்றேன் மீண்டும். அப்பா மௌனமாகக் கண்களை மூடிக்கொண்டார். நானும் நிறுத்திய உறக்கத்தைத் தொடர்ந்தேன். காலையில் பறவைக் குரல்களைக் கேட்டு விழித்தேன். அவை துல்லியமாக ஒலித்துக்கொண்டிருந்தன. இவ்வளவு காலம் சுற்றிலும் வெவ்வேறு ஓசைகள் நிரம்பியிருக்கும். கண்களைத் திறக்காமல் பறவைகளின் பேச்சைக் கேட்டுக்கொண்டிருந்தேன். அப்பாவும் நோயும் மருந்தும் கனவுகள் போலிருந்தன. அப்பா ஆழ்ந்து உறங்கிக்கொண்டிருந்தார். நான் எழுந்து அவர் மேல் போர்வையை இழுத்துப் போர்த்தினேன். சிறுநீர் கழித்துவிட்டு வருகையிலும் அவரிடம் எந்த மாற்றமுமில்லை. அவரைத் தொட்டுப் பார்க்கும் முன்பு தெரிந்துகொண்டேன். அவர் உடல் குளிர்ந்து அடங்கியிருந்தது.

சற்று நேரம் தயங்கி நின்றேன். பிறகு மனதைத் தேற்றிக் கொண்டேன். அப்பாவின் உடலைத் தனியாகத் தூக்க முயன்றேன். அது பாறையைப் போல் மிகவும் கனத்தது. மனைவியை அழைத்து அவருடைய கால் புறமாகப் பிடித்துக்கொள்ள சொன்னேன். இருவருமாக மெல்ல உடலைத் தூக்கினோம். கீழே கால்பட்டு தலையணை நகர்ந்தது. அடியில் அப்பா வைத்திருந்த பொருட்கள் வெளிப்பட்டன. ஓய்வூதிய வங்கிப் புத்தகம், புத்தம் புதிய மாத்திரை அட்டைகள், கொஞ்சம் பணம். அந்தப் பணம் அவருடைய

அடக்கத்துக்குப் போதும். அப்போது அவருடைய பின் புறத்திலிருந்த புண் கண்ணில்பட்டது. நீண்ட கால அழுத்தத்தால் தோல் அழுகி விரிந்திருந்தது. ஆழத்தில் நெருப்புக் கனலைப் போல் சதை மின்னியது. உள்ளே சிறு புழுக்கள் நெளிந்தன. அது இருப்பது அப்பாவுக்குத் தெரிந்திருக்காது போல் பட்டது. அந்தக் கடும் வலியைப் பொருட்படுத்தியிருக்கமாட்டார். அதைக் கண்டு எனக்கு உடல் சிலிர்த்தது. நான் கண்களை விலக்கிக்கொண்டேன். அவருடைய உடலைத் தெருவில் நீண்ட பெஞ்சில் படுக்கவைத்தோம். அது சிறு உருவமாகத் தோன்றியது. எலும்பும் தோலுமாயிருந்த வெறும் கூடு. அதில் இதுவரை உயிர் ஒட்டியிருந்தது ஆச்சரியம்தான்.

இன்னும் சிறிது காலம் அப்பா உயிருடனிருந்திருக்கலாம். அவருடைய ஓய்வூதியம் கிடைக்காமல் போவது பேரிழப்பு. என்னையும் நோய் தொற்றிக்கொண்டது போலிருந்தது. பீதியுடன் வாசற்படியில் சென்று அமர்ந்தேன். தெருக்காரர்கள் யாரும் துக்கம் விசாரிக்க வரவில்லை. அப்பாவின் கால் பெரு விரல்களைத் துணியால் சேர்த்துக் கட்டிய பிறகு உடம்பின் மேல் பழைய வேட்டியைப் போர்த்திவிட்டு மனைவி வீட்டினுள் சென்றாள். உள்ளே பிள்ளைகள் சத்தமில்லாமல் பழையபடி விளையாடத் தொடங்கினார்கள். அக்கம் பக்கத்து வீட்டுக்காரர்கள் தொலைவில் நின்று பார்த்துவிட்டு விலகினார்கள். அனைத்து வீட்டுக் கதவுகளும் சாத்திக்கொள்ளப்பட்டன. அருகில் வந்தால் அவர்களுக்கு நோய் தொற்றிக்கொள்ளும் என்கிற பயம் நியாயமானதுதான். அப்பா தொற்று நோய் வந்து இறந்துள்ளதாக நினைத்திருப்பார்கள். நான் தனியாக உட்கார்ந்துகொண்டிருந்தேன். அப்பாவுக்கு பூமாலை கூட போடப்படவில்லை. அது இல்லாமல் உடலுக்குப் பிணக் களை வரவில்லை. எழுந்து வீட்டின் பூசை மாடத்தில் மீதியிருந்த ஊதுவத்திகளைக் கொண்டுவந்து கொளுத்தி வைத்தேன். அவற்றிலிருந்து சாவு மணம் வீசத்தொடங்கியது. தனியாகப் படிக்கட்டில் தொடர்ந்து உட்கார்ந்திருந்தேன். அடுத்து என்ன செய்வதென்று புரியவில்லை. அப்பாவை எரிப்பதா புதைப்பதா என விளங்கவில்லை.கைபேசியை எடுத்து யாரையாவது கேட்கலாமென்று நினைத்தேன். நெருங்கிய உறவினர்களுக்குத் தகவல் அளிக்க வேண்டும். இனி ஊர்க்காரர்களும் ஒன்றாகச் சேர்ந்து வரலாம். அரசாங்க ஊழியர்களும் செய்தி அறிந்து வந்து பாதுகாப்பாக அடக்கத்தை நடத்தலாம். நான் அச்சத்துடன் காத்திருந்தேன்.

❖